# KINH DOANH THỜI BẤT ĐỊNH
## BÍ QUYẾT BỨT PHÁ TRONG KỶ NGUYÊN PHỤC HƯNG MỚI

**KINH DOANH THỜI BẤT ĐỊNH**

BÍ QUYẾT BỨT PHÁ TRONG THỜI KỲ BÌNH THƯỜNG MỚI

**Rick Yvanovich**

FCMA GCMA FCPA MSC CCMP CCMC CBC

Rick Yvanovich

# KINH DOANH
# THỜI BẤT ĐỊNH

## BÍ QUYẾT BỨT PHÁ
## TRONG KỶ NGUYÊN PHỤC HƯNG MỚI

*Người dịch:* Nguyễn H. Diễm Quỳnh

# KHAI PHÓNG

## TIỀM NĂNG TRONG THẾ GIỚI KINH DOANH BẤT ĐỊNH

**Tình trạng bất ổn diễn ra khắp nơi, làm giảm năng suất và cơ hội tăng trưởng.**

- Bạn chán ngán vì đại dịch gây nhiều thiệt hại cho nơi làm việc của mình?

- Bạn mệt mỏi khi phải vật lộn với những thử thách chưa từng có, chật vật tồn tại trong thế giới hỗn loạn ngày nay?

- Bạn không lẻ loi đâu! Vô số chuyên gia giống như bạn đang nỗ lực thích nghi và làm mới bản thân để bứt phá trong "trạng thái bình thường mới" này.

### BIẾN NGHỊCH CẢNH THÀNH CƠ HỘI:
### BẮT ĐẦU CHUYỂN ĐỔI HÔM NAY!

Xem các nguồn tài liệu MIỄN PHÍ và các quyền lợi độc quyền được thiết kế để trao quyền cho bạn và đội ngũ trong thế giới Kinh doanh Bất định.

rickyvanovich.com/bauu/offers/

# LỜI KHEN TẶNG DÀNH CHO SÁCH

Những ai muốn thích ứng và phát triển trong điều kiện bình thường mới đều nên đọc cuốn sách *Kinh doanh thời bất định*. Tại đây, những kiến thức chuyên sâu và các mô hình hành động của Yvanovich sẽ giúp bạn vạch ra lộ trình rõ ràng để phát triển về mặt cá nhân và sự nghiệp.

**Giáo sư Mathews Z. Nkhoma | Phó Hiệu trưởng Trường Kinh doanh và Luật thuộc Đại học Quốc tế RMIT Melbourne, Úc**

*Kinh doanh thời bất định* giới thiệu cách để các doanh nghiệp có thể thích ứng, phát triển trong thời kỳ bất ổn và nhiều thay đổi, chẳng hạn như thời kỳ hậu COVID-19. Để thích ứng và phát triển, ta cần phải nhạy bén, thích nghi, sáng tạo trong việc tìm kiếm các giải pháp và cơ hội. Cuốn sách này mang đến những bí quyết bứt phá trong giai đoạn chuyển đổi và đổi mới tạo ra bởi những thay đổi về công nghệ, kinh tế và xã hội.

Rick Yvanovich giúp chúng ta hiểu cách "sống chung" với sự biến động, trở nên sáng tạo và có tư duy cầu tiến để thành công. Cuốn sách cho chúng ta thấy tầm quan trọng của các giá trị, tính linh hoạt, sự cải tiến và khả năng phục hồi trong bối cảnh kinh doanh không ngừng thay đổi ngày nay. Để phát triển trong thời "phục hưng mới" này, các doanh nghiệp cần có tư duy và hành động khác biệt, lấy con người làm trung tâm, tập trung vào mục đích và tính bền vững, cũng như tận dụng công nghệ để nâng cao trải nghiệm của khách hàng.

Sách giới thiệu về một KỶ NGUYÊN lãnh đạo mới cũng như cách chiến thắng thương trường thời bất định và áp dụng tư duy cầu tiến để phát triển trong thời kỳ "phục hưng mới", xét về cả hai phương diện thành công tài chính lẫn tác động xã hội.

**Tiến sĩ Doru Dima | CEO Romania,**
**CPO International, Great People Inside**

*Kinh doanh thời bất định* là tư liệu đặc biệt dành cho những ai quyết tâm thích ứng, cải tiến và phát triển trong thị trường ngày nay. Những hướng dẫn chuyên môn của Rick Yvanovich rất khả thi, chân thực và do vậy, đây là một cuốn sách phải đọc. Hãy tin tôi, sách này là một công cụ giúp ta xoay chuyển tình thế, luôn dẫn đầu và đạt được sự thành công vô song trong trạng thái bình thường mới.

**David Perry | Tác giả sách** *Hiring Greatness: How to Recruit Your*
*Dream Team and Crush the Competition (Tuyển dụng Xuất sắc: Làm*
*thế nào để tuyển dụng đội ngũ trong mơ và vượt lên dẫn đầu),*
*Executive Recruiting for Dummies (Hướng dẫn Tuyển dụng Quản lý*
*cấp cao), và Guerrilla Marketing for Job Hunters 3.0 (Tiếp thị Du*
*kích cho Người tìm việc 3.0)*

Chuyên môn khai vấn của Yvanovich được thể hiện rõ trong *Kinh doanh thời bất định*. Sách này cung cấp cho chúng ta những kiến thức chuyên sâu và công cụ độc nhất vô nhị để thoát khỏi lối mòn và đạt được thành công.

**Ajit Nawalkha | CEO, Evercoach, Tác giả** *Live Big (Sống xứng đáng)*
*và The Book of Coaching: For Extraordinary Coaches (Cuốn sách về*
*Khai vấn: Những nhà khai vấn phi thường)*

Tôi vinh dự được gặp Rick Yvanovich tại một buổi họp mặt của các CEO ở Dubai vào năm 2022 và ngay khi ấy, tôi đã rất ấn tượng với khả năng truyền cảm hứng của ông. Sách *Kinh doanh thời bất định* thể hiện sự thông tuệ của ông và cung cấp cho người đọc các chiến lược khả thi để thành công trong kỷ nguyên của những cơ hội chưa từng có này. Thời kỳ "phục hưng mới" mà sách đề cập là sự phản ánh rất hay về tiềm năng khởi đầu mới trong cả đời sống công việc lẫn cá nhân. Sách đưa ta vào một chuyến hành trình tự vấn và suy ngẫm về mục đích, sức sống, tiềm năng của tâm trí, con người thật và những hiểm nguy của ngục tối tinh thần. Hơn hết, sách hướng dẫn ta khám phá những kho tàng và tìm đường đến Lâu đài của riêng mình. Những ai muốn tự tin vượt qua các thời kỳ biến đổi đều cần đọc sách này.

**Winston Rivero | Nhà sáng lập & CEO, NEWTOMS**

Tôi khuyên những ai muốn dẫn đầu trong thế giới bình thường mới nên đọc *Kinh doanh thời bất định*. Phương pháp tiếp cận của Rick Yvanovich rất thực tế và những kiến thức chuyên sâu của ông vô cùng giá trị. Sách này là một công cụ thay đổi cuộc chơi dành cho những ai muốn thành công khi đương đầu với nghịch cảnh.

**Nicholas Kemp | Nhà sáng lập Ikigai Tribe, tác giả *Ikigai-kan***

*Kinh doanh thời bất định* của Yvanovich là một cuốn sách tạo cảm giác mới lạ và truyền cảm hứng trong những thời kỳ đầy thử thách như thế này. Các chương trình hành động và bài tập trong sách cung cấp cho ta một con đường rõ ràng để phát triển cá nhân và sự nghiệp.

**David Fuess | CEO, Henson Group**

Là người đã trải qua những thăng trầm với cương vị chủ doanh nghiệp, Yvanovich biết điều gì là cần thiết để thành công. *Kinh doanh thời bất định* là một bản hướng dẫn thực tế và hữu ích cho những ai muốn phát triển trong điều kiện bình thường mới.

**Rick Orford | Đồng sáng lập & Giám đốc Sản xuất tại Travel Addicts Life, tác giả sách *The Financially Independent Millennial (Thế hệ Thiên niên kỷ Phụ thuộc Tài chính)***

Nếu bạn cảm thấy bế tắc trong công việc hay cuộc sống cá nhân thì *Kinh doanh thời bất định* chính là cuốn sách dành cho bạn. Chuyên môn khai vấn, các công cụ và bài tập độc đáo của Yvanovich sẽ giúp ta thoát khỏi tình trạng bế tắc và trở nên vượt trội.

**Glenn Hopper | Giám đốc Tài chính, Sandline Discovery,
tác giả sách bán chạy *Deep Finance (Tài chính sâu)***

*Kinh doanh thời bất định* là một cuốn cẩm nang toàn diện cho bất kỳ ai muốn phát triển mạnh trong trạng thái bình thường mới. Những kiến thức chuyên sâu và các mô hình của Yvanovich giúp cung cấp lộ trình rõ ràng để phát triển cá nhân và nghề nghiệp.

**Shawn Johal | Khai vấn viên Phát triển Doanh nghiệp,
Elevation Leaders, tác giả sách bán chạy *The Happy Leader
(Nhà lãnh đạo hạnh phúc)***

*Kinh doanh thời bất định* là cẩm nang tuyệt vời cho những ai muốn thành công trong thời kỳ "phục hưng mới". Phép ẩn dụ độc đáo về tòa lâu đài của Rick Yvanovich vừa sáng tạo vừa hiệu quả, cho chúng ta các chiến lược thực tế và những bước đi khả thi để tiến đến thành công. Nhờ Rick nhấn mạnh việc phát triển các kỹ năng quan trọng cho thập kỷ tới, tôi đã có thể nâng cao kỹ năng, chuẩn bị cho tương lai, đồng thời cũng cảm thấy có động lực và tập trung hơn bao giờ hết.

**Sanjay Jaybhay | Tác giả sách *Invest and Grow Rich*
*(Đầu tư và trở nên giàu có)***

Chuyên môn khai vấn, các công cụ và bài tập độc đáo của Yvanovich khiến cho sách *Kinh doanh thời bất định* trở thành nguồn lực đầy giá trị cho những ai muốn thoát khỏi lối mòn và trở nên vượt trội.

**Trissa Tismal-Capili | Tác giả sách bán chạy bình chọn bởi
*USA Today* và *Wall Street Journal*, Nhà sáng lập Học viện
Nhà lãnh đạo Tỉnh thức***

Là CEO của một học viện, chuyên gia tư vấn đời sống/kinh doanh và chuyên gia NLP, tôi hiểu tầm quan trọng của việc thích ứng và phát triển. Vì lý do này, tôi toàn tâm ủng hộ sách *Kinh doanh thời bất định* của Rick Yvanovich.

Phương pháp tiếp cận chân thành và nồng hậu của Rick mang đến cho chúng ta những kiến thức chuyên sâu, chiến lược thực tế và các bước khả thi để vượt qua nghịch cảnh trong trạng thái bình thường mới. Khi tìm hiểu sâu hơn về *Kinh doanh thời bất định*, tôi thấy những câu chuyện rất bổ ích và truyền cảm hứng, hoàn toàn liên hệ với bản thân. Đây là cuốn sách cần phải đọc và sách nhắc nhở chúng ta rằng hành động hôm nay sẽ định hình thành công ngày mai.

**Kimyette Saunders-Bouie | RN, CNLP, Khai vấn viên đời sống**
**& sự nghiệp, CEO của Học viện Trao quyền cho Y tá SauBou**

Rick Yvanovich mang đến cho chúng ta một cẩm nang tối ưu với các kỹ thuật, gợi ý và công cụ đơn giản nhưng hiệu quả để giúp chúng ta sống có mục đích, sống vui, đồng thời động viên những người khác trên con đường của mình. Từng bước một, ông đưa chúng ta đi trên hành trình củng cố các trụ cột bên trong mình, trang bị cho chúng ta kiến thức chuyên sâu cùng những chiến lược để trở thành người lãnh đạo có sức ảnh hưởng trong những thời kỳ bất định.

**Igor Lasun | Giám đốc điều hành kiêm Trưởng phòng Sản phẩm**
**(châu Mỹ), UBS Asset Management**

Nếu (thực sự) muốn thành công về mặt cá nhân và nghề nghiệp trong thời kỳ "phục hưng mới" thì *Kinh doanh thời bất định* của Rick Yvanovich là cuốn sách mà ta không thể bỏ qua! Rick mang đến những kiến thức chuyên sâu, một kho tàng công cụ và mô hình khả thi, truyền cảm hứng và trao quyền giúp tất cả chúng ta thành công khi nỗ lực hết mình cho bản thân và cho những người khác!

**Jens Pheiffer | CEO, Capricorn Holdings ApS**

Đây là một cuốn sách kinh doanh khác biệt. *Kinh doanh thời bất định* nói nhiều về việc phát triển những giá trị sẽ dẫn đến thành công, đồng thời cũng cho nhiều lời khuyên kinh doanh. Sách khuyến khích ta khám phá và đạt được một số cột mốc cá nhân.

**Tiến sĩ Gary Genard | Chủ tịch, The Genard Method, tác giả sách**
*Speak for Leadership: An Executive Speech Coach's Secrets for*
*Developing Leadership Presence in Public Speaking*
*(Diễn thuyết dành cho lãnh đạo: Bí quyết nâng tầm khả năng dẫn*
*dắt qua nghệ thuật nói trước đám đông)*

*Kinh doanh thời bất định* là cuốn sách cân đối, nhiều thông tin và vô số kiến thức chuyên sâu. Yvanovich đã kết hợp đan xen nhiều hình đồ họa hấp dẫn và "bài tập" kích thích tư duy vào sách. Đồng thời, anh cũng nêu những bí quyết để khắc phục thiệt hại do bản thân gây ra – điều mà nhiều doanh nhân thường xuyên gặp phải. Đây là một cuốn sách đáng đọc dành cho những ai muốn hiểu sâu hơn về cách một lãnh đạo doanh nghiệp có thể tạo ra giá trị, đồng thời luôn nỗ lực theo đuổi các cơ hội kinh doanh mới mẻ và thú vị.

**Gregory Enjalbert | Cựu Phó Chủ tịch/Giám đốc Điều Hành**
**khu vực châu Á - Thái Bình Dương, Bombardier Transportation,**
**kiêm Nhà sáng lập A Cup of CoFi**

Tôi chỉ thích đọc những cuốn sách cung cấp 'hướng dẫn' trực tiếp dựa trên chuyên môn của tác giả. *Kinh doanh thời bất định* chính là một cuốn sách như vậy – đây là cẩm nang chuyên sâu và thiết thực dành cho những ai muốn trở nên nhạy bén và thành công trong bối cảnh kinh doanh hiện tại.

Các chiến lược và công cụ của Yvanovich để thoát khỏi lối mòn và thiết lập các kỹ năng quan trọng quả thật vô giá.

**Deiric McCann | Giám đốc, Genos International EU**

*Kinh doanh thời bất định* của Rick là cuốn sách mà bất kỳ ai muốn phát triển mạnh trong bối cảnh kinh doanh hiện tại đều cần phải đọc. Kinh nghiệm sâu rộng của Rick với tư cách là một doanh nhân thành đạt được thể hiện rõ khi anh mang đến những kiến thức chuyên sâu vô giá, những chiến lược thực tế, các bước hành động khả thi để thích ứng và vượt qua những thử thách của đại dịch. Điều làm cho cuốn sách này khác biệt chính là sự tập trung vào tư duy và thói quen hằng ngày cần có để thành công trong điều kiện "bình thường mới". Chúng ta không phải chỉ cần thay đổi hoạt động kinh doanh mà còn phải thay đổi phương pháp và thói quen của chính mình để luôn đi đầu. Rick là một người không chỉ có kinh nghiệm chuyên môn mà còn có tấm lòng bao dung, luôn đóng góp và giúp đỡ người khác. Phương pháp tiếp cận của Rick rất mới mẻ và truyền cảm hứng. Niềm đam mê và sự cống hiến của anh để giúp người khác thành công được thể hiện rõ qua từng chương và do đó, sách này không chỉ mang tính thông tin mà còn rất thú vị.

Tôi khuyên các chủ doanh nghiệp, nhà quản lý và những doanh nhân nhiều hoài bão muốn thoát khỏi mọi lối mòn và quay trở lại cuộc chơi, hãy đọc *Kinh doanh thời bất định*. Hành động hôm nay sẽ quyết định thành công vào ngày mai và với sự hướng dẫn của Rick, ta sẽ có được cẩm nang hoàn hảo để định hướng hoạt động trong bối cảnh đầy biến động của hiện tại và vươn lên dẫn đầu.

**Liene Uresina | Chiến lược gia Kinh doanh & Tư duy và tác giả sách**
*Everything Is OK With You (Mọi thứ đều Ổn với bạn)*


*Kinh doanh thời bất định* là cuốn cẩm nang cực kỳ chuyên sâu và thiết thực dành cho bất kỳ ai muốn thoát khỏi tình trạng hiện tại và đạt được thành công lâu dài. Kiến thức chuyên sâu của Yvanovich về thói quen, động lực và khả năng lãnh đạo đã tạo nên nền tảng vững chắc để giúp chúng ta đạt được mục tiêu và xây dựng một cuộc sống viên mãn. Nhờ đọc sách này, đời sống cá nhân và công việc của tôi đã được thay đổi.

**Daniel Reed | Nhà sáng lập, Top Prospect Careers, tác giả sách**
*Mastering a Winning Resume (Bậc thầy viết lý lịch)*

*Kinh doanh thời bất định* là cẩm nang tuyệt vời giúp ta phát triển mạnh trong điều kiện bình thường mới. Rick Yvanovich chia sẻ các chiến lược thực tế và những bước khả thi để giúp ta thích ứng, vượt lên và thành công trong sự nghiệp cũng như công việc kinh doanh. Tôi đã lập tức cảm thấy được kết nối với khái niệm (mới) Khai vấn Ngục tối. Tuy nhiên, một cảnh báo dành cho bạn là một khi đã đọc phần giới thiệu thì ta sẽ không thể đặt sách này xuống.

**Ray Brehm | CEO/Nhà sáng lập, Pubf unnels™,**
**tác giả sách *Book Profit Secrets (Bí ẩn lợi nhuận từ sách)***

Bằng kinh nghiệm thực tiễn, sự am hiểu cuộc sống, kỹ năng khai vấn và xây dựng văn hóa doanh nghiệp, Rick đã viết nên cuốn sách *Kinh doanh thời bất định,* giúp vạch ra một lộ trình thực tế cho những người dám thay đổi.

**Huỳnh Công Thắng | CEO/Nhà đồng sáng lập, InnoLab Asia**

Dựa trên các lý thuyết khác, bao gồm lý thuyết *Năm mức độ bậc thầy,* sách *Kinh doanh thời bất định* của Yvanovich là sự pha trộn thú vị giữa các triết lý và phương pháp kinh doanh khác nhau, mang đến hướng dẫn thực sự toàn diện để giúp bạn thiết lập hành trình riêng hướng tới sự phát triển.

Tiến sĩ Peter Chee | Chủ tịch kiêm CEO, ITD World, Tác giả sách
***Coaching for Breakthrough Success (Khai vấn để thành công đột phá)***
***và Năm mức độ bậc thầy (The Five Levels of Mastery)***

Khi đọc *Kinh doanh thời bất định,* tôi có cảm giác như đang trò chuyện vui vẻ với một người bạn thân tốt bụng. Thú vị thay, một khái niệm mang tính kỹ thuật và có vẻ phức tạp như "kinh doanh" lại được diễn giải một cách rõ ràng và gần gũi như vậy. Mọi cảm giác mơ hồ xung quanh vấn đề này đột nhiên tan biến. Thông qua phép ẩn dụ độc đáo về tòa lâu đài, Rick Yvanovich dạy chúng ta một phương pháp rất đơn giản để thu hẹp khoảng cách giữa mục tiêu và khả năng hoàn thành mục tiêu của mình. Tôi hết lòng khuyên mọi người đọc sách này, vì sách không chỉ cung cấp một phương pháp tiếp cận toàn diện đối với công việc kinh doanh ở mọi khía cạnh, mà còn mang đến một phương thức tự hiện thực hóa rất sáng tạo để hoàn toàn đổi mới bản thân. Đây thực sự là một cơ chế hiệu quả để phát triển một doanh nghiệp.

**Tiến sĩ Beatrice Constandache | Bác sĩ Y học Thể thao**

Tôi thích *Kinh doanh thời bất định* vì sách có rất nhiều ví dụ thực tế và hướng dẫn tự thực hành. Xuyên suốt cuốn sách, Yvanovich hướng dẫn chúng ta từng bước cải thiện bản thân với tư cách là nhà lãnh đạo và doanh nhân. Sách này cung cấp những kiến thức chuyên sâu vô giá, các chiến lược thực tế và những bước hành động khả thi để thích ứng, vươn lên và thành công trong trạng thái bình thường mới. Giữa những thử thách của đại dịch, *Kinh doanh thời bất định* chỉ ra những tư duy, thói quen hằng ngày và kỹ năng cần thiết để thoát khỏi lối mòn và quay trở lại cuộc chơi – hành động hôm nay quyết định thành công ngày mai.

**Paweł Górski | Nhà sáng lập & CEO, Tribee.io**

Đây là một cuốn sách rất hay, giúp các nhà lãnh đạo từ trạng thái bị động trở thành những người dẫn đầu nhạy bén và linh hoạt mà thế giới ngày nay rất cần, hơn nữa còn giúp họ trở thành hình mẫu mới, phát huy hơn sức mạnh của bản thân và đội nhóm.

**Floris Verhagen | Phó Chủ tịch, ROSEN châu Á Thái Bình Dương**

Là một nhà quản lý trong mảng chăm sóc sức khỏe, tôi thấy tính ứng dụng của *Kinh doanh thời bất định* ngay trong lĩnh vực của mình. Các hệ thống chăm sóc sức khỏe trên toàn cầu đang phải đối mặt với tình trạng thiếu hụt nhân tài do quá tải công việc. Cuốn sách tổng hợp kiến thức từ những yếu tố như sự tự chủ, khoa học thần kinh về sự thay đổi, cơ chế sinh học của các đội ngũ làm việc hiệu quả và lãnh đạo chuyển đổi. Rick cũng đã kết hợp nhiều công cụ với kinh nghiệm khai vấn sâu rộng của mình để hỗ trợ cả cá nhân lẫn tổ chức thay đổi. Ông cũng là bậc thầy trong nghệ thuật khai phóng năng lực của con người không chỉ trong công việc mà còn đi sâu vào cuộc sống gia đình và cộng đồng. Tôi rất phấn khích về tương lai của lĩnh vực chăm sóc sức khỏe bởi vì tôi đã tìm thấy những người cố vấn mẫu mực để học hỏi theo.

**Brenda Lau | MD, FRCPC, FFPMANZCA, MM, CGIMS, nhà sáng lập FRCPC (thuốc giảm đau), Phó Giáo sư Lâm sàng của CIPS, Khoa Gây mê, Dược lý & Trị liệu của UBC, Chuyên gia điều trị can thiệp đau, CHANGEpain, Nhà sáng lập và Giám đốc Y khoa, Phòng khám CHANGEpain**

*Gửi Sirian, Safena và Katharina,*

*Từ bây giờ đến mãi về sau,*

*Tôi đã nhiều lần không đón nhận, ưu tiên và ghi nhận cảm xúc của mọi người.*

*Cảm ơn mọi người đã cho tôi thời gian và không gian, trong khi tôi chẳng cho mọi người lựa chọn nào.*

*Chúng ta không thể thay đổi quá khứ, và giờ là lúc tôi phải tái xây dựng và cân bằng.*

*Mọi người muốn xây Lâu đài chứ?*

*Chúng ta bắt đầu thôi!*

*Gửi đến những ai đang phải sống trong phiền muộn:*

*Những lỗi lầm và cuộc sống cứ tiếp diễn, tôi đã rút ra vô vàn bài học từ trải nghiệm.*

*Cuốn sách này là bí kíp giúp bạn giải phóng.*

*Hãy xây Lâu đài của mình!*

# Mục lục

# GIỚI THIỆU

*Tôi nhận ra rằng mọi người rồi sẽ quên những lời ta nói, mọi người sẽ quên những việc ta làm, nhưng mọi người sẽ không bao giờ quên cảm giác mà ta mang lại cho họ.*

*Maya Angelou*

Khi đối mặt với đại dịch COVID-19, các doanh nghiệp chao đảo, nhiều ngành nghề sụp đổ trong khi những ngành mới hoàn toàn lại nổi lên. Ví dụ: ngành du lịch và mọi phân nhánh của ngành này đã bị ảnh hưởng nặng nề bởi đại dịch toàn cầu.

Ban đầu, một số người hy vọng rằng đại dịch sẽ sớm kết thúc và tất cả chúng ta có thể quay lại với công việc kinh doanh như thường lệ. Nhưng rồi nhiều tháng trôi qua, chúng ta phải chứng kiến nhiều điều bất thường hơn nữa – những đợt phong tỏa, những hạn chế, quy định và đóng cửa biên giới ở các quốc gia. Tất cả những điều bất thường này đã gây ra rất nhiều sự gián đoạn, bất ổn và sợ hãi.

Khi đại dịch bắt đầu kéo dài, chúng ta thấy rõ rằng sẽ không thể quay lại công việc kinh doanh như thường lệ và do đó, "trạng thái bình thường mới" được hình thành. Tuy nhiên, tôi không đồng tình với quan điểm đó, bởi vì bối cảnh "bình thường mới" ấy không hề bình thường, và công việc kinh doanh vẫn rất bất thường. Vì lý do này, sách được đặt tựa là *Kinh doanh thời bất định – Business As Unusual (BAUU)*, bởi vì chúng ta cần chấp nhận rằng công việc kinh doanh sẽ tiếp tục bất thường. Trong thế giới BAUU, thế giới mà con người ta cũng đang thay đổi, liên tục đánh giá đi đánh giá lại cuộc sống và công việc của mình, cách các công ty hoạt động và tạo động lực cho nhân viên đang thay đổi. Đây là thời kỳ "phục hưng mới" và ta cần hiểu mình cần làm những gì.

Khi ta tổ chức những cuộc họp mang tính giao dịch thuần túy, trách móc những người thiếu kỹ năng và thiếu hiểu biết, tạo động lực cho mọi người bằng cách quát tháo họ, rầy la về việc họ làm thì ta đang thực hiện phong cách điều hành lỗi thời.

Các doanh nghiệp hiện nay cần có một phong cách khác, ưu tiên khai vấn hơn là trừng phạt, và ưu tiên sửa sai hơn là kỷ luật. Công việc kinh doanh hiện nay không đơn thuần cung cấp một dịch vụ, mà còn mang ý nghĩa làm cho mọi người và cộng đồng xung quanh trở nên tốt hơn so với trước đây. Các doanh nghiệp hiện nay cần ưu tiên phát triển nhân viên, giúp họ phát triển với tư cách cá nhân (hãy nhớ rằng họ vừa là con người vừa là nhân viên của bạn), nhất là trong một thế giới mất kết nối, vô cùng căng thẳng và thay đổi nhanh chóng như hiện nay. Nhân viên cần cảm thấy rằng doanh nghiệp và các nhà lãnh đạo của doanh nghiệp khuyến khích họ phát triển về mặt cá nhân và chuyên môn. Khi một doanh nghiệp khiến cho nhân viên của mình mãn nguyện, có động lực, được truyền cảm hứng, đồng lòng và gắn kết, thì doanh nghiệp ấy sẽ phát triển mạnh, và quan trọng hơn nữa là tác động của những con người đó sẽ lan tỏa, tạo ra một di sản khiến thế giới thay đổi hoàn toàn.

## Tôi là ai?

*Những nhà lãnh đạo không phải bẩm sinh đã là lãnh đạo, họ được tôi luyện mà thành. Cũng giống như cách ta tạo thành bất kỳ thứ gì khác, tố chất lãnh đạo được trui rèn thông qua làm việc chăm chỉ. Đó là cái giá chúng ta phải trả để đạt được mục tiêu ấy hay bất kỳ mục tiêu nào.*

*Vince Lombardi*

Mọi người nói rằng sự nghiệp của tôi trông có vẻ là do may mắn và hơi khác thường. Tôi biết ơn Daniel Reed[i] đã giúp tái định hình sự nghiệp của tôi theo phong cách lãnh đạo chiết trung và tôi quả thực thích như vậy! Tôi tên Rick Yvanovich và tôi là một doanh nhân khởi nghiệp liên tục và điều hành hàng loạt doanh nghiệp. Mục đích sống của tôi là truyền cảm hứng và biến đổi các chuyên gia để họ không ngừng đạt được thành tựu cao hơn. Tôi đã làm việc trong nhiều ngành khác nhau kể từ khi khởi sự với tư cách là Thực tập sinh Quản lý tại Sainsbury's, một chuỗi siêu thị lớn của Vương quốc Anh. Từ vị trí quản lý tài chính cho một công ty dầu mỏ đến triển khai kế toán đám mây cho các khách sạn và nhiều công việc khác, tôi đã có thể tổng hợp những kinh nghiệm của mình trong suốt quá trình làm việc, xây dựng bản thân và tạo nên một doanh nghiệp (TRG International) trong hành trình này.

Tôi mở công ty TRG để thực hiện một ước mơ triển khai các hệ thống kế toán. Khi công ty mới thành lập, tôi đảm nhận điều hành từ A đến Z: triển khai, bảo trì, hỗ trợ, thương thảo với khách hàng, tiếp thị và hầu như mọi việc khác. Sau đó, doanh nghiệp bắt đầu phát triển quá nhanh khiến tôi không thể tự mình đảm đương hết. Tôi đã thuê một người, rồi một người nữa và rồi tự lúc nào không hay, tôi đã quản lý một đội ngũ bao gồm nhiều nhà lãnh đạo cùng các nhân viên ở nhiều phòng ban khác nhau. Chúng tôi bắt đầu mở rộng quy mô ra khỏi phạm vi Singapore và Việt Nam (nơi tôi hiện đang làm việc). Không lâu sau, chúng tôi đã làm việc với khách hàng ở mười tám quốc gia khác nhau. Tôi cứ tưởng mười tám quốc gia là đủ, nhưng rồi chúng tôi cứ tiếp tục phát triển, và đưa các chuỗi khách sạn vào danh sách khách hàng của mình. Các chuỗi khách sạn thường luôn có nhiều địa điểm ở nhiều quốc gia, và vì vậy, chúng tôi lại mở rộng ra nhiều quốc gia hơn nữa. Sau đó, công ty đã chuyển mình, từ hỗ trợ ERP tài chính sang ERP sản xuất, quản lý tại chỗ, trên đám mây và vừa tại chỗ vừa trên đám mây.

Trên đường phát triển, doanh nghiệp của tôi đã gặp trở ngại. Là kế toán, tôi là người của những con số chứ không phải của con người. Tôi

---

i. Daniel Reed là chuyên gia tư vấn viết sơ yếu lý lịch và là khai vấn nghề nghiệp tại Top Prospects Careers. https://www.linkedin.com/in/daniel--reed/.

biết các công thức số học nhưng lại không biết các công thức nhân học. Cho đến thời điểm đó, tôi vẫn lãnh đạo công ty khởi nghiệp của mình kiểu "cầm tay chỉ việc". Khi chúng tôi lớn mạnh lên, cách làm này không còn hiệu quả nữa. Tôi phải học cách dẫn dắt cũng như tạo động lực cho nhiều đội nhóm, thực tập sinh và các nhà lãnh đạo khác nhau, thúc đẩy sự đổi mới ở nhiều quốc gia và múi giờ. Tôi phải cam kết làm cho mọi nhân viên trong công ty được hạnh phúc hơn và giỏi hơn so với khi họ mới bắt đầu vào làm. Muốn vậy, tôi cần có một công thức phù hợp. Bản chất kế toán trong tôi thôi thúc tôi tìm kiếm một công thức khoa học cho con người. Ắt phải có một công thức như vậy, và trong quá trình tìm kiếm, tôi tình cờ được làm quen với tâm trắc học (psychometrics) – khoa học đánh giá con người. Điều này đã giúp mở mang tầm mắt, khơi dậy tính tò mò, và sau đó giúp tôi đi sâu vào khoa học về sự thành công, bắt đầu miệt mài nghiên cứu sách vở và bài dạy của những nhân vật vĩ đại trong kinh doanh. Tôi đã tham dự hàng ngàn giờ hội thảo và sự kiện trực tiếp, học tập, xoá bỏ kiến thức, học lại và khám phá vô số mô hình cũng như công cụ. Tôi đã dành nhiều thập kỷ trau dồi bản thân, doanh nghiệp và xây dựng con người để làm cho cuộc sống của họ và thế giới trở nên tốt đẹp hơn. Trong cuốn sách này, tôi chia sẻ một số kiến thức và kinh nghiệm của tôi về lãnh đạo chiết trung với bạn. Tôi cũng chia sẻ cho bạn những bí quyết để bứt phá trong thời kỳ phục hưng mới, với mục tiêu mang đến cho bạn nguồn cảm hứng đầy hưng phấn.

# LÂU ĐÀI

*Hình 1: Phép ẩn dụ lâu đài*[ii]

*Mọi lâu đài lớn đều bắt đầu từ một viên gạch; đừng coi thường những khởi đầu nhỏ. Mỗi ngày một bước ngắn giúp ta nuôi dưỡng hy vọng đạt được những thành tựu lớn hơn. Mỗi ngày, hãy làm điều gì đó!*

*Israelmore Ayivor*

---

ii. Những hình minh họa lâu đài trong sách này thuộc về Elena Richardson. © Richard Yvanovich 2023.

Là người thích học hỏi qua thị giác, tôi tìm kiếm một hình ảnh trực quan và một phép ẩn dụ để sử dụng cho sách này, và tôi đã nghĩ ra phép ẩn dụ về Lâu đài. Tôi xin giải thích thế này: năm 1604, vị thẩm phán người Anh Sir Edward Coke (1552–1634) tuyên bố rằng "đối với mỗi người, ngôi nhà cũng giống như Lâu đài và Pháo đài để bảo vệ họ khỏi bị thương tích và khỏi gặp tình trạng bạo lực, cũng như là nơi để họ nghỉ ngơi".[1] Qua nhiều năm, câu trích dẫn này của Coke được đơn giản hóa thành "đối với mỗi người, ngôi nhà chính là lâu đài của họ". Lâu đài biểu trưng cho rất nhiều thứ, bao gồm nhà cửa, sự an toàn, nơi cư trú, nơi ẩn náu, nơi bất khả xâm phạm, công trình kiến trúc, cơ sở vững chắc, sự cao nhã (về tính cách và tâm trí), sự xứng đáng, danh dự, sự tôn trọng, hoài bão, cộng đồng, sức ảnh hưởng và di sản. Đây là một phép ẩn dụ và hình ảnh trực quan rất hiệu quả.

Lâu đài bao gồm một số công trình kiến trúc và ở đây, tôi sẽ liệt kê tên cũng như giải thích ngắn gọn chúng đại diện cho những gì, sau đó sẽ đi sâu vào chi tiết xuyên suốt cuốn sách. Vì đây là phép ẩn dụ nên tôi đã tự do hợp nhất nhiều khái niệm xây lâu đài lịch sử.

Kiến trúc sâu nhất của Lâu đài là kiến trúc vững chãi nhất và là thành trì của chúng ta. Kiến trúc này được gọi là Nội thành. Đây là nơi sâu nhất vì nó nằm bên trong ta. Trong phép ẩn dụ Lâu đài, chúng ta có bốn Tháp:

Tháp Mục đích (Chương 1) đại diện cho các giá trị, mục đích sống, mục tiêu và di sản của ta.

Tháp Sinh lực (Chương 2) đại diện cho cách ta quản lý sức khỏe, năng lượng, sự nghỉ ngơi, cân bằng và căng thẳng.

Tháp Trí tuệ (Chương 3) đại diện cho cách ta thể hiện, thói quen và kaizen (theo cách hiểu của tôi là học tập và phát triển trọn đời).

Tháp Bản thân (Chương 4) đại diện cho bốn yếu tố "self": self-confidence (tự tin), self-efficacy (tự tin vào năng lực), self-worth/self-value (tự đánh giá cao) và self-motivation (tự tạo động lực).

Bạn tò mò muốn biết tại sao có bốn tháp ư? Đó là do chút thiên kiến nhận thức của tôi trước đây. Hãy xem bạn có thể kết nối các thông tin mà tôi đưa ra không:

Cụm từ tiếng Latinh *unus pro-omnibus, omnes pro uno* là khẩu hiệu không chính thức của Thụy Sĩ, nơi tôi đã sống vài năm. Vợ tôi cũng là người Thụy Sĩ. Phiên bản tiếng Pháp của nó là *un pour tous, tous pour un,* *(một người vì mọi người, mọi người vì một người)* bắt nguồn từ cuốn tiểu thuyết Ba chàng lính ngự lâm của Alexandre Dumas. Nhiều phim chuyển thể tiếng Anh của Ba chàng lính ngự lâm đã biến khẩu hiệu này thành câu nói nổi tiếng *một người vì mọi người, mọi người vì một người*.

*Một người vì mọi người, mọi người vì một người* có nghĩa là đoàn kết: mỗi tháp đều hỗ trợ Nội thành, và Nội thành hỗ trợ các tháp.

Sách này mở đầu với Nội thành, phần trong cùng của Lâu đài, bởi vì ta không thể chinh phục thế giới bên ngoài nếu không làm chủ được thế giới bên trong của mình trước tiên.

Tôi vô cùng tò mò và đã nghiên cứu nguồn gốc của Nội thành. Từ tiếng Pháp *donjon* có nghĩa là "một tháp bên trong lâu đài". Ban đầu, từ này được sử dụng trong tiếng Anh để thay thế cho "tháp"/"thành". Từ thế kỷ thứ mười bốn, từ tiếng Anh *dungeon* xuất hiện và ám chỉ ngục tối dưới lòng đất, thường nằm bên dưới Nội thành trong Lâu đài.

Đây là tòa nhà tiếp theo trong phép ẩn dụ Lâu đài và nằm bên dưới Nội thành.

Ngục tối (Chương 5) tượng trưng cho việc khai vấn.

Bao quanh Nội thành là một khu vực được gọi là Tường bao. Theo thời gian, tường bao mở rộng khi chúng ta vượt ra ngoài những bức tường của lâu đài, mở rộng phạm vi/lãnh thổ, và các công trình xung quanh mọc lên. Các công trình này bao gồm:

Đại lễ đường (Chương 6) tượng trưng cho cộng đồng, văn hóa và khả năng lãnh đạo.

Chuồng ngựa (Chương 7) tượng trưng cho việc nhìn về phía trước, chuyển đổi và tìm kiếm sự mãn nguyện.

Kho bạc (cũng Chương 7) tượng trưng cho tài chính.

Xây lâu đài (Chương 8) giúp ta thấy mình cần tập trung vào những lĩnh vực nào trong cuộc sống để duy trì sự cân bằng và thực hiện mục đích sống.

## Tại sao nên đọc cuốn sách này?

*Tôi nghĩ sách giống với con người ở chỗ chúng sẽ xuất hiện*
*trong cuộc sống của ta khi ta cần chúng nhất.*

*Emma Thompson*

Để xây lâu đài, ta cần thời gian và phải không ngừng mở rộng lãnh thổ. Một tiền đề của *Kinh doanh thời bất định (BAUU)* là cởi mở chia sẻ kiến thức. Trong sách này, tôi sẽ chia sẻ kiến thức, bao gồm các công cụ và mô hình phù hợp đã tạo giúp đỡ cho tôi nhiều nhất. Bạn cũng có thể chia sẻ và khai vấn những người khác bằng cách sử dụng các mô hình và công cụ này.

Cuốn sách này là một tuyển tập nhiều bài học, kiến thức và trí tuệ mà tôi đã tích lũy trong suốt quá trình theo đuổi sự phát triển và hiểu biết về cách thức hoạt động của con người. Cuốn sách là sự kết hợp những kiến thức chuyên sâu của các nhà lãnh đạo tư tưởng trên toàn thế giới cũng như của riêng tôi.

Cuốn sách này là một bản thiết kế giúp ta xác định vị trí mục tiêu cá nhân và nghề nghiệp của mình trong hiện tại, cũng như nơi mình muốn đến. Thay vì tham dự hàng ngàn giờ hội thảo phát triển cá nhân và khai vấn như tôi đã từng, bạn có thể sử dụng các công cụ, bài học và kỹ thuật mà tôi cung cấp để thu hẹp khoảng cách giữa vị trí hiện tại và vị trí mà mình muốn đến.

Những bí quyết thành công, để lại sự ảnh hưởng và di sản đều nằm trong tầm tay. Bây giờ là lúc bạn cần đại tu hoàn toàn các hệ thống của mình và áp dụng những cách thức mới để tạo động lực cho nhân viên, thúc đẩy kết quả và làm cho cuộc sống của mọi người trở nên tốt hơn. Tôi chia sẻ tất cả những thông tin này vì tôi có niềm đam mê là giúp đỡ mọi người. Nâng cao cuộc sống của một ai đó không đơn thuần là củng cố kỹ năng của họ; các nhà lãnh đạo cần chăm sóc sức khoẻ toàn diện của mọi người. Do vậy, trong khi bạn nỗ lực phát triển và truyền cảm hứng cho công ty, xin đừng quên rằng bản thân mình cũng xứng đáng được đầu tư thời gian và công sức.

Tôi thường thấy những người vô cùng thành công – kể cả các chủ doanh nghiệp – nhưng cảm thấy vẫn còn thiếu điều gì đó. Tôi không nói về sự cân bằng giữa công việc và cuộc sống – điều này quá đơn giản. Họ cảm thấy đang làm giảm giá trị tiềm năng của chính mình, như thể họ có khả năng làm được nhiều hơn thế nữa. Họ cảm thấy bứt rứt, rằng có điều gì đó hơi bất ổn. Họ muốn thay đổi nhưng không biết bắt đầu từ đâu, cũng không biết đi theo hướng nào. *Kinh doanh thời bất định* sẽ giúp bạn vượt qua cảm giác đó.

# CHƯƠNG 1
# THÁP MỤC ĐÍCH

THÁP MỤC ĐÍCH

*Người có lẽ sống thì có thể chịu đựng bất cứ điều gì.*

*Friedrich Nietzsche*

Một trong những nguyên nhân gây bất mãn trong cuộc sống đó là thiếu sự tiến bộ. Nếu không tự chủ động cải thiện bản thân, chúng ta rất dễ cảm thấy mình đang thất bại hay chỉ đang sống qua ngày. Khi cảm thấy bế tắc trong công việc, chúng ta không còn động lực để tiếp tục cất bước đến được vị trí mình mong muốn. Chúng ta không phát triển.

Nguyên nhân chung dẫn đến việc không tiến bộ chính là *không có mục đích*. Thông thường, do thiếu mục đích cá nhân mà chúng ta thiếu tiến bộ trong cả cuộc sống lẫn công việc.

Không có mục đích, chúng ta trì hoãn, chần chừ khi làm việc, chỉ chăm chăm đến các tiểu tiết, dễ nản chí hơn và ngày càng tách rời khỏi đội ngũ. Sự thiếu mục đích (của cá nhân hay doanh nghiệp) và thiếu liên kết giữa mục đích của cá nhân với mục đích của công ty cũng làm đình trệ mọi hoạt động, khiến công ty không phát triển và thiếu sự đổi mới. Khi không có mục đích, chúng ta mơ hồ, không biết tập trung vào đâu. Chúng ta đang làm gì mỗi ngày vậy? Kỳ thực, tại sao chúng ta làm những việc này? Với những mục tiêu thiếu tính liên kết và không rõ ràng, lại không có mục đích và niềm say mê thực sự, chúng ta ắt sẽ bất mãn.

Mục đích cho chúng ta sự rõ ràng, định hướng, những mục tiêu cụ thể và sự phát triển bản thân. Có thể nói Mục đích là ngọn tháp cao nhất trong Nội thành, vì ngọn tháp này đóng vai trò kim chỉ nam, la bàn và sao Bắc Đẩu cho ta. Ngọn tháp này phải vươn cao để hướng dẫn ta xuyên suốt hành trình. Ta đi càng xa thì Tháp Mục đích vươn càng cao hơn.

Nói cách khác, hành trình sống chính là mục đích của ta, được định hướng bởi Tháp Mục đích. Khi ai đó không ngừng theo đuổi một con đường, họ sẽ gặt hái những kết quả như ý trong cuộc sống. Tháp Mục đích nhắc nhở chúng ta rằng sống không phải là để đi tới được đích đến cuối cùng, mà đúng hơn là thực hiện một hành trình mà trên đó chúng ta thực hiện mục đích của mình trong mỗi bước đi.

Mỗi người đều có một mục đích riêng, có những nhu cầu đa dạng và những động lực khác nhau, dù họ có làm việc cho một doanh nghiệp hay không.

- Là một người bình thường, ta quan tâm đến mục đích riêng của mình. Nhưng liệu ta cũng sẽ ủng hộ mục đích của người khác chứ?

- Là một lãnh đạo, ta quan tâm đến mục đích của doanh nghiệp. Nhưng liệu ta cũng sẽ ủng hộ mục đích riêng của mình hoặc của nhân viên chứ?

Mục đích sống nên "mở đường" cho những Mục tiêu sống lớn hơn. Hãy tìm hiểu cụ thể về những mục tiêu lớn hơn mà ta muốn đạt được trong cuộc sống.

- Đó là những mục tiêu gì?

- Chúng dựa trên cơ sở tiền tài hay trải nghiệm sống?

- Chúng có phù hợp với mục đích sống của ta không?

- Khi hành động vì những mục tiêu lớn trong đời này và ý thức mình đang ở đâu trên hành trình hướng tới mục tiêu, ta có thể đạt được những thành quả đầy ý nghĩa.

- Ta có thể tự đặt ra những thời hạn nào cho mình?

- Là người bình thường, chúng ta phải liên tục đánh giá môi trường hiện tại, đồng thời thuận theo những thăng trầm để đáp ứng các nhu cầu ngày càng tăng và luôn thay đổi của mình.

- Là người ra quyết định cho doanh nghiệp, chúng ta phải liên tục đánh giá môi trường hiện tại, đồng thời thuận theo những thăng trầm để đáp ứng các nhu cầu ngày càng tăng của doanh nghiệp và người trong doanh nghiệp (hoặc nhân viên).

Tháp Mục đích được tạo thành từ Giá trị Cốt lõi, Mục đích sống, Mục tiêu sống và Di sản. Tôi sẽ đề cập cả bốn yếu tố vừa nêu trong chương này và đưa ra mô hình xây dựng Mục đích sống ở cuối chương. Ta có thể hình dung đây giống như một vòng tròn lớn vì tất cả các phần của Tháp Mục đích đều được liên kết với nhau. Hãy nhớ rằng đây là

Lâu đài và Tháp Mục đích của ta, dành riêng cho ta và ta là người quyết định quy mô cũng như hình dạng của nó.

## Ý nghĩa cuộc sống

*Con người thật của ta, cái mà ta xây dựng nên và tất cả những gì ta có,*
*về cơ bản chính là ý nghĩa của cuộc đời.*

*Philip Appleman*

"Bốn mươi hai" là đáp án cho câu hỏi tối hậu về sự sống, vũ trụ và vạn vật" mà siêu máy tính khổng lồ Deep Thought đã tính ra trong cuốn truyện tranh khoa học giả tưởng *The Hitchhiker's Guide to the Galaxy (Bí kíp quá giang vào Ngân Hà của Hitchhiker)* của Douglas Adams.[2] Vấn đề duy nhất là sau 7,5 triệu năm tính toán, không ai biết chính xác câu hỏi cho câu trả lời ấy là gì.

Gác câu chuyện Deep Thought sang một bên, mỗi người sẽ có cái nhìn khác nhau về ý nghĩa cuộc sống, nhưng tôi thì muốn chia sẻ một góc nhìn từ bộ phim *The Meaning of Life (Ý nghĩa cuộc sống)* của đạo diễn Monty Python. Trong phim này, ý nghĩa cuộc sống rất đơn giản, đó là cố gắng sống tử tế với mọi người, tránh ăn đồ béo, thỉnh thoảng đọc một cuốn sách hay, đi dạo bộ, cố gắng sống hòa bình, hòa thuận với mọi người thuộc mọi tín ngưỡng và dân tộc. Nói cách khác, điều quan trọng là ta cần tập trung cải thiện bản thân, tử tế với người khác và coi sóc thế giới. Bạn cũng sẽ cảm nhận được những ý nghĩa như vậy xuyên suốt cuốn sách này.

Tôi khuyến khích lối sống không phụ thuộc vào vật chất cấp độ cơ bản/đơn giản, bởi vì hạnh phúc và sự viên mãn đến từ việc chúng ta tự vấn để biết mình cảm thấy thế nào về cách sống hiện tại. Ta có khả năng chăm sóc bản thân và đáp ứng các nhu cầu về cảm xúc, thể chất và tinh thần của chính mình không? Ta có đang khuyến khích thân, tâm, trí và công việc của mình liên tục phát triển không? Hãy nhớ rằng cuộc sống là một hành trình hướng đến mục đích đời mình trong mỗi bước đi.

Khi chúng ta có mục đích sống thì mọi giá trị, quyết định và động lực của chúng ta đều có định hướng. Mục đích sống cho phép chúng ta nhìn thấy bức tranh toàn cảnh chứ không phải chỉ một tập hợp các mảnh ghép ngẫu nhiên. Thay vì tập trung cao độ vào những mảnh ghép nhỏ và quá quan tâm đến chúng, hãy nhìn vào bức tranh toàn cảnh. Mục đích sống của ta là gì? Có phải là làm được chiếc bánh nướng xốp ngon nhất hay trở thành một bậc cha mẹ tuyệt vời? Có phải là đưa ra ý tưởng sáng tạo và cách tân để giải quyết một vấn đề phức tạp? Chỉ ý nghĩ rằng bạn đang bắt đầu suy nghĩ về mục đích sống của mình cũng đủ khiến tôi cảm thấy cực kỳ hào hứng. Đây chính là một ví dụ về một thời phục hưng mới trong thế giới kinh doanh bất thường (Business as UnUsual – BAUU) của chúng ta.

## Ví dụ về mục đích sống

*Sứ mệnh của ta là phần giao giữa*
*tài năng cá nhân và nhu cầu của thế giới.*

*Aristotle*

Có lẽ các mục đích sống sau đây (đến từ những người giống như bạn) sẽ giúp truyền cảm hứng cho bạn:[iii]

- Truyền cảm hứng và nâng cấp nhân sự cấp cao để liên tục đạt được thành tựu cao hơn. (Rick Yvanovich)

- Truyền cảm hứng và giúp mọi người sống đúng với khả năng của cá nhân. (Gregory Engalbert)

- Truyền cảm hứng để mọi người đạt được thành công một cách lành mạnh, từ đó sẵn lòng cho đi nhằm biến thế giới này thành một nơi tốt đẹp hơn. (Kian Leong Phang)

---

iii. Có thể xem các ví dụ về Mục đích sống cùng các tài liệu khác trên trang RickYvanovich.com/BAUU/.

- Thúc đẩy tăng trưởng và đổi mới vượt bậc trong các tổ chức. (Guy Rowse)

- Truyền cảm hứng cho mọi người thông qua khai vấn & cố vấn để đạt được hiệu quả cải tiến. (Angela Samson)

- Khai vấn và chuyển hóa các nhà lãnh đạo hướng đến một thế giới tốt đẹp hơn bằng tình yêu thương. (Tiến sĩ Peter Chee)

## Giá trị

*Để trở nên nổi bật, chúng ta phải biết mình đại diện cho điều gì.*

⚜

*Simon Sinek*

Giá trị của chúng ta – hay nói cách khác là những giá trị mà chúng ta coi trọng – chính là niềm tin giúp chúng ta phân định những điều tốt - xấu, đáng mong muốn - không đáng mong muốn. Nhiều giá trị còn định nghĩa con người của chúng ta, và bởi vì mỗi chúng ta là độc nhất nên mỗi người sẽ có những giá trị độc nhất. Những nhóm người có cùng chí hướng thì có nhiều giá trị tương đồng, còn những nhóm người khác nhau, không liên quan đến nhau thì sẽ có ít giá trị tương đồng.

Giá trị giúp chúng ta lớn mạnh, phát triển và xây dựng nên tương lai mà chúng ta mong muốn. Các quyết định là biểu hiện của giá trị, và những giá trị vững chắc sẽ giúp chúng ta vững vàng. Chúng ta dựa trên những giá trị mà ta coi trọng để đưa ra những quyết định hợp lẽ phải, bởi vì các giá trị ấy tạo nên phạm trù đạo đức về những chuyện đúng sai. Giá trị thúc đẩy chúng ta, còn đạo đức và lẽ phải thì kiềm chế chúng ta.

Là một cá nhân, ta có cần phải theo đuổi một số giá trị cố định nào không? Tôi nghĩ là không, bởi vì mỗi người trong chúng ta đều là duy nhất và khác biệt. Xét theo phương diện lãnh đạo, một nhà lãnh đạo có cần phải có một số giá trị nhất định không? Đây là một câu hỏi khó. Nhà lãnh đạo trước tiên cần có những giá trị cốt lõi của mình. Kế đến, họ cần phải liên kết chúng với những giá trị trong tổ chức và phải có khả năng chứng minh được sự liên kết đó.

## Mục tiêu sống

*Kế hoạch có thể thay đổi nên đừng tự trói buộc bản thân vào kế hoạch,*
*bạn chỉ nên kiên định với mục đích sống của mình.*

❧

*Wanda Bonet-Gascot*

Tôi từng làm việc cùng một số người đánh giá rất thấp những gì mà tầm ảnh hưởng của họ thực sự có thể tạo ra trong khoảng thời gian vài năm. Tôi thấy hầu hết mọi người đều đánh giá quá cao những gì mình có thể làm trong ngắn hạn như sáu tháng hoặc một năm, nhưng lại đánh giá quá thấp những gì mình có thể đạt được trong năm hoặc mười năm nếu tiếp tục nỗ lực hướng tới mục tiêu.

Tôi luôn đặt mục tiêu cho bản thân. Càng lớn tuổi, tôi càng đặt ra nhiều mục tiêu sống mới mẻ hơn thay vì bám víu vào những mục tiêu cũ. Chỉ trong năm năm trở lại đây, tôi mới xác định được mục đích sống của mình dù cho mục tiêu sống thì đã có từ trước. Khi tìm thấy mục đích sống rồi, tôi xem xét lại các mục tiêu để đảm bảo rằng mỗi mục tiêu đều giúp tôi hoàn thành mục đích sống, nếu không thì tôi sẽ bỏ qua mục tiêu đó. Khi luôn ghi nhớ mục đích sống của mình, tôi có thể ưu tiên những mục tiêu quan trọng nhất, nhờ đó dành thời gian và công sức xứng đáng để đạt được những mục tiêu ấy.

Khi xem xét các mục tiêu sống, chúng ta cần tập trung vào mục đích sống của mình. Để làm được như vậy, chúng ta cần có tầm nhìn và mục tiêu. Khi mục tiêu phù hợp với mục đích sống, chúng ta có thể nhanh đạt được chúng hơn.

## Công cụ Beyond SMARTEST

*Ước mơ thì miễn phí. Mục tiêu thì có phí. Ta có thể mơ mộng miễn phí*
*nhưng lại phải trả phí để đạt được mục tiêu. Thời gian, công sức,*
*sự hy sinh và mồ hôi. Ta sẽ trả giá cho các mục tiêu như thế nào?*

❧

*Usain Bolt*

| Cụ thể | Cụ thể | Cụ thể | |
| Đo lường được | Đo lường được | Đo lường được | |
| Khả thi | Khả thi | Khả thi | |
| Liên quan | Liên quan | Liên quan | ? |
| Có thời hạn | Có thời hạn | Có thời hạn | |
| | Cam kết | Cam kết | |
| | Xứng đáng | Xứng đáng | |
| | | Thỏa mãn | |
| | | Theo nhóm | |
| SMART | SMARTER | SMARTEST | BEYOND SMARTEST |

LÀM THẾ NÀO ĐỂ "GO BEYOND SMARTEST"?

*Hình 2. Trên cả SMARTEST là gì?*

Năm 1981, George T. Doran đã cho ra đời khái niệm SMART, vừa là một châm ngôn dễ nhớ vừa là cách viết tắt cho một phương thức lập mục tiêu.[3] Theo thời gian, ý nghĩa của từng chữ cái trong từ này đã thay đổi, đồng thời nhiều tác giả đã thêm ER và EST vào. *Hình 2* bên trên mô tả sự phát triển đó. Dưới đây, tôi sẽ giải thích từ viết tắt SMARTEST.

- **S**pecific (Cụ thể). Chính xác thì ta muốn đạt được kết quả gì?

- **M**easurable (Đo lường được). Ta sẽ làm thế nào để đo lường tiến độ và biết liệu mình đã đạt được mục tiêu này hay chưa?

- **A**ttainable (Khả thi). Đảm bảo mục tiêu khả thi và có thể đạt được. Ta có thể kiểm soát kết quả đến mức nào? Làm thế nào để có thể tăng mức kiểm soát?

- **R**elevant. (Liên quan). Đây có phải là một mục tiêu đáng để thực hiện không? Ta có thấy được mối liên hệ với công ty và/hoặc mục đích sống của mình không?

- **T**ime-bound (Có thời hạn). Ta sẽ đạt được mục tiêu này vào ngày hoặc giờ nào?

- **E**ngaging. (Cam kết). Trên thang đo từ 1 đến 10, ta có bao nhiêu động lực để hoàn thành mục tiêu này? Làm thế nào để tăng động lực này? Nếu đã là 10 thì làm thế nào để tăng lên thành 11?

- **S**atisfying (Thỏa mãn). Ta sẽ thỏa mãn như thế nào khi đạt được mục tiêu này?

■ **Team-based** (Theo nhóm). Ta sẽ chọn ai làm thành viên nhóm để cùng đạt được mục tiêu này?

Tôi luôn tò mò rằng: nếu ta có thể thiết lập mục tiêu theo mô hình SMART, SMARTER và SMARTEST, thì trên cả SMARTEST sẽ là gì? Khái niệm này có tồn tại không? Tôi nghĩ là có. Chúng ta mở rộng SMARTEST bằng cách thêm một khái niệm khác: B-SMARTEST, tức là BEYOND SMARTEST.[iv] *Hình 3* sau đây mô tả sự phát triển này và tôi sẽ giải thích từ viết tắt BEYOND.

*Hình 3. BEYOND SMARTEST*

■ **Breakthrough** (Đột phá) có nghĩa là mục tiêu phải có ý nghĩa và tạo ra sự khác biệt rõ ràng. Những mục tiêu này nằm rất xa vùng an toàn của chúng ta bởi chúng ta cần phải đột phá để đạt được điều gì đó lớn lao hơn. Có nhiều khái niệm cùng mang ý nghĩa mô tả mục tiêu to lớn, nhưng so sánh ra thì phạm vi của Breakthrough rộng hơn Wildly Important Goal – WIG (Mục tiêu tối quan trọng) của Covey[4] hay Big Hairy Audacious Goal – BHAG (Mục tiêu lớn đầy thử thách và táo bạo) của Collins.[5] **Breakthrough** (Đột phá) giống với Clear & Compelling Audacious Goal – CCAG (Mục tiêu rõ ràng & hấp dẫn, táo bạo) của Tom Peters hơn.[6]

---

iv. Có thể tải xuống B-SMARTEST và các tài liệu khác từ trang RickYvanovich.com/BAUU/

- **Eternal** (Vĩnh cửu) có nghĩa là mãi mãi, vô tận, vô cực. Tôi lấy cảm hứng từ sách *The Infinite Game (Trò chơi Vô cực)* của Simon Sinek (xem Tư duy vô hạn trong Tháp Trí tuệ ở Chương 3).[7] Chúng ta đang chơi trò chơi vô cực; chúng ta không phải chỉ chơi để thắng một trò chơi hữu cực (trong đó có kẻ thắng và người thua).

- **Yearning** (Khao khát) là động lực mạnh mẽ với ý muốn đạt được mục tiêu; là "lực hấp dẫn" được đẩy lên mức độ cuồng nhiệt.

- **OKR** là Objectives and Key Results (Các Mục tiêu và Kết quả chính). Chúng ta liên kết các mục tiêu B-SMARTEST với Các Mục tiêu và Kết quả chính để đạt được chúng nhanh hơn! OKR là một phương pháp luận về thiết lập mục tiêu, được Andy Grove giới thiệu lần đầu tại Intel vào thập niên 70 nhằm tìm lời giải cho hai câu hỏi: "Chúng ta muốn đi về đâu?" (Mục tiêu) và "Chúng ta sẽ đi theo tốc độ thế nào để đến đó?" (Kết quả chính).[8] Phương pháp luận OKR được John Doerr đưa vào Google năm 1999. Trong phần mở đầu sách của Doerr về mô hình OKR, nhà đồng sáng lập Google là Larry Paige cho biết: "OKR đã giúp chúng tôi tăng trưởng gấp mười, rất nhiều lần".[9]

- **Nature** (Thiên nhiên). Chúng ta nhận thức sâu sắc về tác động của mục tiêu đối với con người, nhân loại và mẹ thiên nhiên. Chúng ta muốn hành tinh này và con người sẽ trở nên tốt hơn.

- **Dynamic** (Năng động) có nghĩa là chúng ta liên tục sửa đổi và điều chỉnh các mục tiêu theo từng bước tiến của mình.

Nếu ta không đang từng bước chạm đến mục tiêu sống của mình thì câu hỏi đặt ra là: *tại sao không?* Có phải những công việc phải làm quá lớn lao? Nếu đúng như vậy thì giải pháp là chia chúng thành nhiều hành động nhỏ hơn. Có phải ta cảm thấy mình chưa đủ động lực? Hằng ngày, hãy nói to mục đích sống như một cách nhắc nhở chính mình (và những người khác). Khi nói ra như vậy, ta khiến cho mục đích của mình trở nên thực tế và biến nó thành một lời khẳng định tích cực.

Hãy nhờ một người bạn đồng hành đáng tin cậy (xem phần Động lực tự tạo trong Tháp Bản thân ở Chương 4) hoặc một người thầy để giúp ta luôn quyết tâm và cam kết thực hiện theo các bước hành động của mình. Đối với các công ty, hãy xem lại sứ mệnh, tầm nhìn của công ty và tìm cách diễn đạt lại sao cho sống động hơn.

## Nâng tầm mục tiêu từ tốt đến tuyệt vời

Vào ngày 7 tháng 11 năm 2012, tôi tham dự một hội nghị có sự tham gia của diễn giả nổi tiếng Brian Tracy. Trong hội nghị, Brian đã hỏi: "Ai có mục tiêu thì xin giơ tay lên". Trong phòng có ba trăm người và hơn một nửa đã giơ tay. Sau đó, Brian nói: "Bây giờ, những ai đã viết ra mục tiêu của mình thì xin giơ tay lên". Hơn một nửa số người trong phòng hạ tay xuống – tôi thấy chỉ còn lác đác một vài cánh tay giơ lên. Brian nói tiếp rằng trong số những người có mục tiêu, thậm chí không có tới 5% viết ra mục tiêu của mình. Bài tập về nhà của chúng tôi sau hội nghị đó là lập tức viết ra các mục tiêu của mình và trở thành một người trong nhóm 5% ấy.

Khi đó, tôi thuộc nhóm 95% chưa viết ra mục tiêu của mình. Tôi cứ ngỡ rằng mình có mục tiêu, nhưng như Brian đã nói rõ vào ngày 7 tháng 11 đó, ta không thể thành công nếu không thực sự cam kết với mục tiêu của mình. Cam kết bắt đầu bằng việc viết ra các mục tiêu đó. Bạn cũng ngỡ như thế, đúng không? Nếu chưa thể hiện cam kết với mục tiêu trên trang giấy, hãy ngừng trang sách này lại và viết ra ngay bây giờ!

Bước đầu tiên trong việc thiết lập mục tiêu và lên kế hoạch là ý thức mình đang ở đâu và, có thể là, tự thừa nhận rằng mình không phải cái gì cũng biết. Về mặt này, chúng ta nên học hỏi từ hai chuyên gia khai vấn lãnh đạo Marshall Goldsmith (xem Chương 5) và Simon Sinek. Cả hai đều là bậc thầy tinh thông về nghệ thuật yêu cầu làm rõ và nhờ giúp đỡ. Goldsmith khuyến khích chúng ta đừng e ngại khi nhờ giúp đỡ, còn Sinek thì thích làm người ngu ngốc nhất trong phòng và yêu cầu mọi người giải thích các sự việc cho mình nghe theo cách đơn giản nhất có thể.

Hai người họ không ai ngần ngại thừa nhận rằng mình không biết hoặc rằng mình có thể sai. Điều này thực sự rất, rất quan trọng bởi vì đa số chúng ta sẽ không tự thừa nhận rằng mình không biết gì đó, huống chi nhờ giúp đỡ. Chúng ta có thể thấy kỳ quặc khi nói: "Tôi không hiểu mục tiêu của cuộc đời. Anh có thể giúp tôi được không?". Chỉ khi người học trò sẵn sàng đón nhận sự giúp đỡ (tất nhiên là bằng cách hỏi) thì người thầy mới xuất hiện.

*Khi người học trò sẵn sàng, người thầy sẽ xuất hiện.*
*Khi người học trò thực sự sẵn sàng... người thầy sẽ biến mất.*

### Đạo đức kinh

Sau hội nghị năm 2012 đó với Brian Tracy, tôi cảm thấy phấn chấn, muốn trở thành một người trong nhóm 5% ấy. Tôi chạy vội về nhà để viết ra những mục tiêu của mình. Nếu bạn đang tưởng tượng cảnh tôi điên cuồng viết các mục tiêu trong khi nghe nhạc phim Rocky (bộ phim về Rocky - một võ sĩ quyền anh đã vượt qua những trắc trở sự nghiệp và kiên trì đạt tới mục tiêu) thì tôi xin đính chính rằng không hẳn là như vậy. Vâng, giống như Rocky, tôi cũng vật vã. Tôi không thích những mục tiêu đầu tiên mà tôi viết ra vì chúng quá vô vị và tầm thường. Phải vậy không? Trước Brian, tôi đã đọc sách, gặp gỡ và tham gia những khóa đào tạo về phát triển bản thân cùng những chuyên gia huấn luyện cá nhân và doanh nghiệp. Họ đã đặt ra cho chúng tôi những mục tiêu đầy tham vọng như tăng gấp đôi doanh số, tăng số lượng tuyển dụng, mở rộng, tăng trưởng và mua bán công ty; nhưng khi trở về nhà, những mục tiêu này lại không còn khiến tôi phấn khích. Suy cho cùng, đây có phải là những mục tiêu mà tôi thực sự mong muốn không?

Câu trả lời của tôi là: Không, không hẳn. Doanh số bán hàng tăng gấp đôi có phải là điều thực sự tạo động lực cho tôi không? Không, không hẳn. Tôi thấy có một sự mất kết nối thực sự. Tôi chưa thỏa mãn và chưa hoàn toàn cam kết với việc thiết lập mục tiêu cá nhân cho đến khi tôi tham gia một khóa học lấy chứng chỉ chứng nhận kỹ năng khai vấn và cố vấn (Certified Coaching & Mentoring Professional - CCMP).[v] Trong

---

v. CCMP (Certified Coaching and Mentoring Professional) là chứng chỉ của Liên đoàn khai vấn quốc tế – International Coach Federation (ICF) về khai vấn và cố vấn nâng cao từ ITD World.

một buổi học nọ, chúng tôi cần bắt cặp, nhưng do số người lẻ nên tôi xung phong bắt cặp với người hướng dẫn là Tiến sĩ Peter Chee. Trong bài tập dài bốn mươi lăm phút, anh ấy đã giúp tôi rút ra mục đích sống của mình, đồng thời kích hoạt những mục tiêu sống đầy cảm hứng và phù hợp với mục đích sống. Kể từ đó, tôi đã đi theo một quỹ đạo rất khác. Mục tiêu của tôi đã hữu hình hơn, ý nghĩa hơn và khiến tôi thỏa mãn hơn nhiều. Bây giờ, tôi nhìn cuộc sống theo cách toàn diện hơn và đã tạo ra được những mục tiêu hỗ trợ sự phát triển của mình không chỉ về mặt kinh doanh hay những con số. Viết nên cuốn sách này là một trong những mục tiêu sống đó.

Gần đây, tôi tình cờ gặp một nhân viên cũ. Người này cho biết hiện đang thực hành khai vấn kiêm điều hành công ty công nghệ riêng của mình. Trong cuộc trò chuyện, tôi nhận thấy người này đang đưa công ty đi theo một đường vòng về lại vị trí xuất phát. Tôi nói với người này rằng có vẻ như họ hiểu rõ mục đích của mình nhưng tôi tò mò muốn biết mục tiêu sống cá nhân của họ. Mục tiêu sống của họ có liên kết với mục đích của công ty không? Mục đích của công ty có liên kết với mục tiêu sống của họ không?

Người này không hẳn là bị mất phương hướng, nhưng tôi có cảm giác họ không biết rõ chính xác mình đang hướng tới đâu. Họ có bản đồ, nhưng họ không biết điểm đến, họ không nhờ giúp đỡ. Tôi có thể quan sát thấy họ không vui vì không tiến triển gì, và tôi cũng có thể cảm nhận được sự thất vọng, bối rối của họ.

Từ góc nhìn của người ngoài, công ty có vẻ như có tất cả, nhưng khi nhìn từ bên trong thì có thể không phải như vậy. Vị CEO này đã giúp doanh thu của công ty tăng gấp đôi (hoặc hơn) trong vài năm và có một danh sách thành tựu đáng kể. Tuy nhiên, công ty vẫn phải vật lộn với phương hướng và mục tiêu. Tôi để nghị khai vấn cho vị ấy, và sau khi làm việc cùng nhau, chúng tôi đã giúp thiết lập mục đích sống, làm rõ về mục tiêu sống của vị ấy và mục tiêu của công ty, đồng thời căn chỉnh mọi mục tiêu cho phù hợp với mục đích sống. Vị ấy giờ đây rất nhiệt huyết và tràn đầy năng lượng, mắt sáng lên khi nói về những gì mình đang làm và, đúng vậy, vị ấy đang phát triển cả về mặt cá nhân lẫn sự nghiệp.

Những mục tiêu sẽ cho biết kế hoạch hành động của ta. Nếu ta không cài điểm đến vào bản đồ thì mọi chuyển động, bất kể theo hướng nào, cũng đều chẳng đi đến đâu. Kỹ thuật thiết lập mục tiêu BEYOND SMARTEST có thể giúp ta đưa mục tiêu của mình lên tầm cao hơn.

## Bốn câu hỏi

Khi xây dựng kế hoạch hành động của cá nhân mình, ta cần cân nhắc bốn câu hỏi. Tôi đã suy xét và rồi suy xét lại nhiều lần những câu hỏi này khi nghĩ về mục đích sống cũng như mỗi một mục tiêu của mình. Các câu hỏi này giúp ta xác định rõ mục đích của mình và căn chỉnh mục tiêu cho phù hợp với mục đích sống. Bốn câu hỏi đó là:

- Ta cần tin vào những gì?

- Ta cần trở thành người như thế nào?

- Ta muốn cảm thấy thế nào?

- Ta phải mường tượng ra những gì?

**Ta cần tin vào những gì?** Để biến những điều tưởng chừng như không thể thành có thể, ta cần tin những gì về bản thân? Về công việc kinh doanh? Về thế giới? Hãy làm rõ mình hiện đang tin những gì và xem mình có thể đang giới hạn bản thân ở những mặt nào. Hãy thay đổi những niềm tin này và bắt đầu đầu tư vào những phát hiện mới tích cực hơn để nhìn ra cơ hội ở nơi trước đây chỉ toàn rào chắn. Các giá trị (xem trang trước) bắt nguồn từ niềm tin của chính ta.

*Ta không thể biến điều có thể thành không thể, nhưng ta có thể biến điều không thể thành có thể. Hãy tin rằng mình có thể.*

*Sirian Yvanovich*

**Ta cần trở thành người như thế nào?** Trong tương lai, ta sẽ cần những niềm tin cá nhân được nâng cấp, thói quen hằng ngày được nâng cấp, tổ chức được nâng cấp, giấc ngủ, ranh giới, năng lượng,... được nâng cấp. Cũng giống việc nâng cấp phần mềm trên điện thoại, ta chấp nhận thay đổi và do đó ta có trách nhiệm với những thay đổi này trong cuộc sống của mình. Điều này cũng có nghĩa là ta phải bền bỉ và không để những chuyện nhỏ cộng dồn thành chuyện lớn. Khả năng xử lý những thay đổi này cũng giúp ta xây dựng tính kiên cường, năng lực ứng phó với thay đổi. Hãy dành chút thời gian để mường tượng ra bản thân mình trong tương lai. Đó là người như thế nào và tương lai đó đòi hỏi ta phát triển theo những cách nào?

**Ta muốn cảm thấy thế nào?** Hãy làm chủ trạng thái cảm xúc của mình và hiểu rằng thế giới bên ngoài sẽ luôn thay đổi. Nếu muốn đạt đến cấp độ sống cao hơn, ta cần kiểm soát cảm xúc của mình để có thể đưa ra những quyết định rõ ràng hơn, nhanh chóng hơn và tự tin hơn. Tôi đã học được một cách để điều tiết cảm xúc thông qua hơi thở (xem phần Sức mạnh của hơi thở ở Chương 2 – Tháp Sinh lực) và nhận thức. Nhận thức theo ý tôi là chủ ý nhận biết những gì đang diễn ra, cả bên trong lẫn bên ngoài. Khi chuyện gì đó xảy ra, ta cảm thấy thế nào? Hãy ý thức về những cảm xúc đó và nhận thức được điều gì gây ra những cảm xúc đó.

Tỉnh thức là khả năng hiện diện tuyệt đối, ý thức rõ về những suy nghĩ, cảm xúc, cảm giác của cơ thể trong hiện tại, biết mình đang ở đâu, đang làm gì, không phản ứng thái quá hay bị những gì đang diễn ra bên trong và xung quanh làm cho choáng ngợp. Ví dụ như khi đọc phần này, ta cảm thấy thế nào? Tạm dừng và chủ động ý thức về giây phút hiện tại chính là thực tập tỉnh thức. Cuốn sách này không nói chi tiết về trạng thái tỉnh thức, chúng ta sẽ phải đợi một cuốn sách khác của tôi trong tương lai.

**Ta phải mường tượng ra những gì?** Khả năng mường tượng chính là cấp độ thành công tiếp theo. Các vận động viên Olympic diễn tập trong đầu trước khi bước vào các cuộc đua, các nhà điều hành diễn tập trong đầu trước khi thuyết trình, còn chúng ta thì cần bắt đầu mường tượng ra các mục tiêu của mình. Bộ não của ta phản ứng với việc diễn tập tưởng tượng, vì vậy, nếu có thể nhìn thấy điều gì đó trong đầu thì ta có thể trải nghiệm điều đó trong đời thực. Hãy tiếp tục diễn tập trong đầu những điều mình muốn trải nghiệm trong thực tế và ta sẽ thấy chúng thực sự tự tìm đến với mình!

*Ta mường tượng sống động, khao khát mãnh liệt, tin tưởng chân thành và hăng hái hành động vì điều gì thì điều đó chắc chắn sẽ xảy ra.*

*Jim Sirbasku, 1939–2010*

Tôi xin chia sẻ một triết lý từ sách *Happiness Advantage (Lợi thế của Hạnh phúc)* của tác giả Shawn Achor. Trong chương 6, ông mô tả Tỷ lệ Losada là tổng số tích cực chia cho tổng số tiêu cực trong một hệ thống.[10] Khái niệm này cho rằng cứ mỗi tương tác tiêu cực thì chúng ta cần 2,9013 tương tác tích cực – một con số toán học được làm tròn là 3. Ngoài ra, hiệu suất làm việc (hoặc học tập) cao có liên quan đến số điểm trong khoảng từ 3 đến 6. Vậy, cần có ít nhất ba điều tích cực để chống lại tác động của một nhận xét tiêu cực, đồng thời chúng ta cần duy trì trên mức tỷ lệ 3:1 này và hướng tới mục tiêu cao hơn nữa.[11] Ví dụ như khi ai đó cười cợt và nói đùa về chiếc cà vạt mới của tôi thì tôi sẽ cần từ ba đến sáu tương tác tích cực, hoặc có thể là nhiều hơn nữa (vì tôi thích cà vạt!), để vượt qua thái độ tiêu cực của họ về gu chọn cà vạt sành điệu của tôi.

Nếu tỷ lệ tích cực trên tiêu cực giảm xuống dưới 3 thì hiệu suất làm việc (hoặc học tập) sẽ bị ảnh hưởng. Vậy, ý tưởng ngược lại là, cứ mỗi trải nghiệm tiêu cực thì cần đảm bảo có sáu trải nghiệm tích cực để tạo cảm giác an vui hơn về mặt tinh thần và xã hội. Vì đã biết tỷ lệ này, chúng ta phải nhận thức được sức ảnh hưởng của những gì mình nói và làm, chúng ta phải tích cực khen ngợi, nâng người khác lên thay vì chỉ trích, xét đoán và vùi dập họ. Khi không xét đoán người khác, chúng ta cũng giảm bớt những tương tác tiêu cực và do đó cải thiện được tỷ lệ này.

Cùng với bốn câu hỏi này và tỷ số tinh thần Losada, ta có thể bắt đầu chuẩn bị sẵn một kế hoạch hành động cho bản thân và doanh nghiệp để trở nên hứng khởi với cuộc sống và công việc về lâu dài.

## Di sản

*Nếu đã sống thì hãy để lại di sản.*
*Hãy tạo một dấu ấn không thể xóa mờ trên thế giới này.*

*Maya Angelou*

Di sản là những gì ta để lại khi đi hết cuộc đời này. Di sản là những thứ khiến người khác sẽ nhớ đến ta, vì vậy, tác động của di sản là vô cùng quan trọng. Có bao nhiêu người sẽ nhớ tác động của ta đối với họ? Ta có thể tác động đến một người hay nhiều người, tác động đến người khác càng nhiều đồng nghĩa di sản của ta càng tồn tại lâu dài.

Vị tha tức là làm gì đó cho người khác mà không mong được báo đáp; đây là quên đi bản thân mình và chỉ quan tâm đến người khác. Những cảm xúc và hành vi vị tha liên hợp với sự an vui, sức khỏe và tuổi thọ.[12] Hãy trở thành những con người tốt hơn vì một nhân loại tốt hơn. Phải nói rằng tôi cảm thấy vui thích khi được giúp đỡ người khác, vì vậy trong trường hợp này thì cũng có chút thiên kiến và vị kỷ khi nói về vấn đề này.

Bởi đây là di sản của ta nên ta quyết định mức độ vị tha và tác động của di sản này; chỉ riêng ta mới có thể quyết định bao nhiêu là đủ.

## Xây dựng Mục đích sống

*Sống không phải là để tìm kiếm chính mình.*
*Sống là để tự tạo ra chính mình.*

⁓

*George Bernard Shaw*

Đây là một chuyến hành trình; muốn đi nhanh đến mức nào là tùy ở ta. Có rất nhiều bước được thiết kế để chúng ta khám phá, phát hiện, thu thập những ý nghĩ và câu chuyện của mình. Khi đi ngày một xa hơn và suy nghĩ sâu xa hơn, ta có thể cần phải quay lại và xem lại bước trước đó để bổ sung hoặc thay đổi bước ấy, bởi vì các bước có liên quan với nhau.

Trong chuyến hành trình này, tôi đóng vai trò là người hướng dẫn và khai vấn viên của bạn. Bạn có thể thực hiện hành trình một mình hoặc thực hiện với một đối tác hay khai vấn viên. Nếu bạn là khai vấn viên, bạn có thể sử dụng hướng dẫn này với những người mà mình khai vấn.

Trong chuyến hành trình này, bạn sẽ cần phải ghi chép. Vậy, hãy chọn những công cụ mà mình ưa thích như viết máy/viết chì, giấy, sổ, ứng dụng ghi chú, blog, sticker ghi chú, bảng tính,... để ghi lại suy nghĩ và câu trả lời.

Mỗi bước bao gồm một hoặc nhiều động thái sau:

- **Ghi lại** những suy nghĩ và câu trả lời bằng công cụ bạn chọn. Khi ghi lại câu chuyện của mình, hãy tưởng tượng ta đang quay phim câu chuyện đó, vì vậy hãy mô tả cảnh tượng đang diễn ra.

- **Khám phá và phát hiện** bằng cách dùng nhiều gợi ý và câu hỏi (không cần phải trả lời mọi câu hỏi), danh sách từ khóa và những biểu mẫu khác nhau.

- **Cột mốc.** Những ghi chép của bạn có thể dài lúc đầu và sau đó cần rút gọn xuống Top 1–5 cột mốc. Hãy thử áp dụng những câu hỏi sau:

  - Có chủ đề nào tương tự nhau không? Hãy nhóm chúng lại với nhau.

  - Có những ý nghĩa tương tự nhau không? Hãy gộp lại để giảm số lượng ý nghĩa và loại bỏ những ý nghĩa ít liên quan.

  - Nhìn vào danh sách, sắp xếp mức độ quan trọng cho mỗi mục theo thứ tự 1–10.

  - Loại bỏ 2 mục dưới cùng. Sau đó lặp lại cho đến khi chỉ còn 5 mục.

  - Chọn một cặp, rồi chọn một trong hai. Tiếp tục chọn cặp cho đến khi không còn cặp nào.

- **Xác định** các dữ kiện, cảm xúc, khuôn mẫu và chủ đề. Ghi lại những dữ kiện và cảm xúc của mình, cố gắng tìm kiếm các khuôn mẫu và chủ đề.

- **Phân loại** các chủ đề theo nhóm đóng góp (sử dụng động từ chỉ hành động, thường là siêu năng lực/khả năng) và nhóm tác động (niềm tin/hy vọng về những gì ta (và/hoặc người khác) xứng đáng được cảm nhận).

- **Điểm kiểm tra.** Phối hợp nhiều bước và cột mốc.

▪ **Xây dựng**. Tập hợp tất cả lại với nhau và xây dựng bản Tuyên bố Mục đích sống.

Bạn có thể tải về các câu hỏi/cột mốc/biểu mẫu/danh sách từ bạn có thể dùng...[vi]

## Bước 1: Khám phá và phát hiện – Giá trị cốt lõi

*Giá trị cốt lõi là những niềm tin sâu sắc
mô tả chân thực tâm hồn của bạn.*

*John C. Maxwell*

Các giá trị là niềm tin của chúng ta, những điều quan trọng và có ý nghĩa đối với chúng ta. Chúng tạo động lực cho chúng ta. Chúng ảnh hưởng đến hành vi của chúng ta, gắn liền với tính cách của chúng ta và là những điều mà chúng ta muốn đạt được. Hãy dùng các câu hỏi bên dưới làm gợi ý hướng dẫn và ghi lại câu trả lời.

1. Điều gì là quan trọng trong cuộc sống cá nhân của ta?

2. Những câu chuyện nào truyền cảm hứng cho ta?

   ▪ Điều gì ở những câu chuyện đó truyền cảm hứng cho ta?

3. Ta ngưỡng mộ những giá trị gì ở người khác?

4. Người khác nói ta có những giá trị gì?

5. Hãy nghĩ về những khoảnh khắc ý nghĩa nhất trong đời mình.

   ▪ Ta đang làm gì khi đó?

   ▪ Ta đang ở với ai khi đó?

6. Hãy nghĩ về những khoảnh khắc khiến ta cảm thấy ít thỏa mãn nhất.

   ▪ Ta đang làm gì khi đó?

   ▪ Ta đang ở với ai khi đó?

   ▪ Điều gì khiến ta không thỏa mãn?

---

vi. Có thể tải xuống các câu hỏi/cột mốc/biểu mẫu/danh sách từ vựng... của Công thức Mục đích sống từ trang RickYvanovich.com/BAUU/.

7. Hãy nghĩ về những khoảnh khắc khiến ta cảm thấy thỏa mãn nhất.

- Ta đang làm gì khi đó?
- Ta đang ở với ai khi đó?
- Điều gì khiến ta thỏa mãn?

8. Những trải nghiệm nào là tồi tệ nhất trong cuộc sống của ta?

- Ta đang làm gì khi đó?
- Ta đang ở với ai khi đó?
- Nguyên nhân do đâu?

9. Những trải nghiệm nào là tuyệt vời nhất trong cuộc sống của ta?

- Ta đang làm gì khi đó?
- Ta đang ở với ai khi đó?
- Nguyên nhân do đâu?

10. Hãy nghĩ về những khoảnh khắc khiến ta tức giận, thất vọng hoặc khó chịu.

- Ta đang làm gì khi đó?
- Ta đang ở với ai khi đó?
- Nguyên nhân do đâu?

11. Hãy nghĩ về những khoảnh khắc khiến ta vui vẻ hoặc hào hứng.

- Ta đang làm gì khi đó?
- Ta đang ở với ai khi đó?
- Nguyên nhân do đâu?

12. Ta cần tìm thấy giá trị gì trong công việc?

13. Ta tin vào điều gì về các giá trị của mình?

14. Nếu có thể có một hình xăm để nhắc nhở về cuộc đời mình thì đó sẽ là hình xăm gì?

- Hãy mường tượng hình dạng và màu sắc của hình xăm đó.
- Hãy mường tượng ta sẽ xăm ở vị trí nào trên người.
- Ta muốn khoe hình xăm này với ai?
- Tại sao ta lại muốn khoe với họ?

Hãy dùng Danh sách từ vựng chỉ Giá trị trong *Hình 4* để có thêm gợi ý và ghi lại phần câu trả lời cho các câu hỏi ở trên. Từ Acceptance (Chấp nhận) mở đầu danh sách dưới đây.

| | | |
|---|---|---|
| Trách nhiệm | Điềm tĩnh | Đóng góp |
| Chính xác | Cẩn thận | Kiểm soát |
| Thành tựu | Quan tâm | Hợp tác |
| Khả năng thích ứng | Thử thách | Sự đúng đắn |
| Sự điều chỉnh | Thay đổi | Đất nước |
| Phiêu lưu | Vui vẻ | Lòng can đảm |
| Tình cảm | Quyền công dân | Lịch sự |
| Quyền tự quyết | Tâm trí sáng suốt | Tính sáng tạo |
| Nhanh nhẹn | Hợp tác | Tính tò mò |
| Vị tha | Cam kết | Quyết đoán |
| Hoài bão | Cộng đồng | Nền dân chủ |
| Cảm kích | Lòng trắc ẩn | Tính dân chủ |
| Nghệ thuật | Năng lực | Độ tin cậy |
| Quyết đoán | Khả năng cạnh tranh | Kế hoạch |
| Chú tâm | Sự cạnh tranh | Quyết tâm |
| Chân thực | Tính đua tranh | Sự tận tâm |
| Quyền thế | Sự hoàn thành | Siêng năng |
| Quyền tự chủ | Thỏa hiệp | Kỷ luật |
| Nhận thức | Tự tin | Khám phá |
| Sự cân bằng | Được kết nối | Thận trọng |
| Vẻ đẹp | Các kết nối | Sự đa dạng |
| Sống thật với mình | Nhất quán | Năng động |
| Thân thuộc | Hài lòng | An ninh kinh tế |
| Phước lành | Tiếp nối | Kinh tế |
| Táo bạo | Cải tiến | Giáo dục |

| | | |
|---|---|---|
| Hiệu lực | Hướng đến gia đình | Khiêm tốn |
| Hiệu quả | Tốc độ nhanh | Hài hước |
| Tinh tế | Tính trung thực | Trí tưởng tượng |
| Đồng cảm | Sự thích hợp | Cải tiến |
| Khích lệ | Sự linh hoạt | Độc lập |
| Hưởng thụ | Sự trôi chảy | Cần cù |
| Giác ngộ | Sự tập trung | Ảnh hưởng |
| Giải trí | Trung tâm | Ảnh hưởng đến |
| Sự nhiệt tình | Sự tha thứ | người khác |
| Môi trường | Sự tự do | Khéo léo |
| Nhận thức | Sự thân thiện | Hòa hợp nội tâm |
| Bình đẳng | Tình bạn | Đổi mới |
| Thư thái | Tình hữu nghị | Tính tò mò |
| Tinh thần đồng đội | Tính tiết kiệm | Sự sáng suốt |
| Đạo đức | Vui vẻ | Cảm hứng |
| Sự xuất sắc | Hào phóng | Tính chính trực |
| Phấn khích | Lòng tốt | Trí tuệ |
| Phấn khởi | Sự duyên dáng | Sự thông minh |
| Thử nghiệm | Lòng biết ơn | Sự gần gũi |
| Chuyên môn | Tăng trưởng | Trực giác |
| Thám hiểm | Niềm hạnh phúc | Sự tận tâm |
| Biểu đạt | Làm việc chăm chỉ | Niềm vui |
| Sự công bằng | Sự hòa hợp | Sự chính đáng và công |
| Niềm tin | Sức khỏe | bằng |
| Trung thành | Giúp đỡ người khác | Công lý |
| Danh tiếng | Giúp đỡ xã hội | Sự cải tiến liên tục |
| Gia đình | Sự trung thực | Lòng tốt |
| Hạnh phúc gia đình | Danh dự | Kiến thức |

| | | |
|---|---|---|
| Khả năng lãnh đạo | Sự hoàn hảo | Tài tháo vát |
| Sự học hỏi | Kiên trì | Sự tôn trọng |
| Di sản | Kiên định | Lễ phép |
| Tình yêu | Sự phát triển cá nhân | Trách nhiệm |
| Tình yêu gia đình | Thể hiện cá nhân | Kiềm chế |
| Lòng trung kiên | Trưởng thành | Hướng đến kết quả |
| Sự tráng lệ | Lòng hiếu thảo | Chặt chẽ |
| Tạo sự khác biệt | Hoạch định | Rủi ro |
| Tinh thông | Vui chơi | An toàn |
| Công việc ý nghĩa | Niềm vui thích | An ninh |
| Công trạng | Tính đỉnh đạc | Tự chấp nhận |
| Tỉnh thức | Lịch thiệp | Tự hiện thực hóa |
| Săn sóc | Sự nổi tiếng | Tự chăm sóc bản thân |
| Nhún nhường | Tích cực | Tự trắc ẩn |
| Tiền bạc | Quyền lực | Tự kiểm soát |
| Phẩm hạnh | Tính thực tiễn | Tự phát triển |
| Bí ẩn | Sự chuẩn bị | Tự tha thứ |
| Thiên nhiên | Sự riêng tư | Tự lực |
| Sự vâng lời | Tính chuyên nghiệp | Tự trọng |
| Lòng quảng đại | Tính thận trọng | Không ích kỷ |
| Cởi mở | Thanh khiết | Ý thức cộng đồng |
| Lạc quan | Chất lượng | Đa cảm |
| Trật tự | Rạng rỡ | Tính nhạy cảm |
| Tính độc đáo | Sự công nhận | Khoái lạc |
| Niềm đam mê | Mối quan hệ | Thanh thản |
| Kiên nhẫn | Tính đảm bảo | Phụng vụ |
| Lòng yêu nước | Tôn giáo | Khuynh hướng |
| Hòa bình | Thanh danh | tình dục |

| | | |
|---|---|---|
| Khôn ngoan | Sự ủng hộ | Lòng tin |
| Đơn giản | Bền vững | Sự đáng tin cậy |
| Sự tinh xảo | Sự dạy bảo | Sự thật |
| Tính vững chãi | Tinh thần đồng đội | Tìm kiếm sự thật |
| Nét sắc sảo | Làm việc theo nhóm | Am hiểu |
| Suy đoán | Sự chừng mực | Tính độc nhất |
| Tốc độ | Dịu dàng | Đoàn kết |
| Tâm linh | Lòng biết ơn | Hữu ích |
| Tính tự phát | Kỹ lưỡng | Sức sống |
| Sự ổn định | Chu đáo | Sự giàu có |
| Địa vị | Hồi hộp | Phúc lợi |
| Tính chiến lược | Đúng lúc | Sự chiến thắng |
| Sức mạnh | Khoan dung | Sự thông thái |
| Cấu trúc | Dẻo dai | |
| Thành công | Chủ nghĩa truyền thống | |

*Hình 4. Danh sách từ chỉ giá trị*

## Bước 1: Cột mốc – Giá trị cốt lõi

*Một hệ thống các giá trị được xây dựng tốt cũng giống như chiếc la bàn hướng dẫn ta đi đúng hướng khi bị lạc.*

*Idowu Koyenika*

Từ những ghi chép ở Bước 1: Khám phá và Phát hiện Giá trị Cốt lõi, hãy rút gọn danh sách giá trị xuống còn năm mục. Ta có thể viết chúng ra hoặc tô nổi chúng lên.

## Bước 2: Khám phá và Phát hiện – Đam mê

*Trên thế giới này không có điều vĩ đại nào được thực hiện
mà không có đam mê.*

❧

*Georg Hegel*

Hãy suy nghĩ về những điều thực sự khiến ta tiến về phía trước. Ta quan tâm sâu sắc đến điều gì? Điều gì tiếp thêm sinh lực cho ta? Hãy dùng các câu hỏi sau đây làm gợi ý và ghi chép lại câu trả lời.

1. Điều gì khiến lòng ta rộn ràng?

2. Ta yêu thích làm những việc gì?

3. Sở thích của ta là gì?

4. Ta luôn có năng lượng để làm những việc gì trong cuộc sống?

5. Ta bị những hoạt động nào thu hút nhiều nhất?

6. Ta sẽ không thể sống thiếu những gì?

7. Việc gì hoặc trải nghiệm gì khiến ta vui thích nhất?

8. Ta mong chờ được học hỏi điều gì nhất?

9. Ta làm gì khi bận rộn?

10. Ta làm gì khi tràn đầy sinh lực?

11. Ta làm gì khi hưởng thụ cuộc sống?

12. Điều gì hoặc trải nghiệm gì khiến ta cảm thấy mình đang sống nhất?

13. Điều gì hoặc trải nghiệm gì khiến ta cảm thấy thỏa mãn nhất?

14. Ta làm những việc gì cho bản thân để có cảm giác vui thích hoặc viên mãn?

15. Ta làm những việc gì cho người khác để có cảm giác vui thích hoặc viên mãn?

16. Ta cảm thấy mình đang làm những hoạt động ý nghĩa nào?

17. Ta đang làm những hoạt động có giá trị nào?

18. Nếu tiền không phải là vấn đề thì ta sẽ làm gì?

19. Ta thấy phấn khởi khi nói về điều gì?

20. Ta chợt nhận ra mình đã quên ăn/uống. Điều gì khiến ta quên cả giờ giấc?

21. Ta thích giúp đỡ những người mình quen biết hay những người mình không quen biết?

22. Ta thích giúp đỡ những người mình quen biết hay những người thân với mình?

23. Ta không bao giờ thấy chán điều gì?

24. Ta sẽ làm gì nhiều hơn để cảm thấy viên mãn hơn?

25. Ta sẽ làm gì nhiều hơn để cảm thấy gắn kết hơn?

26. Ta sẽ làm gì nhiều hơn để cảm thấy có nhiều năng lượng hơn?

27. Trong mắt bố mẹ, niềm đam mê lớn nhất của ta là gì?

28. Trong mắt bạn đời, niềm đam mê lớn nhất của ta là gì?

29. Trong mắt bạn bè, niềm đam mê lớn nhất của ta là gì?

30. Trong mắt đồng nghiệp, niềm đam mê lớn nhất của ta là gì?

31. Trong mắt đa số mọi người, niềm đam mê lớn nhất của ta là gì?

32. Ta đam mê điều gì?

33. Ta cảm thấy niềm đam mê lớn nhất của mình là gì?

## Bước 2: Cột mốc – Đam mê

*Người có niềm đam mê lớn có thể biến điều bất khả thi thành khả thi.*

*Jeremiah Say*

Hãy xem lại những ghi chép ở Bước 2: Khám phá và phát hiện – Đam mê. Hãy xác định mọi dữ kiện, cảm xúc, khuynh hướng và chủ đề. Hãy rút gọn danh sách trong bản ghi chép ở Bước 2 xuống còn năm mục. Ta có thể viết chúng ra hoặc tô nổi chúng bằng công cụ tùy chọn.

## Bước 3: Khám phá và Phát hiện – Thành tựu

*Giá trị của thành tựu nằm ở quá trình đạt được thành tựu.*

❧

*Albert Einstein*

Hãy suy ngẫm về quá khứ và câu chuyện cuộc đời mình cho đến hiện tại. Theo những gợi ý hướng dẫn bên dưới, hãy lập danh sách tất cả những thành tựu khiến mình tự hào.

- Về thể thao
- Về sở thích
- Với bạn bè
- Trong cộng đồng
- Chứng nhận
- Giải thưởng
- Thời tiểu học
- Thời trung học
- Thời đại học
- Thời thơ ấu
- Thời thiếu niên
- Ở độ tuổi 20
- Ở độ tuổi 30
- Ở độ tuổi 40
- Ở độ tuổi 50
- Ở độ tuổi 60
- Ở độ tuổi 70
- Ở độ tuổi 80
- Ở độ tuổi 90

## Bước 3: Cột mốc – Thành tựu

*Ta không trở thành con người hiện tại nhờ những thành tựu đã đạt được, mà nhờ cái giá đã phải trả để có được những thành tựu đó.*

❧

*Manuel Corazzari*

Từ bản ghi chép ở Bước 3: Khám phá và Phát hiện – Thành tựu, hãy rút gọn danh sách xuống còn năm mục. Ta có thể viết chúng ra hoặc tô nổi chúng lên.

## Bước 4: Khám phá và phát hiện – Tài năng

*Người có thể sử dụng tài năng bẩm sinh sẽ tìm thấy niềm vui tột bực.*

⌘

*Johann Wolfgang von Goethe*

Ta giỏi trong những lĩnh vực nào? Hãy dùng các câu hỏi bên dưới làm gợi ý hướng dẫn và ghi lại câu trả lời.

1. Ta có những thế mạnh nào là nổi bật nhất?

2. Ta làm việc gì hiệu quả nhất?

3. Ta tạo được tác động nhiều nhất ở lĩnh vực nào?

4. Trong mắt bố mẹ, tài năng lớn nhất của ta là gì?

5. Trong mắt bạn đời, tài năng lớn nhất của ta là gì?

6. Trong mắt bạn bè, tài năng lớn nhất của ta là gì?

7. Trong mắt đồng nghiệp, tài năng lớn nhất của ta là gì?

8. Trong mắt hầu hết mọi người, tài năng lớn nhất của ta là gì?

9. Ta cảm thấy tài năng lớn nhất của mình là gì?

## Bước 4: Cột mốc – Tài năng

*Hãy sử dụng tài năng mà ta có; khu rừng sẽ rất im ắng*
*nếu chỉ những loài chim hót hay nhất cất tiếng.*

⌘

*Henry Van Dyke*

Hãy xem lại bản ghi chép ở Bước 4: Khám phá và phát hiện – Tài năng. Hãy xác định mọi dữ kiện, cảm xúc, khuynh hướng và chủ đề. Hãy rút gọn danh sách trong bản ghi Bước 4 xuống còn 5 mục. Ta có thể viết chúng ra hoặc tô nổi chúng lên.

## Bước 5: Điểm kiểm tra thứ nhất – Phối hợp các bước từ 1 tới 4

*Hãy khám phá phần giao thoa giữa niềm đam mê, tài năng và giá trị riêng của mình để biến thế giới này trở thành một nơi tốt đẹp hơn lúc ban đầu.*

*Rick Yvanovich*

Hãy nghiền ngẫm lại các cột mốc từ bước 1–4 và xác định mọi dữ kiện, cảm xúc, khuynh hướng và chủ đề. Qua đó, trả lời câu hỏi: Đâu là những điều quan trọng nhất mà tôi có thể làm để kết hợp những đam mê và tài năng hàng đầu theo các giá trị của tôi?

Rút gọn câu trả lời xuống còn không quá 5 mục (càng ít càng tốt). Bạn nên xem lại những gì đã viết và lặp lại nhiều lần các bước cải thiện. Nếu bạn có một đối tác hoặc khai vấn viên giúp thực hiện các bước lặp lại này thì càng tốt.

---

**Những việc quan trọng nhất ta có thể làm để phát huy những niềm đam mê và tài năng hàng đầu theo các giá trị của mình là:**

1. _____
2. _____
3. _____
4. _____
5. _____

---

## Bước 6: Khám phá và Phát hiện – Những vai trò tốt nhất

*Đẹp có nghĩa là được là chính mình. Ta không cần phải được người khác chấp nhận. Ta cần chấp nhận chính mình.*

*Thích Nhất Hạnh*

Hãy nghĩ về mọi vai trò trước đây mình từng đảm nhận và mọi loại công việc mình muốn làm trong tương lai. Hãy dùng các câu hỏi bên dưới làm gợi ý hướng dẫn và ghi lại câu trả lời.

1. Vai trò hoặc công việc nào trước đây phù hợp với ta nhất?

   ▪ Ta yêu thích điều gì ở những vai trò đó? Ta muốn làm gì nhiều hơn?

2. Ta cảm thấy vai trò hoặc công việc nào trước đây là không phù hợp với mình?

3. Ta muốn tránh những vai trò hoặc công việc nào trong tương lai?

4. Nếu mọi chuyện thuận lợi, chính xác thì ta sẽ làm công việc gì?

5. Nếu được chọn một công việc hoặc dự án bất kỳ, ta sẽ chọn làm gì?

   ▪ Ta yêu thích điều gì ở công việc/dự án này?

6. Công việc tình nguyện không lương nào vẫn khiến ta miệt mài thực hiện?

7. Ta muốn làm loại công việc nào suốt ngày?

8. Hãy mô tả ngày tuyệt vời nhất của mình. Đây có thể là một ngày mà ta đã có hoặc một ngày mà ta tưởng tượng ra.

   ▪ Ngày này diễn ra như thế nào và cho ta cảm giác gì?

9. Hãy mô tả một tuần tuyệt vời nhất theo mong ước của mình. Đây có thể là một tuần mà ta đã có hoặc một tuần mà ta tưởng tượng ra.

   ▪ Tuần này diễn ra như thế nào và cho ta cảm giác gì?

## Bước 6: Cột mốc – Những vai trò tốt nhất

*Ta có thể đảm nhận rất nhiều vai trò trong cuộc sống, nhưng có một vai trò mà ta ắt phải đảm nhận: là chính mình và sống hết mình.*

*Wilson Kanadi*

Hãy xem lại phần ghi chép ở Bước 6: Khám phá và phát hiện – Những vai trò tốt nhất. Hãy xác định mọi dữ kiện, cảm xúc, khuynh hướng và chủ đề. Hãy rút gọn sao cho còn không quá năm mục (càng ít càng tốt). Bạn nên xem lại những gì đã viết ra và lặp lại nhiều lần các bước cải thiện. Nếu bạn có một đối tác hoặc khai vấn viên giúp thực hiện các bước lặp lại này thì càng tốt.

---

**Những vai trò tốt nhất ta có thể thực hiện để phát huy đam mê và tài năng hàng đầu theo các giá trị của mình là:**

1. _____

2. _____

3. _____

4. _____

5. _____

---

## Bước 7: Khám phá và Phát hiện – Các câu chuyện

*Những câu chuyện chúng ta kể kỳ thực đã tạo nên thế giới.*
*Nếu muốn thay đổi thế giới, ta cần thay đổi câu chuyện của mình,*
*dù là cấp độ cá nhân hay tổ chức.*

*Michael Margolis*

Hãy nghĩ về những câu chuyện sống động và đầy ý nghĩa của mình (trong quá khứ, hiện tại, tương lai), những thăng trầm, những chuyện liên quan đến mình hoặc những câu chuyện với người khác. Hãy xác định những con người, dữ kiện, cảm xúc, khuynh hướng và chủ đề trong mỗi câu chuyện.

Hãy dùng các câu hỏi bên dưới làm gợi ý hướng dẫn và ghi lại câu trả lời.

1. Trải nghiệm gần đây (không nhất thiết ở nơi làm việc) mà ta vô cùng yêu thích là gì?

2. Ai là người đã có ảnh hưởng đáng kể để tạo nên con người của ta hôm nay?

- Hãy ghi lại câu chuyện thật rõ ràng và nói về tác động của họ đối với mình.

3. Ai khác nữa đã có ảnh hưởng đáng kể để tạo nên con người của ta hôm nay?

- Hãy ghi lại câu chuyện thật rõ ràng và nói về tác động của họ đối với mình.
- Lặp lại bước này với mỗi người đã có tác động đáng kể đến mình.

4. Những ai là người hùng và hình mẫu trong mắt ta?

- Câu chuyện đằng sau khiến ta xem họ là người hùng hay hình mẫu là gì?

5. Khi còn nhỏ, ta mong muốn trở thành người như thế nào khi lớn lên?

- Câu chuyện đằng sau mong muốn này là gì?

6. Hiện tại, ta muốn là người như thế nào (ta muốn trở thành người như thế nào) nếu có thể trở thành bất kỳ người hùng hoặc hình mẫu nào của mình?

- Câu chuyện đằng sau mong muốn này là gì?
- Ta muốn mình cảm thấy thế nào nếu trở thành người như vậy?

7. Khi còn nhỏ, ta mong muốn lớn lên sẽ làm loại công việc gì?

- Câu chuyện đằng sau mong muốn này là gì?

8. Khi lớn lên, nguyện vọng của ta thay đổi như thế nào và vào thời điểm nào?

- Câu chuyện đằng sau sự thay đổi này là gì?

9. Hãy ghi lại một kỷ niệm cụ thể, sống động, hạnh phúc và vui vẻ từ thời thơ ấu.

- Câu chuyện đằng sau kỷ niệm này là gì?

10. Hãy ghi lại thêm một kỷ niệm cụ thể, sống động, hạnh phúc và vui vẻ từ thời thơ ấu.

- Câu chuyện đằng sau kỷ niệm này là gì?
- Lặp lại bước này nếu có nhiều câu chuyện thời thơ ấu.

11. Hãy ghi lại một kỷ niệm cụ thể, sống động, hạnh phúc và vui vẻ.

- Câu chuyện đằng sau kỷ niệm này là gì?

12. Hãy ghi lại thêm một kỷ niệm cụ thể, sống động, hạnh phúc và vui vẻ.

- Câu chuyện đằng sau kỷ niệm này là gì?
- Lặp lại bước này nếu nghĩ ra thêm nhiều câu chuyện.

13. Tại đám tang của mình, ta muốn người bạn đời kể câu chuyện gì về mình?

- Câu chuyện đằng sau mong muốn này là gì?

14. Tại đám tang của mình, ta muốn gia đình kể câu chuyện gì về mình?

- Câu chuyện đằng sau mong muốn này là gì?

15. Tại đám tang của mình, ta muốn bạn bè kể câu chuyện gì về mình?

- Câu chuyện đằng sau mong muốn này là gì?

16. Tại đám tang của mình, ta muốn đồng nghiệp kể câu chuyện gì về mình?

- Câu chuyện đằng sau mong muốn này là gì?

17. Tại đám tang của mình, ta muốn những người khác kể câu chuyện gì về mình?

- Câu chuyện đằng sau mong muốn này là gì?

18. Ta muốn mọi người nhớ đến những gì ở mình?

- Câu chuyện đằng sau mong muốn này là gì?

## Bước 7: Cột mốc – Các câu chuyện

*Khả năng diễn dịch ý nghĩa thành các khuôn mẫu là đặc điểm mang tính người nhất mà con người chúng ta có.*

⤜⋇⤛

*Eleanor Catton*

Hãy xem lại phần ghi chép ở Bước 7: Khám phá và phát hiện – Các câu chuyện. Hãy xác định những cảm xúc, khuôn mẫu và chủ đề tái lặp. Hãy ghi lại tối đa mười hai khuôn mẫu và chủ đề tái lặp. Đối với mỗi khuôn mẫu hoặc chủ đề, hãy phân loại chúng theo nhóm đóng góp (sử dụng động từ chỉ hành động) hoặc theo nhóm tác động. Bạn nên xem lại những gì mình đã viết và lặp lại các bước cải thiện. Nếu bạn có một đối tác hoặc khai vấn viên giúp thực hiện các bước lặp lại này thì càng tốt.

## Bước 8: Điểm kiểm tra thứ hai – Phối hợp các bước 5–7

*Khả năng tìm ra khuôn mẫu là cốt lõi của trí tuệ.*

⤜⋇⤛

*Dennis Prager*

Xem lại các bước 5–7. Hãy xác định những cảm xúc, khuôn mẫu và chủ đề tái lặp. Hãy ghi lại tối đa mười hai khuôn mẫu và chủ đề tái lặp. Đối với mỗi khuôn mẫu hoặc chủ đề, hãy phân loại chúng theo nhóm đóng góp (sử dụng động từ chỉ hành động) hoặc theo nhóm tác động. Hãy chia thành hai danh sách, một danh sách dành cho nhóm đóng góp (sử dụng động từ chỉ hành động) và một danh sách dành cho nhóm tác động. Tôi khuyên bạn nên xem lại những gì đã viết và thực hiện các bước cải thiện lặp đi lặp lại. Nếu bạn có một đối tác hoặc khai vấn viên giúp thực hiện các bước lặp lại này thì càng tốt

Ta có thể quay lại và xem lại/cập nhật từng bước trước đây.

## Bước 9: Xây dựng – Tuyên bố Mục đích sống

*Khi cuộc chiến sinh tồn đã lắng xuống thì câu hỏi đặt ra là:*
*Sinh tồn để làm gì? Ngày càng có nhiều người có phương tiện*
*để sống nhưng lại sống mà không có ý nghĩa.*

*Viktor Frankl*

Bây giờ chúng ta có thể tóm lược các ý. Hãy nhớ rằng đây là một cuộc hành trình và ta sẽ cần nhiều bản nháp cũng như nhiều bước lặp lại. Cấu trúc của một Tuyên bố Mục đích sống như sau:

| Động từ chỉ hành động | Đối tượng mục tiêu | Giá trị cộng thêm |
|---|---|---|
| Dễ hiểu | Ai | Giá trị cộng thêm cho đối tượng |
| Đơn giản | | Tác động đến đối tượng |
| Rõ ràng | | Vô hạn |
| Hướng tới mục tiêu phục vụ | | Hướng tới tăng trưởng |
| | | Đáng ao ước/đáng mong muốn |
| Đóng góp | | Cảm thấy thích, hợp với mình |
| | | Khiến ta nổi da gà |

Động từ chỉ hành động thuộc nhóm đóng góp ở Bước 7 và 8. Giá trị cộng thêm thuộc nhóm tác động ở Bước 7 và 8.

Ở đầu chương này, tôi đã nêu một số ví dụ về Mục đích sống. Hãy xem chúng phù hợp như thế nào:

| | Động từ chỉ hành động | Đối tượng mục tiêu | Giá trị cộng thêm |
|---|---|---|---|
| 1 | Truyền cảm hứng và chuyển hóa | các chuyên gia | để luôn đạt được thành tựu cao hơn |
| 2 | Truyền cảm hứng và giúp | mọi người | sống đúng với khả năng của cá nhân |

| 3 | Khai vấn và chuyển hóa | các lãnh đạo | bằng tình yêu thương để có một thế giới tốt đẹp hơn |
|---|---|---|---|
| 4 | Truyền cảm hứng cho | mọi người | thông qua khai vấn & cố vấn để đạt được kết quả tiến bộ |
| 5 | Truyền cảm hứng để | mọi người | đạt được thành quả vẹn toàn, để rồi sẵn lòng cho đi nhằm biến thế giới này thành một nơi tốt đẹp hơn. |
| 6 | Đổi mới | trong các tổ chức | tăng trưởng theo cấp số nhân |

Bản nháp đầu tiên có thể sẽ rất thô sơ. Đừng kỳ vọng bản nháp này phải hoàn hảo, và nhiều khả năng, bản nháp này có thể cũng không mấy ý nghĩa. Không sao cả, mục đích ở đây là nắm bắt ý chính và thử nghiệm.

Hãy xem mục số 6 trong bảng trên để làm ví dụ. Sẽ hợp lý hơn nếu chúng ta thay đổi thứ tự thành Động từ chỉ hành động + Giá trị cộng thêm + Đối tượng mục tiêu. Do đó, ta có thể điều chỉnh sao cho phù hợp hơn về mặt ngữ pháp.

*Giúp người chính là tự giúp mình.*

❧

*Oprah Winfrey*

Bây giờ đến lượt bạn!

| Bản nháp | Động từ chỉ hành động | Đối tượng mục tiêu | Giá trị cộng thêm |
|---|---|---|---|
| 1 | | | |
| 2 | | | |
| 3 | | | |
| 4 | | | |

Hãy tiếp tục làm lại nhiều lần cho đến khi bạn có cảm hứng và cảm thấy phù hợp. Và nếu hoạt động này khiến bạn thấy phấn khích thì có thể bạn đã thành công.

# NHỮNG ĐIỂM CHÍNH CẦN GHI NHỚ
## TRONG CHƯƠNG 1

- Sự thiếu tiến bộ là nguyên nhân gây bất mãn.

- Sự thiếu tiến bộ trong cả cuộc sống lẫn công việc thường là do thiếu mục đích cá nhân.

- Hành trình sống chính là mục đích của chúng ta và được hướng dẫn bởi Tháp Mục đích.

- Mục đích sống làm cho cuộc sống của chúng ta có ý nghĩa.

- Giá trị chính là niềm tin giúp chúng ta phân định những điều tốt xấu, đáng mong muốn hay không mong muốn.

- Mục tiêu cần phải phù hợp với mục đích sống của chúng ta.

- **SMART, SMARTER, SMARTEST, BEYOND SMARTEST**

- Viết ra những mục tiêu sống của mình và trở thành một người trong nhóm 5%.

- Di sản là những gì ta để lại khi đi đến đoạn cuối cuộc đời. Di sản là những thứ khiến người khác sẽ nhớ đến ta.

- Tuyên bố Mục đích sống được xây dựng theo 9 bước.

- Tải xuống tài liệu Chương 1 từ trang RickYvanovich.com/BAUU/.

## GỢI Ý SUY NGẪM CHƯƠNG 1

**Một** điểm chính cần nhớ từ chương này là gì?

_____

_____

_____

Còn gì khác nữa?

_____

_____

_____

Vì đã đọc chương này, ta sẽ thực hiện hành động gì ngay lập tức?

_____

_____

_____

Còn gì khác nữa?

_____

_____

_____

# CHƯƠNG 2
# THÁP SINH LỰC

THÁP SINH LỰC

*Nếu quả trứng bị làm vỡ từ bên ngoài thì sự sống kết thúc,*
*còn nếu quả trứng bị làm vỡ từ bên trong thì sự sống bắt đầu.*
*Những điều tuyệt vời luôn bắt đầu từ bên trong.*

*Jim Kwik*

Con người chúng ta cần năng lượng sinh lực để tồn tại nhưng lại không có nguồn cung cấp vô tận. Nếu thân và tâm không được chăm sóc thì ta không thể hoạt động tốt. Ta cần giữ cho đầu óc luôn nhạy bén và các kỹ năng không bị mai một; bên cạnh đó, ta cũng cần đảm bảo đầu tư cho sức khỏe thể chất. Do vậy, mục đích của Tháp Sinh lực là để kiểm soát và chăm sóc năng lượng sinh lực này.

Đã bao giờ ta cảm thấy mệt mỏi, kiệt sức hay suy sụp? Những triệu chứng này – cùng một số triệu chứng về thể chất và tinh thần khác nữa – có thể làm ức chế năng lượng sinh lực của chúng ta, báo hiệu rằng ta cần phải bảo trì Tháp Sinh lực. Khi không bảo trì và chăm sóc Tháp Sinh lực, chúng ta sẽ thiếu năng lượng sinh lực để xây dựng Lâu đài của mình.

Trong thế giới BAUU này, những người đã từng trải qua một hoặc nhiều cuộc chiến gian truân với COVID và chịu ảnh hưởng kéo dài của COVID (giống như tôi!) cần chú trọng nhiều hơn đến sức khỏe.

Dưới đây là một số (không phải tất cả) triệu chứng:

- Uể oải
- Kiệt sức
- Buồn ngủ
- Não sương mù
- Đau cơ
- Đau cứng lưng
- Lờ đờ
- Thiếu động lực
- Khó ngủ/mất ngủ
- Tâm trạng ủ rũ
- Khó chịu/gắt gỏng
- Cảm thấy tuyệt vọng
- Lo âu
- Đãng trí

## HERBS

Để ghi nhớ các phần trong Tháp Sinh lực, ta có thể dùng từ viết tắt HERBS: Health (Sức khỏe), Energy (Năng lượng), Rest (Nghỉ ngơi), Balance (Cân bằng) và Stress (Căng thẳng). Dưới đây, chúng ta sẽ nói về từng chữ.

### H = Health (Sức khỏe)

*Tôi tin rằng món quà tuyệt vời nhất mà ta có thể tặng cho gia đình và thế giới chính là sức khỏe của mình.*

*Joyce Meyer*

Đại dịch COVID đã dạy cho nhiều người một bài học: nếu không có sức khỏe thì ta thực sự chẳng có gì. Một số người – đặc biệt là những người làm lãnh đạo – thường dành nhiều tâm trí và thời gian để làm việc cũng như phát triển trí óc hay mạng lưới xã hội của họ. Đối với họ, sức khỏe không phải lúc nào cũng là ưu tiên số một, hay thậm chí còn không nằm trong danh sách ưu tiên của họ. Dẫu vậy, nếu không có sức khỏe thì ta không tồn tại, và đây sẽ là một mất mát rất lớn đối với thế giới. Vì vậy, ta rất cần phải chăm sóc bản thân.

Tôi không chăm sóc sức khỏe bằng những hoạt động thực hiện một lần rồi thôi mà là qua lối sống. Trong những thói quen và công việc hằng ngày, tôi chú ý đưa ra các lựa chọn ưu tiên sức khỏe. Thay vì tập trung thái quá vào việc giảm cân, vào chế độ ăn kiêng hay các mục tiêu thẩm mỹ đơn thuần, tôi muốn đưa ra những lựa chọn lành mạnh đơn giản mỗi ngày. Lối sống lành mạnh, nói chung, sẽ giúp chúng ta giảm được nguy cơ mắc hầu hết bệnh tật, giữ cho cơ thể khỏe mạnh và nâng cao sức khỏe tinh thần. Do vậy, Tháp Sinh lực cũng hỗ trợ Tháp Bản thân và Tháp Trí tuệ.

Thói quen chăm sóc sức khỏe hằng ngày của tôi đơn giản đến không ngờ. Tôi luôn mang theo mình một chai nước và uống từ hai đến ba lít nước lọc mỗi ngày. (Thỉnh thoảng, tôi thêm chanh và vài hạt muối

Himalaya, mặc dù bác sĩ tim mạch bảo tôi cắt giảm muối. Hơn nữa, di chứng kéo dài của COVID khiến tôi cảm thấy chanh có vị rất kinh – không giống như vị chanh mà tôi nhớ). Trong một nghiên cứu mà Viện Công nghệ Georgia đã công bố, các nhà nghiên cứu phát hiện ra rằng sự mất nước có thể dẫn đến tình trạng suy giảm chức năng nhận thức.[13] Nếu không uống đủ nước, ta có thể sẽ mắc nhiều lỗi hơn khi làm những việc đòi hỏi phải chú ý.

Tôi cũng đã bỏ hẳn rượu và đường. Những chất này chẳng có tác dụng gì ngoài việc khiến tôi cảm thấy lờ đờ và lơ mơ. Đúng là mọi người thường thích những món này, nhưng chúng không chứa bất kỳ giá trị dinh dưỡng nào mà cơ thể ta thực sự cần để hoạt động tối ưu. Khi bỏ hẳn các loại hóa chất, đồ ăn nhẹ vớ vẩn và những bữa tối hâm nóng nhanh bằng lò vi sóng, ta sẽ thấy thấy sinh khí của mình thay đổi rất nhiều.

Thay vì ăn những thứ chế biến công nghiệp, tôi tập trung cung cấp năng lượng cho cơ thể bằng thực phẩm tươi nguyên. Một thói quen rất có lợi là mua rau củ quả tươi theo mùa và ăn mỗi ngày. Ta thậm chí có thể kết hợp trái cây và rau bina đông lạnh để làm sinh tố (sự kết hợp này nghe có vẻ lạ nhưng hãy tin tôi!). Tôi cũng ăn nhiều cá và thịt trắng để cung cấp protein, hoặc bỏ hẳn thịt và dùng thực phẩm protein gốc thực vật. Những thực phẩm này chứa đầy đủ các chất dinh dưỡng đa lượng và vi lượng mà cơ thể cần để duy trì sức khỏe tốt.

Thói quen chăm sóc sức khỏe sau cùng của tôi là tập thể dục mỗi ngày. Thói quen này nghe có vẻ khó, nhưng đây là vì hầu hết mọi người đều phức tạp hóa việc tập thể dục theo cách không cần thiết. Cơ thể con người vốn dĩ phải vận động, vì vậy đối với tôi, "tập thể dục" có nghĩa là vận động cơ thể – có thể là đi dạo vào giờ ăn trưa hoặc đi dạo buổi tối. Tất nhiên, cũng không có gì sai khi thực hiện vài lượt hít đất và bài tập *plank* cho cơ bụng vào buổi sáng. Gần đây, tôi cũng tập nhảy dây. Bài tập này tốt cho tim và khiến vợ con tôi được nhiều trận cười – đặc biệt là khi tôi mặc com lê nhảy dây. Dĩ nhiên, tiếng cười cũng giúp nâng cao sức khỏe (giống như khi chúng ta ôm nhau).

Hãy ngẫm nghĩ về thói quen ăn uống và tập thể dục của mình rồi đánh giá xem chúng đang giúp ích hay gây trở ngại cho sức khỏe.

# E = Energy (Năng lượng)

*Tái nạp năng lượng là mang lại sự sống và tình yêu cho mình cũng như cho người khác.*

*Rick Yvanovich*

Nói đến việc quản lý bản thân, nhiều người ngay lập tức cho rằng ưu tiên hàng đầu chính là quản lý thời gian, trong khi thực ra là họ cần tập trung ưu tiên quản lý năng lượng. Lượng thời gian và năng lượng mà một hoạt động tiêu tốn sẽ quyết định vị trí của hoạt động này trong thời khóa biểu cũng như trong danh sách những việc cần làm, tùy theo mức năng lượng tự nhiên của ta.

Năng lượng giống như một bộ pin cá nhân và vì vậy, mỗi người chúng ta cần lượng thời gian sạc khác nhau. Bởi liên tục phải tiêu hao năng lượng giữa các lần sạc, chúng ta cần quản lý năng lượng để có thể tiếp tục hoạt động. Chúng ta cũng "sạc pin" theo những cách khác nhau. Bởi ta có thể thay pin điện thoại nhưng lại không thể thay pin cá nhân của mình nên hãy cẩn thận, đừng để pin chết!

Để quản lý năng lượng tốt, ta cần bắt đầu bằng cách hiểu rõ mức năng lượng tự nhiên của mình. Hãy để ý xem mình cảm thấy tràn đầy năng lượng nhất và cảm thấy năng lượng bắt đầu giảm xuống vào những thời điểm nào trong ngày. Hãy dùng thời gian giữa những thời điểm này làm giờ hoạt động bình thường, sau đó bắt đầu chia nhỏ thời gian trong ngày thành các khối theo cách thật chặt chẽ. Ta nên thực hiện những hoạt động và dự án cần nhiều công sức nhất khi năng lượng của mình đang ở đỉnh cao. Đối với những việc cần ít năng lượng hơn, ta có thể xếp lịch thực hiện xung quanh những thời điểm nhiều năng lượng.

Khi làm đúng việc vào thời điểm thích hợp, ta có thể tối ưu hóa năng lượng cần thiết để thực hiện công việc và tránh lãng phí năng lượng. Chúng ta có thể chia nhỏ thời gian theo khối bằng nhiều cách khác nhau. Nếu ngồi lì trên ghế cả ngày, chắc chắn năng lượng của ta sẽ phải chịu tác động tiêu cực, vì vậy, ta rất cần nghỉ giải lao, đứng lên và duỗi người, uống nước và hít thở chút không khí trong lành để duy trì năng lượng hằng ngày.

Một chiến lược chia nhỏ thời gian theo khối là Phương pháp Pomodoro® do Francesco Cirillo tạo ra vào cuối thập niên 80.[vii] Ý tưởng của phương pháp này là chia nhỏ công việc 90 phút thành ba khối 25 phút, và cứ sau mỗi khối thì có 5 phút nghỉ giải lao. Một khối làm việc 25 phút cộng với 5 phút nghỉ giải lao được gọi là một Pomodoro. Một ngày của ta được chia thành nhiều Pomodoro và ta sẽ kết hợp một vài hoặc nhiều Pomodoro lại với nhau để làm công việc mà mình cần thực hiện. Thay vì làm việc cả ngày không ngơi nghỉ với các Pomodoro liên tiếp, hãy nghỉ giải lao dài khoảng 20 hoặc 30 phút khi hoàn thành bốn Pomodoro, sau đó lặp lại.

Một chiến lược khác để chia nhỏ thời gian theo khối là lập thời gian biểu và chỉ làm những việc đã được lên lịch trong khối thời gian dành cho những việc đó. Điều này có nghĩa là bắt đầu và kết thúc theo thời gian đã lên lịch, không làm bất cứ việc gì không được lên lịch. Tuy nói thì dễ vậy nhưng làm thì sẽ khó. Chủ đề quản lý thời gian không nằm trong phạm vi của cuốn sách này (các bạn hãy đợi cuốn tiếp theo của tôi nhé).[viii]

---

vii. Pomodoro® Technique là một kỹ thuật quản lý thời gian được thiết kế để giúp các cá nhân và đội ngũ quản lý thời gian hiệu quả. "Pomodoro®" là nhãn hiệu đã đăng ký của Francesco Cirillo.

viii. Có thể tìm tư liệu về Quản lý Thời gian trên trang RickYvanovich.com/BAUU/.

## R = Rest (Nghỉ ngơi)

*Nghỉ ngơi không phải là nhàn rỗi, không phải là lãng phí thời gian.*
*Đôi khi nghỉ ngơi là điều hữu ích nhất mà ta có thể làm*
*cho thân và tâm mình.*

*Erica Layne*

Nghỉ ngơi là cách chúng ta tự "sạc pin" cho mình. Đây cũng là cách để chúng ta có được những ý tưởng mới, tổng hợp những thông tin phức tạp, ngẫm nghĩ lại những lựa chọn và quy trình làm việc của mình. Bởi liên tục tiêu hao năng lượng, chúng ta phải liên tục bổ sung để bù lại. Với di chứng kéo dài của COVID, tôi ưu tiên nghỉ ngơi vì tôi cảm thấy có vẻ như pin của mình cần thời lượng sạc lâu hơn, duy trì năng lượng được ít hơn và nhanh hết pin hơn so với trước khi mắc COVID. Giống như lên lịch cho bất kỳ hoạt động ưu tiên nào khác, ta cần lên lịch nghỉ ngơi trong ngày để đảm bảo mình có thể nghỉ ngơi mà không cảm thấy tội lỗi. Nghỉ ngơi là một khoản đầu tư cho sức bền và tuổi thọ, đồng thời là một trong những viên gạch nền trong Tháp Sinh lực.

Những hoạt động khác nhau sẽ tiêu thụ các loại năng lượng khác nhau, do đó ta cần tái nạp năng lượng bằng các kiểu nghỉ ngơi khác nhau. Từ bài nói chuyện TEDx của Saundra Daulton-Smith và từ cuốn sách của cô với tựa đề *Sacred Rest: Recover Your Life, Renew Your Energy, Restore Your Sanity (Sự nghỉ ngơi thiêng liêng: Lấy lại sinh khí, làm mới năng lượng, khôi phục lương tri)*, tôi biết được rằng có bảy loại nghỉ ngơi.[14,15] Những kiểu nghỉ ngơi khác nhau sẽ giúp sạc những loại pin khác nhau, và rất có thể đây là lý do tại sao đôi khi người ta đã nghỉ ngơi theo kiểu nào đó nhưng rồi vẫn cảm thấy như chưa nghỉ ngơi.

1. **Nghỉ ngơi thể chất.** Ngủ (và chợp mắt) là dạng nghỉ ngơi thụ động. Mát xa, giãn cơ và tập yoga là dạng nghỉ ngơi năng động và có tác dụng phục hồi.

2. **Nghỉ ngơi tâm trí.** Cẩn thận với chứng não sương mù! Hãy nghỉ giải lao thường xuyên (thử kỹ thuật Pomodoro), ăn nhẹ,

uống nước, hòa mình vào thiên nhiên, đi dạo trong rừng hoặc ngửi hoa.

3. **Nghỉ ngơi giác quan.** Hãy giảm hoặc ngắt những kích thích giác quan. Chúng ta gặp phải những vấn đề quá tải giác quan về mặt văn hóa, ví dụ như không có luật quản lý tiếng ồn ở một số nơi (như Việt Nam). Ngoài ra, tôi thấy tiếng ồn mà người khác tạo ra là rất ồn, mặc dù tôi bị điếc một phần! Hay tôi bị điếc một phần là do phải nghe nhiều tiếng ồn nhỉ? Hãy lưu ý tắt đèn, màn hình, mọi thông báo đi cùng tiếng ping ping/rì rì/bíp bíp/reng reng. Khi để cho các giác quan được nghỉ ngơi, ta có thể sạc năng lượng và cảm thấy như trẻ lại.

4. **Nghỉ ngơi sáng tạo.** Những dấu hiệu như: không có sự đổi mới, bị bí ý tưởng viết lách (điều đã xảy ra rất nhiều lần trong quá trình viết cuốn sách này), bị thất vọng, không thể hoàn thành một dự án, v.v. đều cho thấy ta cần nghỉ ngơi sáng tạo. Hãy làm điều gì đó không cần đến tính sáng tạo như đi dạo, đọc sách, xem Netflix,... nhưng đừng lướt mạng xã hội!

5. **Nghỉ ngơi cảm xúc.** Hãy bớt nói "đồng ý", hãy bắt đầu đặt ra một số ranh giới và cố gắng nói "không" thường xuyên hơn. Nếu như thế nghe có vẻ sỗ sàng, hãy nói: "Để tôi suy nghĩ đã". Hãy cho mình thời gian tạm dừng và chăm lo các nhu cầu cảm xúc của bản thân bằng cách im lặng, viết nhật ký hoặc đơn thuần sống mà không kỳ vọng gì ở người khác cũng như không cần thể hiện cảm xúc.

6. **Nghỉ ngơi xã hội.** Nhìn chung, môi trường xã hội làm cho người hướng nội cạn kiệt năng lượng trong khi lại sạc thêm năng lượng cho người hướng ngoại. Hãy lập một danh sách hai cột: cột thứ nhất liệt kê những người khiến ta cảm thấy tràn đầy năng lượng, được hỗ trợ và phấn chấn khi ở gần; cột thứ hai liệt kê những người khiến ta thấy mệt mỏi, kiệt sức hoặc thấy mình bị đòi hỏi khắt khe. Hãy dành nhiều thời gian hơn cho nhóm thứ nhất và giảm thời gian ở cùng nhóm thứ hai.

7. **Nghỉ ngơi tinh thần.** Nếu ta đang quá tập trung vào các mục tiêu cá nhân (giảm cân, được thăng chức, thi đậu), thì đã đến lúc

tham gia một hoạt động mang lại cho ta cảm giác thân thuộc và yêu thương.

## B = Balance (Cân bằng)

*Cầu toàn đâm ra hỏng việc.*

*Voltaire*

Bởi vì con người ta không thể làm được mọi việc và chỉ có thể đưa ra những lựa chọn nên sự cân bằng là rất quan trọng. Một số người cố đạt được sự cân bằng hoàn hảo, nhưng hãy nhớ rằng tính cầu toàn sẽ cản trở ta làm tốt hoặc đủ tốt. Ở đây, tôi không nói đến cân bằng giữa công việc và cuộc sống, mà là cân bằng các yếu tố trong Lâu đài của bạn.

Tôi biết là đến tận phần này của sách, tôi vẫn chưa trình bày hết về toàn bộ Lâu đài. Tuy nhiên, khi xây Lâu đài, chúng ta cần cân bằng Nội thành (Chương 1–4) với Tường bao (Chương 6–7) và quan sát xem những phần nào cần được chú ý (phần nào vững hơn, yếu hơn và cần được phát triển thêm) để tạo sự cân bằng. Bước đầu tiên mà ta cần làm để biết bắt đầu cải thiện từ đâu nhằm có được sự cân bằng chính là đánh giá hiện trạng. Trước hết, hãy tập trung phát triển những thói quen cần thiết để làm kiên cố và cải thiện Tháp Sinh lực. Điều này sẽ đảm bảo ta có đủ sinh lực cần thiết để xây dựng, bảo trì và cân bằng những khu vực còn lại của Lâu đài.

Đối với tôi, kiểm soát sự cân bằng là rất quan trọng, bởi vì tôi phải chấp nhận rằng mình không thể làm mọi thứ và cần phải khôn khéo khi cam kết. Nhận lời làm việc này có nghĩa là từ chối làm việc khác.

## S = Stress (Căng thẳng)

*Sự căng thẳng nên là lực đẩy chứ không phải chướng ngại.*

*Bill Phillips*

Căng thẳng là phản ứng của cơ thể chúng ta trước một mối đe dọa, còn lo âu là phản ứng của cơ thể với sự căng thẳng đó. Căng thẳng và lo âu làm ảnh hưởng đến tư duy của chúng ta, cũng như ảnh hưởng đến khả năng chúng ta nhìn nhận sự việc bằng cái nhìn cởi mở và hướng đến sự phát triển (xem Tư duy Vô hạn ở Chương 3). Khi có chút căng thẳng và lo âu, đây có thể là dấu hiệu cho thấy ta thực sự quan tâm đến việc mình đang làm. Tuy nhiên, ta cũng có xu hướng chìm vào những cảm xúc gây suy kiệt này ở mức độ không lành mạnh. Ngay cả khi những cảm xúc căng thẳng và lo âu đe dọa lấn át chúng ta, chúng vẫn là những trạng thái mà chúng ta có thể kiểm soát bằng một tư duy vững vàng. Chà! Tôi biết bạn sẽ nói: "Tôi muốn như thế. Làm sao để có được tư duy đó?". Tôi cảm nhận được sự tò mò và nhiệt tình của bạn. Chúng ta sẽ đi sâu vào ý này trong Tháp Trí tuệ (Chương 3).

Nếu tâm trí ta không vững, sự căng thẳng và lo âu sẽ bắt đầu tác động mạnh đến tinh thần và cảm xúc của ta. Những cảm xúc này chắc chắn sẽ len lỏi vào công việc. Hầu hết những người trưởng thành đều không thể tránh khỏi cảm giác căng thẳng và lo âu thi thoảng. Điều quan trọng không phải là ta cảm nhận được những cảm xúc này hay không, mà là ta có đủ kỹ năng, công cụ và sự hỗ trợ cần thiết để xử lý những trạng thái cảm xúc này sao cho chúng không tác động tiêu cực sâu sắc đến cuộc sống của mình. Trong quá trình tiến hóa, loài người đã được tôi rèn bản năng bảo vệ mình khỏi các mối đe dọa, và giờ đây, chúng ta có xu hướng phản ứng mạnh với kích thích tiêu cực hơn là kích thích tích cực. Do đó, chúng ta quá đặt nặng các mối đe dọa trong khi lại quá coi nhẹ các cơ hội và nguồn lực. Đây được gọi là thành kiến tiêu cực.[16]

Tư duy ảnh hưởng đến mức độ hài lòng trong công việc, bởi vì trạng thái cảm xúc của chúng ta sẽ luôn ảnh hưởng đến cách chúng ta nhìn nhận thực tế.

Chúng ta có những câu hỏi như: "Ly nước nửa đầy hay nửa vơi?". Nếu những người khác biết ta đang nói về ly nước thì họ sẽ đưa ra một lựa chọn có chủ ý. Tôi thì có xu hướng đưa ra lựa chọn không chủ ý. Tôi luôn thấy ly nước nửa đầy – luôn luôn như vậy.

Nếu phải đưa ra một lựa chọn và suy nghĩ sâu hơn, tôi sẽ nói rằng việc cố gắng xác định ly nước nửa đầy hay nửa vơi thậm chí chẳng ích gì. Tại sao ta lại giới hạn mình với nửa ly nước chứ không phải nửa ly không khí? Tại sao ta lại xét 100% cái ly? Không khí có ở khắp mọi nơi bởi vì nó vô hạn. Đôi khi, do quá tập trung vào cái ly, chúng ta bỏ qua không gian bao quát và quên mất rằng còn biết bao khả năng có thể tồn tại bên ngoài cái ly đó!

Chúng ta luôn có thể nhìn ly nước theo cách khác đi. Điều này xảy ra khi chúng ta không thích những lựa chọn hiện có. Ngay cả khi một lựa chọn có vẻ không hấp dẫn thì đó vẫn là một lựa chọn. Chúng ta luôn có thể chọn, ngay cả khi phải chọn giữa những sự lựa chọn tối tệ.

Tại sao? Tại vì để duy trì động lực hoặc để cảm thấy hài lòng thì ta rất cần phải có khả năng lựa chọn. Nếu được chọn lựa, ta có cảm giác tự chủ, tự quyết và có quyền kiểm soát. Cho dù ta không thích sự lựa chọn của mình thì cũng không sao, bởi quan trọng là ta không bị ép buộc gì cả. Hết lần này đến lần khác, ta chọn hướng đi này thay vì hướng đi kia. Hãy cởi mở với mọi lựa chọn và nhìn bao quát hơn để cho bản thân không gian phát triển.

*Vũ khí chống căng thẳng tốt nhất chính là khả năng lựa chọn suy nghĩ này thay vì suy nghĩ khác.*

⁓⋙⋘⁓

*William James*

Mỗi khi căng thẳng, tôi cần phải giải tỏa. Phản ứng căng thẳng ban đầu (và thói quen xấu) của tôi là kìm nén cảm giác căng thẳng và lo âu, chôn sâu những cảm giác này trong lòng. Nếu tôi không tạo cho chúng một ngõ ra, chúng sẽ phát nổ bất thình lình – thường vào thời điểm bất tiện nhất, và do đó càng gây căng thẳng hơn. Một cách để tôi giải tỏa là chạy bộ. Tôi phải mất nhiều năm – ít nhất là năm năm – mới trở nên yêu thích môn chạy bộ. Có những lúc, tôi cảm thấy mình không thể sống thiếu hoạt động này. Thú thật, tôi chạy không nhanh (tôi hơi chậm chạp) những hoạt động này giúp tôi tỉnh táo và tập trung lại. Tôi gọi hoạt động này là Thiền Chạy.

Trong khi chạy, tôi cũng không nghe nhạc mà chỉ nghe sách nói Audible. Tôi chạy đúng một tuyến đường nên chẳng cần phải để tâm gì. Đôi khi, do mải mê nghe sách mà tôi chạy xa hơn dự định và chạy thêm nhiều vòng nữa. Khi nghe một cuốn sách hay hoặc một chương hay, tôi như rơi vào trạng thái dòng chảy và có thể chạy 5km, 10km mà vẫn còn tiếp tục.

Đối với tôi, chạy bộ giúp đầu óc dịu lại. Đầu óc tôi lúc nào cũng đầy suy nghĩ, đầy ý tưởng và khó mà bắt nó dừng lại. Tôi cần tập trung và miệt mài với thứ gì đó. Khi chạy bộ, đầu óc tôi dịu lại, rũ sạch mọi thứ và đơn thuần thư giãn. Tôi có thể có được những suy nghĩ mới rõ ràng hơn và sáng tạo hơn trong khi tiếp thu kiến thức từ sách nói, đồng thời trở nên khỏe mạnh hơn nhờ tập thể dục. Đây là cách tăng cường DOSE (dopamine, oxytocin, serotonin, endorphin), các chất hóa học thần kinh hạnh phúc của tôi.

- **Dopamine** được giải phóng khi ta đạt được mục tiêu đề ra. Đây là cảm giác thỏa mãn khi đạt được điều gì đó, vì vậy chất này còn được gọi là hormone tạo cảm giác dễ chịu hoặc chiến thắng.

- **Oxytocin** được giải phóng khi chúng ta cảm nhận tình thương và sự quan tâm giữa những người mình yêu thương và/hoặc những người quan trọng trong đời mình. Đây là hormone cho chúng ta cảm giác ấm áp, lâng lâng, và do đó còn được gọi là hormone tình yêu.

- **Serotonin** được giải phóng khi ta cảm thấy tự hào, cảm thấy mình được cảm kích và/hoặc quan trọng đối với người khác. Vì vậy, khi người khác công nhận thành tựu và khen ngợi ta, ta sẽ có cảm giác vui thích. Hóa chất này còn được gọi là hóa chất lãnh đạo vì nó thúc đẩy các nhà lãnh đạo trở nên xuất sắc hơn để được nghe nhiều lời khen ngợi khiến họ vui thích. Ngoài ra, những người cấp dưới cũng sẽ làm tốt vì họ không muốn làm lãnh đạo của mình thất vọng và do vậy, tất cả đều tốt lên.

- **Endorphin** được giải phóng như một phản ứng với cảm giác đau. Sau khi vận động thể chất, ta có thể cảm nhận trạng thái hưng phấn. Khái niệm này được thể hiện qua câu "no pain, no gain" (khổ học thành tài), bắt nguồn từ các video tập thể dục của Jane Fonda từ năm 1982, hay thậm chí từ những khoảnh khắc cười quặn bụng (cười quá đến mức đau bụng).

Trong thời kỳ đại dịch, tôi không thể chạy bộ như trước. Chỗ chúng tôi ở thỉnh thoảng có lệnh đóng cửa. Một số nơi còn có lệnh giới nghiêm rất gắt gao, chẳng hạn như mỗi hộ gia đình chỉ được phép có một người ra ngoài ba lần một tuần (hai lần đi mua sắm và một lần đi mua thuốc). Điều này có nghĩa rằng chạy bộ giải trí không phải là hoạt động khả thi. Do vậy, thay vì chạy bộ, tôi đi qua đi lại trên sân thượng vào giờ ăn trưa. Tôi vừa nghe sách nói vừa ăn bánh mì kẹp và tính sao cho đi được quãng đường lên tới một cây số. Đây không phải là hoạt động chạy bộ thông thường mà là hoạt động bất thường, và chủ yếu tập trung vào việc thích nghi với điều kiện hiện tại.

Tôi mất nhiều thời gian cho cuốn sách này hơn dự định. Trong khi đang biên tập sách này ở Anh quốc, tôi mắc COVID. Vào thời điểm viết những dòng này, tôi đã không chạy bộ suốt nhiều tháng. Bởi ngay cả đi bộ cũng khiến tôi mệt mỏi, hoạt động thiền chạy có thể không còn phù hợp nữa. Do đó, tôi chuyển sang đọc sách mà không chạy bộ.

Tôi đã ngộ ra được rằng bất kể đang thích hoạt động giải tỏa căng thẳng nào, chúng ta cũng nên biết ngoài hoạt động này thì còn những cách nào khác giúp mình giải tỏa căng thẳng. Trong thế giới BAUU, chúng ta cần có khả năng thay đổi vì mọi thứ sẽ thay đổi.

## Lo âu và Hệ thần kinh

*Cảm giác lo âu ở con người là bình thường bởi đây là cách cơ thể và bộ não giúp chúng ta tỉnh táo. Cảm giác lo âu thực ra có thể giúp cải thiện hiệu suất.*

*Hayley Vaughan-Smith*

Năng lực của bộ não con người thường khiến tôi kinh ngạc. Bộ não là công cụ giá trị nhất giúp chúng ta có được trạng thái thỏa mãn, nhưng cũng có thể là mối đe dọa lớn nhất đối với chính trạng thái thỏa mãn này. Trạng thái lo âu có thể làm giảm cảm giác hạnh phúc mà lẽ ra chúng ta có thể có được từ một khoảnh khắc nào đó. Sau khi đã biết bộ não con người quan trọng như thế nào đối với khả năng có được một cuộc sống hạnh phúc, chúng ta cũng phải hiểu thêm một chút về những hoạt động nội tại của bộ não, đặc biệt là hệ thần kinh – nơi phụ trách gửi tín hiệu và điều phối hành động của cơ thể chúng ta.

Hệ thần kinh tự chủ có hai nhánh: hệ đối giao cảm và hệ giao cảm. Nhánh đối giao cảm phụ trách các chức năng "hoạt động bình thường" của cơ thể và đảm bảo các chức năng này hoạt động. Điều này bao gồm cả những việc như điều tiết tuyến nước mắt và nước bọt. Nhánh giao cảm thì làm cho tim đập nhanh, làm giãn đồng tử và ức chế tiêu hóa nhằm phản ứng với một mối đe dọa nào đó.[17]

Hạch hạnh nhân là một phần của hệ limbic và là phần cảm xúc cũng như hành vi của não. Hạch hạnh nhân, còn được gọi là não thần lằn hay não bò sát, liên tục quét môi trường xung quanh để tìm các mối đe dọa đối với sức khỏe thể chất và tinh thần của chúng ta. Nếu phát hiện mối đe dọa, hệ thần kinh giao cảm sẽ được kích hoạt và đưa cơ thể chúng ta vào trạng thái chiến đấu (chuẩn bị phòng thủ trước mối đe dọa), bỏ chạy (trốn tránh), bất động (bị tê liệt hoặc phân ly), hoặc xun xoe (chiều lòng và xoa dịu người khác).[18, 19] Trạng thái này làm các phản ứng khác của cơ thể chúng ta chậm lại và giải phóng nhiều hormone chống căng thẳng.

Khi hệ thần kinh giao cảm được kích hoạt, cơ thể có thể có phản ứng tự động tức thì (chiến đấu, bỏ chạy, bất động, xun xoe) dẫn đến căng thẳng, lo âu và do đó làm dấy lên cảm giác rằng chúng ta đang mắc kẹt. Khi đó chúng ta không thể phân định rõ các lựa chọn của mình hay tìm được con đường an toàn bởi vì chúng ta chỉ tập trung vào sự sinh tồn, và cơ thể chúng ta đang phải nỗ lực hết sức để đối phó. Phản ứng thái quá này có thể dẫn đến căng thẳng mãn tính. Nếu hệ thần kinh giao cảm

giống như bàn đạp ga trong ô tô với chức năng bơm nhiên liệu/năng
lượng khắp cơ thể thì hệ thần kinh đối giao cảm là phanh để giảm tốc
độ, giúp cơ thể thả lỏng, thư giãn và bình tĩnh lại. Đây là cách nhanh
nhất để lấy lại sự tỉnh táo và khả năng kiểm soát khi ta cảm thấy hệ thần
kinh của mình bị kích thích. Một số cách đạp phanh là:

- **Thư giãn.** Các kỹ thuật thở (xem phần Sức mạnh của hơi thở bên
  dưới), tập yoga, dọn dẹp (xem phần Dọn dẹp bên dưới) và những
  hình ảnh thư giãn đều có tác dụng giúp ta thư giãn. Tác động của
  những cách thư giãn này đối với mỗi người mỗi khác, do đó hãy
  nhớ thử tất cả và tìm ra cách nào hiệu quả hơn với mình.

- **Hoạt động thể chất.** Hoạt động thể dục có tác dụng xoa dịu vì
  chúng khuyến khích ta hít thở sâu và có thể làm giảm tình trạng
  căng cơ thông qua vận động.

- **Thay đổi thái độ đối với sự căng thẳng.** Nếu ta không thích sự
  căng thẳng và xem đó là một mối đe dọa thì hãy thay đổi thái độ
  này, hãy xem căng thẳng là điều vô hại và là điều ta mong muốn.
  Làm như vậy, ta sẽ đánh lạc hướng để bộ não xem sự căng thẳng
  như một người bạn.[20]

## Sức mạnh của Hơi thở

*Thở là niềm hạnh phúc lớn lao nhất trong cuộc sống.*

～～

*Giovanni Papini*

Đối với tôi, chạy bộ là một dạng thiền. Sách hoặc video về thiền
luôn bắt đầu bằng phần đàm luận về hơi thở. Khi chưa đọc những tài
liệu về cách thở đúng, tôi từng hiểu sai mối liên hệ giữa thiền và hơi thở.
Đến khi hiểu ra, tôi nhận thấy mình đã thở không đúng cách trong quá
trình chạy và trong các hoạt động khác nói chung.

Thay vì hít thở sâu vào bụng theo đúng cách (thở bằng cơ hoành) và
hít đầy hơi vào phổi qua mỗi lần thở, tôi lại thở theo chiều dọc, thở nông

và rời rạc. Khi chạy bộ, tôi thở hổn hển và không thể hít thở bằng mũi vì miệng cứ há ra.

Để tập thở bằng cơ hoành, hãy đặt một tay lên ngực và một tay lên bụng. Hãy hít vào bằng đường mũi và đẩy bụng ra, thở ra chậm và đều qua đường miệng đồng thời hơi mím môi. Khi thực hiện đúng, bàn tay đặt ở ngực trên hầu như không động đậy gì.

Đọc sách *Breath: A New Science of a Lost Art (Hơi thở nối dài sự sống - Góc nhìn mới về Nghệ thuật dụng khí dưỡng sinh)* của nhà báo James Nestor, tôi được biết thêm một kỹ thuật thở khác.[21] Nestor dạy chúng ta rằng không nên mở miệng khi thở, rằng thở bằng mũi sẽ tốt hơn vì mũi là một cơ quan phức tạp và khi thở bằng mũi, ta phải chú ý nhận thức. Khi để hơi thở vào và ra qua đường mũi, ta sẽ tập trung nhiều hơn vào hơi thở.

Hơn nữa, mũi có một hệ thống lọc tinh vi, trong khi miệng thì không có khả năng lọc. Nhờ sách này của Nestor, tôi đã thay đổi cách thở và qua đó thay đổi cách chạy bộ. Tôi không còn há miệng nữa và tôi có thể điều chỉnh tốc độ khi cần. Nếu cảm thấy cần thêm chút không khí, tôi sẽ chạy chậm lại. Nói chung, giờ đây tôi thấy dễ thở hơn và hành động thở cũng trở nên thoải mái hơn.

Trong một nghiên cứu được thực hiện vào năm 2017, các nhà nghiên cứu đã yêu cầu những người mắc chứng rối loạn lo âu lan tỏa rằng: hoặc thở mũi luân phiên (cũng là một phương pháp kiểm soát hơi thở trong yoga, tiếng Phạn gọi là *nadi shodhana pranayama*) hoặc chú ý hơi thở suốt mười phút trong hai ngày liên tiếp. Họ phát hiện ra rằng việc thực hành thở mũi luân phiên có tác dụng làm giảm cảm giác lo âu gấp ba lần so với việc đơn thuần nhận thức hơi thở mà không thực hiện thở theo kiểu cụ thể nào.[22]

*Thở đúng tức là sống đúng.*

*Robin Sharma*

Sau đây là một bài tập nhanh để nhận thức rõ hơn về sự căng thẳng thể chất và mối liên hệ của sự căng thẳng thể chất với hơi thở. Hãy thử thực hiện theo bốn bước trước khi đọc tiếp và làm những việc khác.

1. Siết nắm tay thật chặt và bắt đầu đếm tối thiểu đến 10. Hãy chú ý đến hơi thở – ta có đang nín thở không?

2. Bây giờ, hãy thả nắm tay ra và hít một hơi thật sâu.

3. Nắm tay lại và bắt đầu đếm tối thiểu đến 10. Hít thở chậm và thư giãn.

4. Để ý nắm tay bắt đầu thả lỏng dần khi ta thở ra.

Bài tập này minh chứng cho Phản ứng Thư giãn (của Tiến sĩ Herbert Benson): "một trạng thái thư giãn sâu về thể chất. Trong trạng thái này, cơ thể giải phóng các chất làm chậm nhịp thở và nhịp tim,... và đối lập với phản ứng chiến đấu hay bỏ chạy."[23,24] Tiến sĩ Benson cũng chia sẻ rằng việc hít thở sâu bằng bụng (thở bằng cơ hoành) giúp thân và tâm thư giãn.

Tôi không nói rằng hoạt động hít thở giúp điều trị chứng rối loạn lo âu nhưng việc thực hành thở sâu bằng bụng và thở mũi luân phiên sẽ giúp hạn chế cảm giác căng thẳng, lo âu và giúp ta thư giãn. Hãy thử thực hành những cách thở này và xem mình thích cách nào hơn.

## Thở Năm Ngón tay

Bất cứ khi nào cảm thấy căng thẳng, ta có thể thực hiện một bài luyện tập nhanh mang tên Thở Năm Ngón tay.[25] Cách thực hiện như sau:

1. Đặt ngón trỏ ở cạnh ngoài ngón út của bàn tay kia. Khi hít vào, ta lướt ngón trỏ chạy dọc đến đầu ngón út. Thở ra, lướt ngón trỏ chạy dọc ở cạnh trong của ngón út.

2. Hít vào một lần nữa và để ngón trỏ lướt dọc một bên ngón áp út. Khi thở ra, để ngón trỏ lướt dọc cạnh bên kia của ngón áp út.

3. Di chuyển đến ngón giữa. Hít vào, lướt ngón trỏ dọc một bên. Thở ra, lướt ngón trỏ dọc cạnh bên kia.

4. Tiếp tục để ngón trỏ chạy dọc từng ngón tay cho đến khi thực hiện hết bàn tay.

5. Đổi tay và lặp lại.

Khi cảm giác căng thẳng và lo âu có khả năng xâm chiếm tâm trí và khiến chúng ta bất an, hãy sử dụng kỹ thuật thở này. Bài luyện tập thở năm ngón tay giúp ta vượt qua cảm giác căng thẳng để trở nên an tĩnh hơn, bình yên hơn.

## Sự căng thẳng và Hoạt động chơi game

*Khi chúng ta chơi game, bộ não phản ứng khác đi với*
*những căng thẳng và trở ngại. Chúng ta có thể chú ý tốt hơn*
*và bỏ qua những điều gây xao lãng.*

*Jane McGonigal*

Nếu không được kiểm soát, sự căng thẳng có thể khiến ta bùng nổ chỉ vì một chuyện nhỏ; tuy nhiên, vẫn có một mức độ căng thẳng lành mạnh. Ở một mức độ nhất định, cảm giác căng thẳng xuất phát từ việc ta đã cam kết phải đạt được một kết quả cụ thể. Hễ mong muốn đạt được một kết quả cụ thể thì ta ắt cảm thấy căng thẳng. Đây là loại căng thẳng khiến ta phải thức dậy sớm và chuẩn bị cho bài thuyết trình quan trọng. Đây là loại căng thẳng khiến ta phải ủi sẵn cà vạt vào tối hôm trước và kiểm tra đi kiểm tra lại xem đã chuẩn bị bộ sạc máy tính xách tay chưa. Những loại mức độ căng thẳng này giúp chúng ta làm tốt nhất có thể. Tuy nhiên, nếu ta cáu tiết chỉ vì ai đó không vệ sinh ấm cà phê đúng cách thì trạng thái căng thẳng này cần phải được xử lý.

Dù tích cực hay tiêu cực, loại căng thẳng mà chúng ta trải nghiệm chủ yếu do nhận thức của chính chúng ta quyết định. Khi chúng ta lường trước một tình huống đe dọa, cơ thể sẽ tiết ra các hormone chống căng thẳng giúp chuẩn bị đối mặt với nỗi sợ hãi trước một mối đe dọa hay thử thách. Bộ não của chúng ta không thể phân định giữa nguy cơ bị sư tử tấn công và áp lực của thời hạn công việc cận kề mà chỉ đơn thuần nhận biết cả hai đều là mối đe dọa.

Trái lại, nếu chúng ta tin rằng mình kiểm soát được kết quả của một tình huống hay một mối đe dọa tiềm ẩn thì cơ thể không cần phải chuẩn bị cho chúng ta trước mối đe dọa theo cách như vậy. Chúng ta có thể lường trước thử thách và cơ thể không cảm thấy căng thẳng theo cách thông thường. Chúng ta có thể kiểm soát những phản ứng cảm xúc của mình tốt hơn và cởi mở hơn với các giải pháp giải quyết vấn đề.

Thay vì xem thử thách là những trở ngại cần phải vượt qua, ta có thể xem chúng như trò chơi để buộc mình thay đổi cách cảm nhận. Khi xem thử thách như một trò chơi, chúng ta giải quyết các vấn đề nan giải theo cách sáng tạo hơn, quyết đoán hơn, lạc quan hơn, và có khả năng tìm kiếm sự giúp đỡ nhiều hơn.

Ngoài ra, khi chơi trò chơi, chúng ta thường cố gắng và thất bại hết lần này đến lần khác. Khi cố gắng làm điều gì đó và thất bại, ta sẽ đón nhận thất bại đó, rút ra bài học và ít có khả năng thực hiện lại hành động cũ. Ta sẽ thử những phương pháp tiếp cận mới – nghĩa là có thể trở nên khá hơn rất nhanh. Cũng giống như khi nhân vật trong game bị chết, ta luôn có thể chơi lại và thử lại.

Mặc dù một số người cho rằng video game không tốt cho chúng ta nhưng tôi thì cho rằng video game cũng có thể có mặt tốt. Vâng, tuyên bố này có căn cứ khoa học, vì vậy một số người đang đầu tư vào lĩnh vực này. *SuperBetter (Siêu năng lực)* là sách của tác giả Jane McGonigal, nhà thiết kế game đã phát triển một game giúp xây dựng năng lực phục hồi nhằm hỗ trợ cô vượt qua sau một biến cố nghiêm trọng. Với căn cứ nghiên cứu khoa học kéo dài một thập kỷ, cô tạo ra một thiết kế trò chơi đã được chứng minh là giúp người chơi có cuộc sống tốt đẹp hơn và trò chơi này mang tên SuperBetter.[26]

> *Tôi không thất bại, chẳng qua là tôi đã tìm ra được*
> *mười ngàn cách làm không hiệu quả.*

*Thomas Edison*

Khi sẵn sàng chấp nhận thất bại, chúng ta có thể nhanh chóng tìm ra tất cả các giải pháp không hiệu quả, từ đó tăng cơ hội sớm tìm ra giải pháp hiệu quả và đạt được thành công.

## Dọn dẹp

*Cách tốt nhất để biết ta thực sự cần gì*
*là loại bỏ những thứ ta không cần.*

~~~

*Marie Kondo*

Trong Từ điển Cambridge, từ "declutter" (dọn dẹp) được định nghĩa là: loại bỏ những thứ ta không cần khỏi một nơi nào đó để làm cho nơi ấy trông thoáng đãng và hữu dụng hơn[27].

"Những thứ" ở đây bao gồm những món đồ. Khi có quá nhiều đồ đạc xung quanh, ta có thể cảm thấy căng thẳng. Tôi thích cà vạt, và trong bộ sưu tập của tôi, một số là quà tặng, một số thì lưu giữ những kỷ niệm đặc biệt, một số thì từ các thương hiệu mang tính biểu tượng. Tuy nhiên, tôi có thực sự cần đến một trăm chiếc (không đùa đâu) không? Việc chọn ra một chiếc để đeo cũng đủ khiến tôi căng thẳng. Thế còn bạn, tủ quần áo của bạn có dày đặc và khiến bạn căng thẳng vì không biết nên mặc gì không? Netflix đã đưa Marie Kondo và phương pháp Kon Mari của cô đến với nhiều gia đình, giúp nâng cao nhận thức về tầm quan trọng của việc loại bỏ những món đồ mà chúng ta không dùng đến và không mang lại niềm vui cho chúng ta.[28, 29]

"Những thứ" ở đây cũng bao gồm những thứ phi vật chất: quá tải thông tin, quá nhiều lựa chọn, quá nhiều quyết định cần phải đưa ra. Khi phải đưa ra quá nhiều quyết định, ta gặp phải tình trạng suy giảm khả năng đưa ra quyết định đúng đắn. Ta càng phải đưa ra nhiều quyết định thì chất lượng các quyết định càng thấp.[30] Trong cuốn sách *Paradox of Choice (Nghịch lý của sự lựa chọn)*, nhà tâm lý học Barry Schwartz giải thích rằng việc sáng kiến tiếp theo của ta thành công hay không sẽ phụ thuộc vào việc ta là kiểu "Người thích vừa đủ" hay "Người thích tối đa hóa".[31] Khi mua sắm – khi chúng ta cần đưa ra quyết định, người thích vừa đủ sẽ lấy sản phẩm đầu tiên đáp ứng yêu cầu của họ, trong khi người thích tối đa hóa thì sẽ lấy sản phẩm tốt nhất và ưu đãi tốt nhất hiện có. Barry Schwartz cũng nói về Thử nghiệm Mứt nổi tiếng. Trong thử nghiệm này, khách mua sắm được giới thiệu hai mươi bốn loại mứt vào ngày thứ nhất, và chỉ sáu loại mứt vào ngày thứ hai. Kết quả là: khi có ít sự lựa chọn hơn thì lượng mứt bán ra nhiều hơn gấp mười lần. Vậy, khi có ít lựa chọn thì hàng bán được nhiều hơn và người ta ít căng thẳng hơn, còn khi có nhiều lựa chọn thì người ta căng thẳng hơn và đưa ra những quyết định tệ hơn. Tương tự, Steve Jobs, Mark Zuckerberg và Jeff Bezos đều mặc những bộ trang phục tương tự nhau mỗi ngày để không cần phải suy nghĩ xem nên mặc gì, nhờ đó đỡ phải gặp tình trạng suy giảm khả năng đưa ra quyết định đúng đắn.

*Tuy trong rừng không có WiFi nhưng kết nối lại tốt hơn.*

*Anthon St. Maarten*

Sau khi bàn về việc dọn dẹp và về việc ra quyết định, đã đến lúc chúng ta đi dạo ngoài trời và hít thở không khí trong lành. Hãy tạm thoát ra khỏi những hoạt động thương mại và nhịp sống hối hả để hòa mình vào thiên nhiên. Hãy nhận biết rằng quá khứ đã trôi qua và sẽ không bao giờ trở lại, vì vậy hãy để quá khứ ra đi. Hiện tại, ta chỉ còn lại khoảnh khắc hòa mình với thiên nhiên này. Hãy tự hỏi điều gì là quan trọng nhất với mình lúc này. Người Nhật có liệu pháp *shinrin-yoku* (tắm rừng hoặc đắm mình vào bầu không khí trong rừng). Liệu pháp này khuyến khích hành giả bỏ lại sau lưng những ràng buộc của nhịp sống hối hả hiện tại và đơn thuần hòa mình vào thiên nhiên.[32] Hãy đi ra ngoài trời, bước vào một khu rừng hay cánh đồng, rồi im lặng và lắng nghe, hòa mình vào thiên nhiên và đơn thuần là chính mình.

Mặc dù tôi sống ở một thành phố nhộn nhịp nhưng sau những lệnh đóng cửa do đại dịch, tôi muốn được hòa mình vào thiên nhiên và hít thở. Khi những điều kiện ngặt nghèo này đã qua đi, chúng ta hãy "hẹn hò" thường xuyên hơn với thiên nhiên.

# NHỮNG ĐIỂM CHÍNH CẦN GHI NHỚ
## TRONG CHƯƠNG 2

- Ghi nhớ rằng ý nghĩa của cuộc sống phải bắt nguồn từ cảm giác, suy nghĩ và hành động tích cực. Khi ta tập trung nhiều vào những khía cạnh này thì những khía cạnh khác của cuộc sống sẽ tự nhiên đâu vào đấy.

- Mục đích của Tháp Sinh lực là kiểm soát và coi sóc năng lượng sinh lực vì chúng ta không có nguồn cung cấp vô tận.

- HERBS = Health (Sức khỏe), Energy (Năng lượng), Rest (Nghỉ ngơi), Balance (Cân bằng) và Stress (Căng thẳng).

- Một số mức độ căng thẳng nhất định có thể tốt cho sức khỏe và chúng ta cần phải kiểm soát căng thẳng để không rơi vào trạng thái chiến đấu, bỏ chạy, bất động hoặc xun xoe.

- Năng lượng giống như một bộ pin cá nhân và cần được sạc. Mỗi người chúng ta tiêu hao và nạp lại năng lượng ở những mức độ khác nhau. Nghỉ ngơi là cách chúng ta "sạc pin" cho mình.

- Có bảy loại nghỉ ngơi và mỗi loại sạc một loại pin: Thể chất, Tâm trí, Giác quan, Sáng tạo, Cảm xúc, Xã hội và Tinh thần.

- Những cách giảm căng thẳng bao gồm: thư giãn, tập thể dục và thay đổi thái độ với sự căng thẳng.

- Các bài tập thở (thở sâu bằng bụng, thở mũi luân phiên, thở Năm ngón tay) có thể giúp chúng ta điều tiết cảm xúc và kiểm soát hệ thần kinh.

- SuperBetter là một video game/công cụ giúp xây dựng khả năng phục hồi.

- Hoạt động dọn dẹp làm giảm căng thẳng.

- Shinrin-yoku (tắm rừng) là một cách giải tỏa căng thẳng tự nhiên.

- Nếu chúng ta xử lý các vấn đề trong cuộc sống theo cách giống như khi chơi game, tâm trí sẽ tạo ra các giải pháp sáng tạo, khiến chúng ta cởi mở đón nhận phản hồi và sự trợ giúp hơn.

- Tải xuống tư liệu Chương 2 từ trang RickYvanovich.com/BAUU/.

## GỢI Ý SUY NGẪM CHƯƠNG 2

**Một** điểm chính cần nhớ từ chương này là gì?

_____

_____

_____

Còn gì khác nữa?

_____

_____

_____

Vì đã đọc chương này, ta sẽ thực hiện hành động gì ngay lập tức?

_____

_____

_____

Còn gì khác nữa?

_____

_____

_____

# CHƯƠNG 3
# THÁP TRÍ TUỆ

THÁP TRÍ TUỆ

*Đế chế trong tương lai sẽ là đế chế của trí tuệ.*

Winston Churchill

Tháp Trí tuệ tuy không nhất thiết là tòa tháp cao nhất nhưng phải là một trong những tòa tháp vững chắc, kiên cố mà linh hoạt nhất. Tôi hình dung tháp này có kết cấu vững chãi nhưng nhỏ gọn, giúp chống chịu cho cụm Tháp trong Nội thành. Nếu không có một Tháp Trí tuệ kiên cố, ta sẽ cực kỳ khó có thể bền chí vượt qua thử thách, khó mà nhìn thấy cơ hội ở những nơi trông như ngõ cụt, và khó mà liên tục mưu cầu sự phát triển.

Những nhà lãnh đạo muốn tạo dựng di sản sẽ phải trải nghiệm nhiều lần thất bại và nhiều lần bị từ chối. Chìa khóa thành công nằm ở khả năng có thể kiên trì tiến tới bất chấp những trở ngại này. Để xây dựng một tư duy kiên cường, ta cần tuân thủ các nguyên tắc Kaizen (cải tiến) và nuôi dưỡng những thói quen tinh thần cần có để đạt được thành công lâu dài.

### Kaizen

*Không gì là hoàn hảo, bởi ta luôn có thể làm cho mọi thứ tốt hơn.*

*Rick Yvanovich*

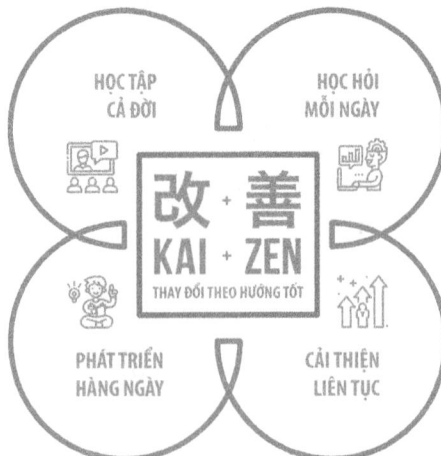

HỌC TẬP CẢ ĐỜI

HỌC HỎI MỖI NGÀY

改 + 善
KAI + ZEN
THAY ĐỔI THEO HƯỚNG TỐT

PHÁT TRIỂN HÀNG NGÀY

CẢI THIỆN LIÊN TỤC

*Hình 5. Kaizen*

*Kaizen* là một từ tiếng Nhật có nghĩa là cải tiến liên tục. Đây là từ ghép của *kai* (thay đổi) và *zen* (tốt). Tôi xem kaizen như một giá trị cốt lõi và tôi hiểu thuật ngữ này có nghĩa rằng không có gì là hoàn hảo. Vì vậy, chúng ta chấp nhận và cam kết không ngừng cải thiện bản thân suốt đời. Nếu chúng ta cải thiện 1 phần trăm mỗi ngày thì sau một năm, chúng ta sẽ cải thiện được 3.778 phần trăm. Những cải thiện nhỏ hằng ngày trong thời gian dài sẽ tạo ra sự khác biệt đáng kể. Ngược lại, nếu chúng ta trở nên tệ hơn 1 phần trăm mỗi ngày thì kết quả sau một năm sẽ là tệ hơn 97%. Vì vậy, hãy đặt mục tiêu cải thiện dù chỉ 1 phần trăm mỗi ngày.

Hoàn thiện bản thân là một phần trong công việc của chúng ta mỗi ngày. Tuy chúng ta không cần phải lúc nào cũng đặt mục tiêu làm tốt nhất nhưng hãy đặt mục tiêu làm tốt nhất có thể tùy tình hình, và rồi tìm cách làm tốt hơn nữa.

Kaizen gồm ba yếu tố chính: sự cải thiện suốt đời, sự phản tỉnh và tư duy vô hạn. Sau đây, tôi sẽ mô tả từng yếu tố.

## Sự cải thiện suốt đời

*Học hỏi, phát triển và làm cho mọi thứ của hôm nay tốt hơn hôm qua.*

*Rick Yvanovich*

Các vận động viên giỏi nhất thế giới, thậm chí cả những người giữ kỷ lục thế giới, đều có những huấn luyện viên giúp họ cải thiện. Những người đứng đầu trong lĩnh vực hoặc ngành của mình luôn có nhiều điều cần học hỏi. Họ có thể học hỏi từ những người đồng cấp trong cùng ngành hoặc từ một người cố vấn thuộc một ngành hoàn toàn khác. Trước khi có thể cải thiện, chúng ta trước hết phải sẵn sàng thừa nhận rằng mình không phải là người biết tuốt, rằng tất cả chúng ta đều còn phải học hỏi nhiều và còn phải cải thiện ở một số khía cạnh.

Hai từ "học hỏi" và "phát triển" thường được sử dụng cùng nhau và đôi khi còn được sử dụng thay cho nhau. Tuy nhiên, khi xem xét định nghĩa của những từ này, ta thấy chúng khá khác nhau. Học hỏi đề cập đến việc tiếp thu kiến thức hoặc kỹ năng, còn phát triển thì liên quan đến việc kiến thức tiếp thu được đã nảy mầm và nhờ đó người ta có năng lực hơn. Sự cải thiện suốt đời đòi hỏi chúng ta phải học hỏi và phát triển.

## Sự phản tỉnh

*Nếu không phản tỉnh, ta sẽ mù quáng, tạo ra nhiều hậu quả
ngoài ý muốn và không làm được gì hữu ích.*

*Margaret J. Wheatley*

Con người chúng ta trầm ngâm tư lự như một cách hồi tưởng lại quá khứ hết lần này đến lần khác. Chúng ta tập trung thái quá vào những sự vật, tình huống hoặc con người tiêu cực trong quá khứ để tránh gặp lại những điều tiêu cực đó. Tuy nhiên, thói quen này có xu hướng xâm phạm hiện tại của chúng ta. Khi để cho quá khứ kiểm soát và chi phối những suy nghĩ hiện tại, chúng ta đã đánh mất giá trị và cơ hội ở khoảnh khắc hiện tại.

"Phản tỉnh" và "sống trong quá khứ" là hai việc vô cùng khác nhau. Điểm khác biệt lớn nhất giữa phản tỉnh và trầm ngâm là: phản tỉnh là quá trình nhanh gọn, có mục đích và không có những ràng buộc cảm xúc. Khi được thực hiện theo cách tích cực và có chủ ý, phản tỉnh là một phần chủ động của quá trình học hỏi. Khi thường xuyên phản tỉnh về điều cần cải thiện, học hỏi và phát triển của mình, chúng ta biết mình đã (hoặc chưa) đi được bao xa trên đường hướng tới các mục tiêu lớn trong cuộc sống. Khi phản tỉnh, chúng ta cảm thấy như có khả năng điều chỉnh hành động và thói quen của mình theo tiến độ đã đạt được trên con đường hướng tới mục tiêu.

Tôi từng cho rằng ai cũng biết cách phản tỉnh, nhưng sau đó tôi tự hỏi liệu mình có biết làm thế nào để phản tỉnh "đúng cách" hay không. Tôi chưa từng được ai dạy cho bất kỳ phương pháp phản tỉnh nào mà chỉ được bảo là hãy phản tỉnh về chuyện này chuyện nọ. Vì vậy, tôi nhận ra rằng nhìn chung, con người ta không biết cách phản tỉnh, và dù có phản tỉnh thì họ cũng không thực hiện theo cùng một cách. Tôi thấy có vẻ như nếu chúng ta không có một cách thực hiện chung thì kết quả thu được sẽ rất ngẫu nhiên.

Cũng không có gì đáng ngạc nhiên khi nhờ ngẫm nghĩ về chủ đề nan giải này mà tôi trở nên hứng thú và có động lực đưa ra giải pháp. Vì vậy, tôi đã xây dựng mô hình phản tỉnh của riêng mình và đặt tên là Mô hình Phản tỉnh để phản ứng khen thưởng và lặp lại:

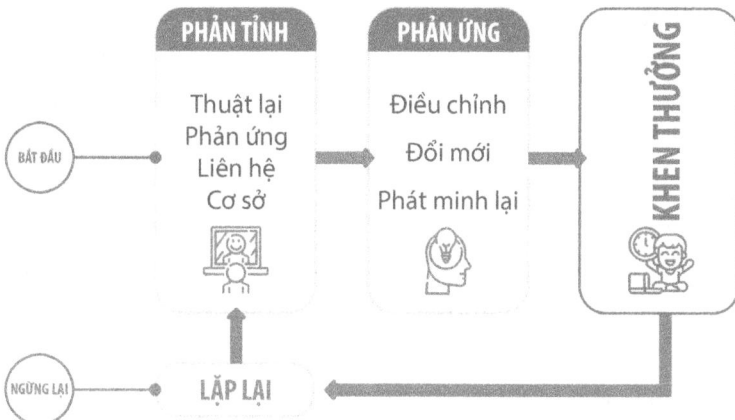

*Hình 6. Mô hình Phản tỉnh để phản ứng khen thưởng và lặp lại[ix]*

Sự phản tỉnh có cân nhắc kỹ càng thì mới hữu ích. Do đó, Mô hình Phản tỉnh để phản ứng khen thưởng và lặp lại bao gồm bốn bước được mô tả bên dưới như sau:

1. Phản tỉnh

2. Phản ứng

3. Khen thưởng

4. Lặp lại

Thông thường, ta sẽ cần ghi lại bước Phản tỉnh. Một số người thích ghi lại hoạt động này hằng ngày, hằng tuần hoặc định kỳ. Trong bối cảnh công việc, ta có thể phản tỉnh theo cách nghiêm túc hơn nữa bằng cách lập báo cáo.

---

ix. Có thể tải xuống tài liệu Reflection 4 Reaction Reward & Repeat từ trang RickYvanovich.com/BAUU/.

## Bước 1: Phản tỉnh

*Hễ tâm trí thay đổi thì thế giới thay đổi.*

⁓

*Byron Katie*

Đó là khi ta chủ động nhìn lại tuần, tháng hoặc quý vừa qua và mô tả lại những gì đã xảy ra. Hãy tự hỏi xem mình đang ở đâu trên hành trình hướng tới mục tiêu, các Tháp đang cân bằng như thế nào và mình đang đi đúng hướng hay chệch hướng? Nếu nhìn lại quá khứ theo một quy trình, ta sẽ không bị cuốn quá mức hoặc bị mắc kẹt trong quá khứ. Tôi xin gợi ý bạn thực hiện trình tự bên dưới để định hướng quá trình phản tỉnh của mình:

1. **Thuật lại.** – Mô tả những gì đã xảy ra trong tuần/tháng/quý vừa qua. Tình hình thế nào, và những chuyện đã xảy ra có gì đáng chú ý?

2. **Phản ứng.** – Tìm hiểu (các) phản ứng cảm xúc của mình đối với (những) vấn đề này. Ta cảm thấy thế nào về việc Thuật lại? Hãy nói thật lòng về những cảm xúc có thể dấy lên và tự hỏi bản thân xem điều gì đã khiến ta cảm thấy như vậy.

3. **Liên hệ.** – Mặt tốt hay xấu của việc Thuật lại và Phản ứng là gì? Ta cảm nhận được sự kết nối nào giữa những việc hoặc vấn đề mà mình đã thuật lại và KASH - Knowledge (Kiến thức), Attitudes (Thái độ), Skills (Kỹ năng) và Habits (Thói quen) hiện tại của mình? (KASH sẽ được để cập chi tiết trong Chương 7).

4. **Cơ sở.** – Phân tích các sự kiện làm cơ sở cho những việc được thuật lại. Hãy đi sâu và cố gắng hiểu toàn bộ sự việc. Ta đã học được gì? Ta có thể rút ra kết luận gì?

## Bước 2: Phản ứng với sự Phản tỉnh

*Mọi thứ trong cuộc sống đều phản ánh lựa chọn mà ta đã đưa ra. Nếu ta muốn một kết quả khác thì hãy đưa ra một lựa chọn khác.*

⁓

*Khuyết danh*

Dựa trên sự phản tỉnh, phản ứng của ta có thể là tinh chỉnh các chi tiết (điều chỉnh), thực hiện một thay đổi lớn (đổi mới) hay thực hiện một thay đổi rất quan trọng (phát minh lại). Đừng ngại thay đổi những thứ không hiệu quả. Hãy sáng tạo, áp dụng tư duy thiết kế (giải quyết vấn đề theo cách sáng tạo) và đưa ra nhiều phương án để lựa chọn. Hãy tìm đến những người đồng cấp hoặc chuyên gia để giải trình và được họ hỗ trợ, đồng thời chuẩn bị sẵn kế hoạch giúp mình tiến về phía trước.

## Bước 3: Tự thưởng

*Hãy nhớ rằng phần thưởng đến từ hành động chứ không phải
từ việc thảo luận.*

*Tony Robbins*

Đúng vậy, đã đến lúc tự khen thưởng cho mình, dù ta chỉ mới hoàn thành hai bước của quá trình. Hãy pha cho mình một ly ca cao nóng, bật to một bài hát yêu thích, viết một lời nhắn khích lệ chính mình hoặc làm điều gì khác mang lại cho mình chút niềm vui. Theo bản chất, con người chúng ta ít có động lực làm việc gì đó nếu không được khen thưởng. Hãy tự thưởng cho mình vì sự tiến bộ đã đạt được, dù nhỏ, và hãy tự thưởng thường xuyên.

## Bước 4: Lặp lại quá trình

*Thành công là tổng hòa của những nỗ lực nhỏ được
lặp đi lặp lại hết ngày này đến ngày khác.*

*Robert Collier*

Phản tỉnh không phải là hoạt động diễn ra một lần. Phương pháp này cho hiệu quả tốt nhất khi được thực hiện như một thói quen. Hãy phản tỉnh định kỳ, và sẽ càng tốt hơn nếu thực hiện hằng tuần, càng tốt hơn nữa nếu thực hiện hằng ngày (viết nhật ký). Đôi khi, ta không cần phải phản tỉnh sâu hơn về một chuyện nào đó (chẳng hạn như sau khi đã hoàn thành một dự án). Khi ấy, ta có thể dừng phản tỉnh.

Các bước này có trong mô hình sau:

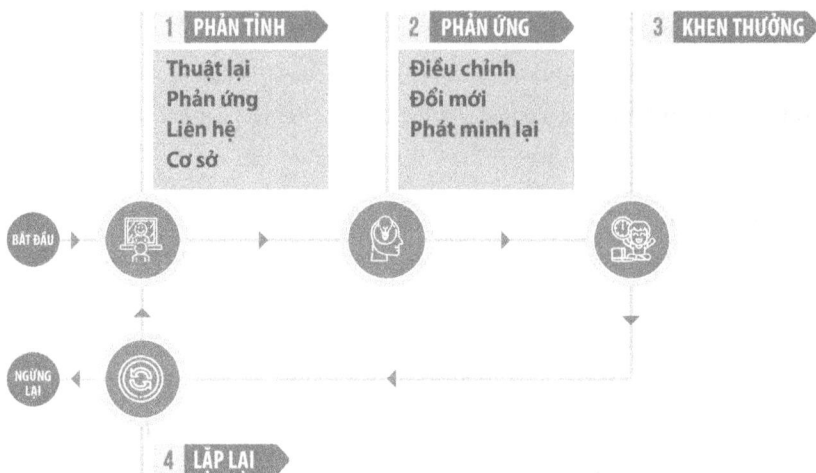

*Hình 7. Sơ đồ Phản tỉnh để phản ứng khen thưởng và lặp lại*

## Tư duy Vô hạn

*Vươn tới vô hạn và xa hơn nữa!*

*Buzz Lightyear (Toy Story)*

Đại dịch không chỉ làm cuộc sống của chúng ta bị gián đoạn mà còn làm lộ ra những lỗ hổng trong tư duy của nhiều người. Chúng ta có thể thấy rõ những khuôn mẫu tiêu cực trong tâm trí mình, và cũng thấy rõ chúng biểu lộ hằng ngày như thế nào. Chúng ta nhận thấy mình thật dễ rơi vào tình trạng sống mòn và mất phương hướng. Giữa những biến động mà chúng ta hiện đang phải đối mặt, bao gồm cả những biến động cảm xúc mà chúng ta cảm nhận vào mỗi ngày mới, chúng ta cần đánh giá xem mình đang ứng phó như thế nào, mình có thực sự đang ứng phó hay không.

Thay vì xem sự gián đoạn mà đại dịch gây ra như một rào cản, hãy coi nó như một lời kêu gọi tiến lên phía trước, một cơ hội để đổi mới và phát triển nhằm đảm nhận một vai trò mới, đi vào thị trường mới hoặc ngành mới. Chính nhờ tư duy cầu tiến mà chúng ta có niềm tin rằng mình có thể thích ứng và tiếp tục phát triển. Đại dịch đã thôi thúc chúng ta tự vấn mình có thể làm như thế nào, thay vì bó buộc bản thân hoặc công việc kinh doanh theo những giới hạn nhất định và khăng khăng rằng mình không thể làm được. Đây là một sự thay đổi tuy nhỏ nhưng quan trọng mà chúng ta đã quan sát thấy ở những cá nhân và doanh nghiệp thành công nói chung, và đây chắc chắn cũng là lý do các bạn đang đọc sách này.

Nhiều công ty có thâm niên như Apple, Nike, Google, Coca-Cola và Amazon đã bắt đầu thay đổi ngôn ngữ và kỳ vọng của họ. Tất cả các công ty này đều có chung xuất phát điểm, đều là các doanh nghiệp hướng tới phục vụ một phân khúc thị trường cụ thể. Thông qua tư duy và thái độ cầu tiến, họ đã có thể đổi mới vượt khỏi phạm vi ban đầu để trở thành những thế lực toàn cầu trong ngành kinh doanh của mình.

Tuy ta có thể cảm thấy như việc nuôi dưỡng tư duy cầu tiến nơi mình và người khác có vẻ nằm ngoài tầm kiểm soát, nhưng tôi xin đảm bảo rằng không phải vậy. Cũng giống như những tập đoàn tỷ đô kia, mỗi người chúng ta có thể phát triển tư duy cầu tiến từ bên trong và sau đó để nó lan tỏa sang những người khác.

## Tư duy Bảo thủ và Tư duy Cầu tiến

*Khi tư duy thay đổi thì mọi thứ bên ngoài cũng sẽ thay đổi theo.*

*Steve Maraboli*

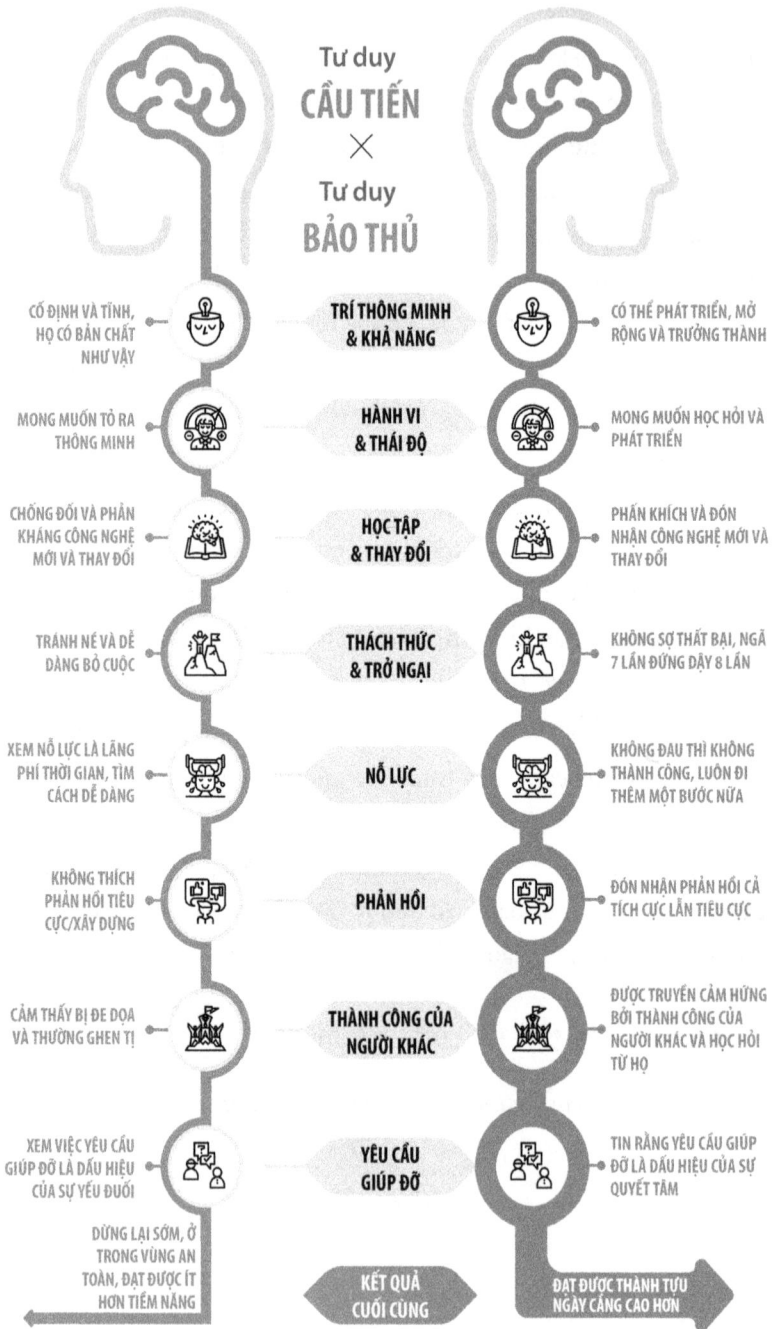

**Tư duy CẦU TIẾN** × **Tư duy BẢO THỦ**

| Tư duy BẢO THỦ | | Tư duy CẦU TIẾN |
|---|---|---|
| CỐ ĐỊNH VÀ TĨNH, HỌ CÓ BẢN CHẤT NHƯ VẬY | TRÍ THÔNG MINH & KHẢ NĂNG | CÓ THỂ PHÁT TRIỂN, MỞ RỘNG VÀ TRƯỞNG THÀNH |
| MONG MUỐN TỎ RA THÔNG MINH | HÀNH VI & THÁI ĐỘ | MONG MUỐN HỌC HỎI VÀ PHÁT TRIỂN |
| CHỐNG ĐỐI VÀ PHẢN KHÁNG CÔNG NGHỆ MỚI VÀ THAY ĐỔI | HỌC TẬP & THAY ĐỔI | PHẤN KHÍCH VÀ ĐÓN NHẬN CÔNG NGHỆ MỚI VÀ THAY ĐỔI |
| TRÁNH NÉ VÀ DỄ DÀNG BỎ CUỘC | THÁCH THỨC & TRỞ NGẠI | KHÔNG SỢ THẤT BẠI, NGÃ 7 LẦN ĐỨNG DẬY 8 LẦN |
| XEM NỖ LỰC LÀ LÃNG PHÍ THỜI GIAN, TÌM CÁCH DỄ DÀNG | NỖ LỰC | KHÔNG ĐAU THÌ KHÔNG THÀNH CÔNG, LUÔN ĐI THÊM MỘT BƯỚC NỮA |
| KHÔNG THÍCH PHẢN HỒI TIÊU CỰC/XÂY DỰNG | PHẢN HỒI | ĐÓN NHẬN PHẢN HỒI CẢ TÍCH CỰC LẪN TIÊU CỰC |
| CẢM THẤY BỊ ĐE DỌA VÀ THƯỜNG GHEN TỊ | THÀNH CÔNG CỦA NGƯỜI KHÁC | ĐƯỢC TRUYỀN CẢM HỨNG BỞI THÀNH CÔNG CỦA NGƯỜI KHÁC VÀ HỌC HỎI TỪ HỌ |
| XEM VIỆC YÊU CẦU GIÚP ĐỠ LÀ DẤU HIỆU CỦA SỰ YẾU ĐUỐI | YÊU CẦU GIÚP ĐỠ | TIN RẰNG YÊU CẦU GIÚP ĐỠ LÀ DẤU HIỆU CỦA SỰ QUYẾT TÂM |
| DỪNG LẠI SỚM, Ở TRONG VÙNG AN TOÀN, ĐẠT ĐƯỢC ÍT HƠN TIỀM NĂNG | KẾT QUẢ CUỐI CÙNG | ĐẠT ĐƯỢC THÀNH TỰU NGÀY CÀNG CAO HƠN |

*Hình 8. Tư duy bảo thủ và tư duy cầu tiến*

Khái niệm tư duy bảo thủ hay tư duy cầu tiến bắt nguồn từ niềm tin của chúng ta vào khả năng học hỏi và phát triển của mình. Nhiều người có tư duy cầu tiến trong một lĩnh vực nào đó của cuộc sống nhưng lại có tư duy bảo thủ trong một lĩnh vực khác. Cho dù tư duy của mình hiện đang như thế nào, ta vẫn luôn có thể áp dụng tư duy cầu tiến. Ta chỉ cần nhận thức được tư duy bảo thủ của mình và mở rộng tầm nhìn để thấy được vô vàn khả năng phát triển. Chúng ta hãy cùng dành chút thời gian tìm hiểu hai kiểu tư duy rất khác nhau này, như được mô tả trong *Hình 8* bên trên.

**Tư duy bảo thủ** khiến ta tin rằng mình không thể thay đổi hoặc cải thiện điều gì đó dù có cố gắng thế nào đi chăng nữa. Đây là kiểu suy nghĩ cho rằng ta sinh ra đã có những khả năng thiên phú như đan lát hoặc nấu ăn, trong khi trên thực tế là ta chỉ cần bỏ thời gian và công sức để học hỏi thì cũng có thể cải thiện các kỹ năng này. Những người có tư duy bảo thủ tin rằng họ có trí thông minh, kỹ năng và khả năng bẩm sinh, có khiếu chơi cờ hay chơi trượt ván bẩm sinh, và họ sinh ra đã là như vậy. Tư duy này khiến chúng ta không cầu tiến và rốt cuộc sẽ cản trở, khiến chúng ta không đạt đến tiềm năng tối đa, cả trong công việc lẫn cuộc sống. Những người có tư duy bảo thủ chỉ tập trung vào những thử thách liên quan đến một vấn đề và không tin rằng mình có thể cải thiện thông qua làm việc chăm chỉ và bỏ nhiều công sức. Tư duy bảo thủ khiến chúng ta giậm chân tại chỗ, khiến chúng ta như bị mắc kẹt.

Sống trong thế giới BAUU này, chúng ta phải linh lợi hơn thì mới vượt qua được những giai đoạn nhiều thử thách và thay đổi. Người có thái độ cởi mở là người có tư duy cầu tiến vì họ nhìn thấy cơ hội trong những thử thách. Trong mô hình kinh doanh này, chúng ta cần có khả năng và nhận thức để tự hủy và rồi tái thiết bản thân (cũng như tái thiết doanh nghiệp của mình) ngay từ bước khởi điểm, nếu cần. Nếu không có tư duy đúng đắn để hỗ trợ chuyển đổi, chúng ta sẽ không thể tiến xa. Tư duy cầu tiến cho phép ta nhìn lại những thất bại và thử thách trong quá khứ để tìm ra cơ hội cải tiến và đổi mới.

**Tư duy cầu tiến** khiến ta tin rằng mình có thể vượt qua những giới hạn để xây dựng trí óc, kỹ năng và năng lực, ngay cả khi dường như khó có thể thành công. Những người có tư duy phát triển sẽ không coi thành công của người khác là mối đe dọa đối với khả năng của mình mà xem đó như động lực để cá nhân phát triển.

Tư duy bảo thủ thì hữu hạn - nghĩa là có giới hạn và có mức năng suất tối đa, còn tư duy cầu tiến thì mang đến cho ta khả năng thay đổi nhiều thứ. Tư duy cầu tiến thể hiện sức mạnh của tâm trí và cho thấy rằng tâm trí con người thực sự vô hạn và vô tận.

Khoa học thần kinh đã chứng minh rằng chúng ta có thể làm cho mình thông minh hơn. Bộ não rất linh hoạt và có thể không ngừng phát triển, thay đổi và thích nghi dựa trên những thông tin, trải nghiệm và kỹ năng mới. Càng thực hành sử dụng tư duy cầu tiến, chúng ta càng áp dụng tư duy này trong mọi lĩnh vực của cuộc sống một cách hiệu quả hơn. Để thực sự tiến bộ ở vị trí lãnh đạo, chúng ta phải hiểu rõ tính linh hoạt của bộ não người. Hãy bước ra thế giới bên ngoài, đón nhận thử thách và chấp nhận thất bại, từ đó học hỏi và phát triển. Có như vậy, ta sẽ trở nên kiên cường hơn nữa.

## Tư duy Vô hạn (cầu tiến)

*Tư duy vô hạn nhìn thấy sự dư đầy còn tư duy hữu hạn thì nhìn thấy sự khan hiếm. Trong Trò chơi Vô hạn, chúng ta hiểu rằng sẽ thật ngu ngốc nếu muốn làm người giỏi nhất, và có nhiều người có thể chơi tốt đồng thời nhiều game.*

*Simon Sinek*

Có một tư duy vô hạn là có một tư duy cầu tiến và hơn thế nữa. Simon Sinek đã phổ biến cách nghĩ này trong cuốn *The Infinite Game (Trò chơi Vô hạn).* [33] Khi có tư duy vô hạn, ta không chơi trò thắng thua. Những người có tư duy vô hạn sẽ hướng tới một tương lai vô hạn và một di sản lâu dài để giúp mọi người trở nên tốt hơn.

Kaizen vốn dĩ mang tính vô hạn vì triết lý này bao gồm những cải tiến nhỏ liên tục. Cải tiến có nghĩa là phát triển, và phát triển có nghĩa là có được những kiến thức mới và những kỹ năng tốt hơn. Kaizen không phải là đích đến cần đạt tới mà là một thái độ và tư duy cần được áp dụng.

Trong triết lý kaizen, người ta không được khen thưởng khi đi đến đích. Những nguyên tắc kaizen đơn thuần đóng vai trò trụ cột để hỗ trợ và thúc đẩy ta tiến lên trong hành trình suốt đời của mình. Có thể nói rằng đây là một hành trình mà chỉ khi ta chết thì mới kết thúc, trừ khi ta tạo ra được một di sản giúp sứ mệnh, tầm nhìn, giá trị và tác động của mình tiếp tục sống mãi.

Dựa trên khung lý thuyết của Sinek, chúng ta có thể diễn dịch khái niệm tư duy bảo thủ là tư duy hữu hạn. Tương tự, ta diễn dịch tư duy cầu tiến là tư duy vô hạn. Trong cuốn *The Infinite Game (Trò chơi Vô hạn)*, Sinek đã viết rằng "kinh doanh là một trò chơi vô hạn, trong đó người chơi phát triển chiến lược riêng cho mình mà không cần một bộ quy tắc cố định nào"[34]. Những người chơi mới có thể tham gia lúc nào cũng được, bởi không có điểm bắt đầu và điểm kết thúc.

Rất nhiều trò chơi mang tính hữu hạn, ví dụ như bóng đá. Môn bóng đá có các quy định và giới hạn mà người chơi thực hiện theo. Ta chỉ được phép chơi trong một khoảng thời gian nhất định. Mục tiêu khi chơi là làm cho đội mình ghi nhiều bàn thắng hơn đội kia. Trò chơi này mang tính hữu hạn. Đội này thắng, đội kia thua hoặc hai bên có thể hòa nhau. Cờ vua cũng là một trò chơi mang tính hữu hạn, có người thắng kẻ thua. Chúng ta biết người chơi là những ai. Chúng ta có những quy tắc cố định và có một kết thúc rõ ràng. Các ví dụ này đã cho thấy tư duy hữu hạn trong thể thao. Những trò chơi này có khởi đầu và kết thúc, có kẻ thắng người thua. Khi tham gia Giải bóng đá Ngoại hạng Anh, mục tiêu của ta không phải là chơi sao cho thua mà là chơi sao để giành chiến thắng.

Tư duy vô hạn thì khác. Với tư duy này, thay vì tập trung vào việc thắng hay thua một trò chơi, ta ưu tiên hướng tới tương lai và thiết lập tính bền vững. Mục đích là để tồn tại, phát triển và duy trì sự mạnh mẽ theo thời gian. Khi áp dụng tư duy vô hạn cho các doanh nghiệp, chúng ta không cố đánh bại đối thủ hay đạt được kết quả sau cùng. Thay vào đó, chúng ta cố gắng xây dựng một tổ chức vững vàng và kiên cường, có thể tự duy trì đến vô tận.

Những nguyên tắc thiết yếu nhất trong tư duy vô hạn của Sinek xoay quanh Mục đích, Sự tín nhiệm và Sự quả cảm. Các doanh nghiệp hiện hữu vì một nguyên nhân, hay còn gọi là một mục đích. Cũng giống như bản thân ta cần một mục đích nhất định trong cuộc sống, doanh nghiệp cũng cần có mục đích như thế. Mục đích này khác với kim tự tháp chiến lược thông thường với các câu hỏi như: "Sứ mệnh của ta là gì? Tầm nhìn của ta thế nào? Giá trị của ta ra sao?" Những câu hỏi này thường không gợi ra được những câu trả lời sáng tạo.

Kim tự tháp chiến lược là một công cụ lập kế hoạch thường được sử dụng để giúp chúng ta minh họa mối quan hệ giữa các bước từ mục tiêu đến hành động, từ trên xuống dưới. Tôi đã tạo lập và sử dụng một kim tự tháp vô cùng chi tiết như trong *Hình 9* bên dưới, với phần Mục đích ở đỉnh nhọn - đây là lý do tại sao kim tự tháp này đôi khi được gọi là Kim tự tháp Mục đích. Khi di chuyển xuống theo từng tầng, ta có thể nhận ra một số khái niệm quen thuộc (tôi cũng đưa ra giải thích ngắn gọn bên dưới hình). Như có thể thấy, mục đích chính là động lực thúc đẩy hoạt động kinh doanh của ta (bằng cách giúp ích cho xã hội hoặc môi trường) và cho phép ta kết nối mật thiết hơn với khách hàng lý tưởng.

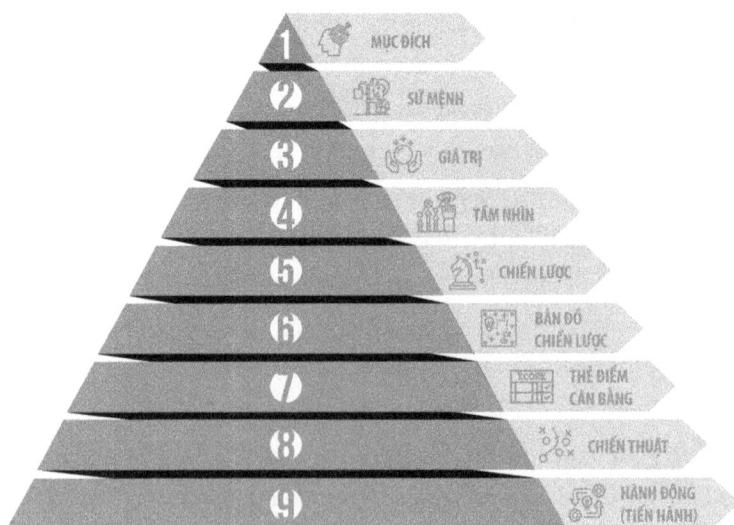

*Hình 9. Kim tự tháp Chiến lược*

Tôi sẽ điểm nhanh qua chín tầng, nhưng nếu bạn đã biết chúng thì có thể bỏ qua phần này.

1. **Mục đích.** Tại sao chúng ta làm những điều mình làm?

2. **Sứ mệnh.** Chúng ta làm gì?

3. **Giá trị.** Điều gì quan trọng với chúng ta?

4. **Tầm nhìn.** Chúng ta muốn ở vị trí nào trong tương lai?

5. **Chiến lược.** Kế hoạch hành động. Chúng ta làm thế nào để có thể đi từ vị trí hiện tại đến vị trí muốn đến và/hoặc cần đến?

6. **Bản đồ chiến lược.** Hình dung các mục tiêu chiến lược chính của công ty.

7. **Thẻ điểm cân bằng.** Một công cụ đo hiệu suất để theo dõi quá trình Thực hiện chiến lược bằng nhiều phép đo (số liệu/KPI) tập trung vào các mục tiêu chiến lược.

8. **Chiến thuật.** Những việc chúng ta cần làm để đạt được chiến lược. Chúng ta có thể có nhiều chiến thuật để đạt được từng mục tiêu chiến lược.

9. **Hành động** (Tiến hành). Những hành động mà chúng ta cần thực hiện để đạt được từng chiến thuật.

Chúng ta cần xây dựng lòng tin trong các đội nhóm. Từ "lòng tin" thường xuất hiện vì đây là điều cực kỳ quan trọng. Nếu muốn hoạt động tốt cùng nhau thì giữa mọi người cần có sự tin tưởng lẫn nhau, và điều này rất quan trọng trong các đội nhóm. Nếu trong một nhóm không có sự tin tưởng thì nhóm đó không thể đạt hiệu suất cao. Khả năng giữ chân, sự gắn kết, đổi mới, sự giao tiếp, sự minh bạch, tính linh hoạt, khả năng chịu trách nhiệm, tính trách nhiệm... của chúng ta đều ở mức thấp hơn. Tôi có thể tiếp tục liệt kê, nhưng tôi nghĩ bạn đã nắm được ý chính rồi.

Chúng ta cần có những đối thủ xứng tầm, không phải để đánh bại mà là để làm cho chúng ta tốt hơn. Khi có một đối trọng, ta sẽ được thúc đẩy để liên tục đổi mới cũng như được khuyến khích cải thiện hiệu suất, sản phẩm và dịch vụ của mình. Đối thủ của chúng ta có thể có những kiến thức mà chúng ta thiếu và ngược lại. Nếu hai bên cạnh tranh với nhau thì sự cạnh tranh sẽ làm cho chúng ta càng tốt hơn nữa.

Lại nói về thể thao, nếu ta muốn cải thiện khả năng tốt nhất của mình thì khi xung quanh ta có các vận động viên khác giỏi hơn, họ sẽ thúc đẩy ta, khiến ta cảm thấy có điều gì đó để hướng tới. Trong kinh doanh, đối thủ của ta cần phải là những công ty có hoạt động kinh doanh tương tự và đã đạt được mức độ thành công mà ta mong muốn. Chúng ta không muốn có những đối thủ định tiêu diệt hoặc đánh bại chúng ta; đúng hơn, chúng ta muốn có những đối thủ giúp chúng ta cải thiện – và chúng ta cũng có thể giúp họ cải thiện. Như vậy, tất cả các bên đều không ngừng vươn đến tầm cao mới.

Chúng ta muốn mọi đội nhóm đều hoạt động tốt và nâng đỡ những đội nhóm khác. Để phát triển bền vững, chúng ta cần tìm ra cách thích nghi nhanh chóng và hiệu quả trước những thay đổi như đại dịch. Chúng ta cần có khả năng chuyển hướng hoạt động kinh doanh ngay tức thì để tiếp tục tiến về phía trước. Bất kể thế giới kinh doanh sẽ có những thay đổi gì, ta cũng cần chuẩn bị sẵn sàng để đối phó; nếu không, doanh nghiệp của ta sẽ không bền vững.

Cuối cùng, chúng ta phải có sự quả cảm. Là lãnh đạo, ta cần có sự quả cảm để lãnh đạo đội ngũ của mình bằng tư duy vô hạn. Đây không đơn thuần là đạt được những mục tiêu trước mắt hay chỉ tập trung vào kết quả. Kiểu tư duy lạc hậu này không còn hiệu quả nữa. Ta không chỉ nghĩ đến quý này mà còn cần phải nghĩ đến quý tiếp theo, rồi các quý tiếp theo nữa. Ta cần suy nghĩ về sự bền vững lâu dài.

Cuốn sách của Sinek nói về việc suy nghĩ hướng tới tương lai mà chúng ta mong muốn và sau đó thực hiện các bước cần thiết để tạo ra tương lai ấy. Phương pháp này mang đến cho ta lợi thế cần có để xây dựng một doanh nghiệp mãi bền vững. Đây là một phương pháp tiếp cận hữu ích để giải quyết những thử thách mà chúng ta hiện đang phải đối mặt. Chúng ta hãy suy nghĩ bằng tư duy vô hạn, hãy phấn đấu không ngừng và hãy hỗ trợ những người khác để họ cũng làm được như vậy.

## Buông bỏ

*"Buông bỏ."*

*Marshall Goldsmith*

Marshall Goldsmith là nhà giáo dục và chuyên gia khai vấn kinh doanh nổi tiếng thế giới. Ông là người chuyên trợ giúp các vị CEO và đội ngũ quản lý của họ điều hướng những thay đổi ở nơi làm việc.[x] Goldsmith để ý thấy rằng chúng ta thường nói: "Tôi sẽ hạnh phúc khi..." thay vì tìm kiếm những điều khiến mình hạnh phúc ngay trong hiện tại.

Chúng ta thường nghe người khác nói: "Tôi sẽ hạnh phúc khi có được công việc ấy/khi được thăng chức/khi có chiếc xe đó", nhưng đây không phải là lối suy nghĩ mà ta nên có. Goldsmith gọi kiểu suy nghĩ về tương lai này là "căn bệnh Great Western". Triệu chứng "Tôi sẽ hạnh phúc khi" của căn bệnh này khiến cho mục tiêu của ta bị ràng buộc vào những thứ vật chất và khiến ta kỳ vọng rằng chúng sẽ làm ta hạnh phúc, trong khi thực sự là trong lòng ta không hạnh phúc.

*Căn bệnh Great Western khiến chúng ta chỉ chăm chăm vào tương lai mà không tận hưởng cuộc sống hiện tại.*

*Marshall Goldsmith*

Ta có thể lý luận rằng cảm giác "Tôi sẽ hạnh phúc khi..." này giống với suy nghĩ hữu hạn mà Sinek đã đề cập – lối suy nghĩ khiến chúng ta hạnh phúc chỉ khi thắng cuộc, hoặc khi đạt được mục tiêu doanh số, hoặc khi chúng ta giảm cân, được thăng chức. Thay vì tận hưởng quá trình học hỏi và phát triển, chúng ta lại bị cuốn vào một kết cục cụ thể

---

x. Tiến sĩ Marshall Goldsmith được công nhận là một trong top 10 nhà tư tưởng kinh doanh hàng đầu thế giới và là chuyên gia khai vấn điều hành được đánh giá cao nhất tại lễ trao giải Thinkers50 ở London từ năm 2011. Ông giúp nhiều người thành công đạt được sự thay đổi và hành vi tích cực, lâu dài cho bản thân cũng như cho nhân viên và đội ngũ của họ.

mà mình đang nỗ lực hướng tới, để cho trạng thái cảm xúc của mình bị chi phối bởi việc có đạt được kết cục đó hay không. Xu hướng này có thể dẫn đến cảm giác thất vọng, chán nản hoặc (tệ nhất là) bỏ cuộc!

Phát hiện của Marshall dựa trên cơ sở kinh nghiệm hơn ba mươi lăm năm thực hành giáo lý của đạo Phật. Ông viết rằng nếu chúng ta không thể chấp nhận một tình huống như nó vốn dĩ và không chịu tha thứ cho những người gây ra tình huống đó thì rốt cuộc, chúng ta sẽ tự làm khổ mình. Cảm thấy bế tắc và chấp nhận bại trận là những dấu hiệu rõ ràng của một tư duy hữu hạn: bế tắc và cứ mãi bế tắc. Cách suy nghĩ này khiến chúng ta ít có cơ hội tìm thấy ý nghĩa hay hạnh phúc bởi vì nó phụ thuộc vào một tương lai có thể sẽ không thành hiện thực.

Marshall khuyên chúng ta hãy *buông bỏ*. Một khi chúng ta có thể chấp nhận rằng mình đã thất bại, đã hiểu được thử thách và đã chấp nhận vai trò của mình trong một tình huống thì chúng ta phải buông bỏ. Chúng ta nên xem những khoảnh khắc này là cơ hội để học hỏi và hoàn thiện bản thân nhưng không nên bám víu vào chúng. Một khi buông bỏ và chấp nhận thực tế tình cảnh của mình thì ta được giải phóng. Sau đó, ta sẽ thấy rõ được những cơ hội khác có thể giúp mình tiến lên.

Không ai là hoàn hảo cả. Trong khi chúng ta đang học hỏi, cố gắng, gặp thất bại và tiếp tục sống, mọi thứ có thể trở nên hỗn loạn. Cuộc sống rất phức tạp và có nhiều mặt. Không phải lúc nào mọi thứ cũng diễn ra theo ý muốn của chúng ta, và khi kế hoạch của chúng ta thất bại hay khi có nhiều vấn để nảy sinh, chúng ta nên buông bỏ thay vì dằn vặt bản thân về những chuyện đã xảy ra và/hoặc nằm ngoài tầm kiểm soát của mình. Chúng ta có thể thay đổi cách nhìn của mình về thế giới và về bản thân. Marshall viết rằng điều này rất quan trọng để chúng ta trưởng thành.

Bản thân Marshall là một bằng chứng sống cho những lý luận này. Người ta thường hỏi ông: "Ông rất nổi tiếng và rất thành công, tại sao ông không có tên trong danh sách top 10 chuyên gia khai vấn hàng đầu?". Có biết bao danh sách top 10 và biết bao danh sách top 20 nhưng trong đó không có ông. Người ta loại ông khỏi danh sách vì ông luôn ở vị trí số một! Ông đã đạt đến đỉnh cao, và khi được hỏi làm thế nào mà ông lại thành công như vậy, ông cho rằng tất cả là nhờ khả năng buông bỏ của mình.

Goldsmith không phải tham gia cuộc chơi này để cố gắng giành chiến thắng; thay vào đó, ông vừa chơi vừa tận hưởng quá trình tìm hiểu luật chơi. Ông đang khai vấn, thúc đẩy mọi người thành công và giúp họ hôm nay tiến bộ hơn một chút so với hôm qua. Nếu người được khai vấn không quan tâm đến việc thay đổi thì Marshall cũng không quan tâm đến việc thay đổi họ, cũng không nhận họ làm khách hàng.

Tin rằng ta có thể giúp đỡ người khác và tạo ra sự khác biệt – đây là yếu tố quan trọng để thành công. Ta không cần phải chiến thắng mọi cuộc chiến; ta cần đưa ra những chọn lựa sáng suốt. Điều này có nghĩa là ta có thể giúp đỡ những người muốn thay đổi. Nếu ai đó không muốn thay đổi thì đừng lãng phí thời gian. Hãy mạnh dạn buông bỏ và chuyển sang làm công việc tiếp theo.

## Tư duy và Kết quả của tôi

*Tâm trí ta có thể hiểu và tin điều gì thì sẽ có thể đạt được điều đó.*

❧

*Napoleon Hill*

"Tâm trí ta có thể hiểu và tin điều gì thì sẽ có thể đạt được điều đó". Đây là lời của tác giả Napoleon Hill trong cuốn *Think and Grow Rich*[35] (*Nghĩ giàu và làm giàu*) xuất bản năm 1937. Đây là một tuyên bố thuyết phục và rất đúng đối với những ai đã trải nghiệm năng lực của tâm trí con người. Nhận thức cũng có năng lực tương tự như tâm trí. Qua bao năm, nhiều nghiên cứu đã chỉ ra rằng chúng ta chỉ mới bắt đầu hiểu được chút ít về khả năng của tâm trí con người.

Khi có đủ thời gian và luyện tập đủ (hình dung và tưởng tượng nhiều lần một việc nào đó trong đầu), chúng ta có thể nghĩ ra giải pháp cho hầu hết các tình huống. Quả thực, chúng ta đã chiến đấu và đổi mới để ứng phó với tình hình đại dịch. Chúng ta đã khai thác khả năng của những bộ óc lỗi lạc trên khắp hành tinh này để tìm cách khắc phục tình hình. Nếu không có sự hợp tác ấy, chúng ta sẽ không có vắc xin như ngày nay. Lúc đại dịch mới bắt đầu, không ai tin rằng con người có thể sớm tạo ra một loại vắc xin hiệu quả như vậy. Khi ấy, mọi người hoảng loạn và không thể nhìn thấy tia hy vọng nào. Tuy nhiên, khi thế giới ở trong giai đoạn đen tối nhất thì một tia sáng đã xuất hiện (sẽ luôn như vậy).

## Tư duy cá nhân của tôi

*Khi bắt đầu, hãy làm những điều cần thiết, sau đó hãy làm những điều có thể, và rồi ta đột nhiên làm được những điều không thể.*

*Francis of Assisi*

Theo tư duy cá nhân, tôi tin rằng mọi thứ đều khả thi. Nghe có vẻ quá đơn giản, nhưng chúng ta là những thực thể vô hạn – giới hạn duy nhất là giới hạn mà chúng ta đặt ra cho chính mình. Tất nhiên, có những khi ta phải tự vượt qua chướng ngại của chính mình. Có lúc, ta nói: "Tôi không thể làm việc này được" và khi nói như vậy thì ta đã đưa ra quyết định rồi. Một khi ta có niềm tin tự giới hạn như vậy thì niềm tin này sẽ trở thành giới hạn thực sự của ta.

*Dù ta nghĩ mình có thể hay không thể thì cả hai cách nghĩ đều đúng.*

*Henry Ford*

Thay vì tin vào những hạn chế thì tôi luôn tập trung nghĩ đến những điều tích cực. Tôi tiếp cận mọi việc với niềm tin rằng mình có thể làm được và sẽ làm tốt. Bất kể tôi có biết cách làm hay không, đã từng làm hay chưa hoặc không biết bắt đầu từ đâu thì tôi cũng tin mình có thể làm được. Tôi tin rằng nhờ năng lực và tài xoay sở của mình, tôi có thể biết cách giải quyết. Tôi tự tin rằng mình sẽ luôn tìm ra giải pháp cho vấn đề.

Mọi thứ đều khả thi nếu ta để tâm vào. Nếu mục tiêu mà ta đang theo đuổi phù hợp với đời sống, mục đích sống và sự thỏa mãn của ta thì lại càng tốt hơn nữa. Điều này khiến ta cảm thấy như được tiếp thêm sinh lực, cho ta nghị lực và động lực nội tại mỗi ngày. Ta có thể bắt mình làm những chuyện *không muốn* chỉ bằng sức mạnh ý chí không? Có thể, nhưng rất mệt mỏi. Từ miêu tả điều này là: *nghị lực.*

Nếu ta buộc bản thân mình hoặc người khác phải dựa vào nghị lực thì điều này sẽ làm ta phải tiêu hao thêm năng lượng - cũng giống như khi vòi cứu hỏa bị rò rỉ. Năng lượng đang bị tiêu hao ở đâu đó và do vậy, lực đẩy về phía trước bị giảm đi. Phải dùng đến nghị lực hoặc sức ép để làm điều gì đó có nghĩa là chúng ta không thực sự muốn làm nhưng lại cảm thấy đó là điều *nên* làm. Nếu chúng ta tự nhủ rằng mình *nên* làm việc gì đó thì có lẽ đây không phải là việc chúng ta thực sự muốn làm. Suy nghĩ này tạo ra lực cản bên trong, giống như lái ô tô khi phanh tay còn đang gài. Như vậy, ta cần phải căn chỉnh sao cho việc mình làm phù hợp với mục đích/mục tiêu của mình. Làm như vậy, ta có thể hiểu rõ mục đích đằng sau việc mình làm, giảm bớt lực cản nội tại.

Một phần đáng kể trong tư duy của chúng ta là do cha mẹ và các nhà đào tạo đã định hình từ khi chúng ta còn nhỏ. Hãy nhớ về một huấn luyện viên thể thao ở trường, người luôn cố gắng khai thác khả năng của ta thêm chút nữa và khuyến khích ta tin rằng chỉ cần cố gắng thêm một chút thôi thì cũng có thể đạt được bất cứ điều gì. Chúng ta học được rằng bằng cách cố gắng hơn nữa, chúng ta có thể tiến xa hơn. Tuy tôi không phải người có máu thể thao nhưng khi còn đi học, tôi đã tham gia *thủy thủ đoàn* (cách gọi sang trọng ám chỉ đội chèo thuyền). Khi đó, tôi là thuyền trưởng và nhiệm vụ của tôi là khuyến khích, huấn luyện và thúc đẩy thủy thủ đoàn hoạt động cật lực hơn trong các cuộc đua. Và rồi cũng giống như các thành viên khác trong thủy thủ đoàn, tôi bắt đầu tin vào tất cả những lời động viên mà chính mình nói với họ.

Sẽ luôn có những người thông minh hơn, nhanh nhẹn hơn hoặc khỏe mạnh hơn ta nhưng nếu cố gắng đủ nhiều, ta có thể thu hẹp khoảng cách giữa mình với họ. Nếu có thể vượt qua đối thủ cạnh tranh và nỗ lực nhiều hơn, ta thường có thể bắt kịp, sánh ngang và vượt xa họ. Khi có khả năng động viên và khuyến khích bản thân mình cũng như người khác, ta có thể hoàn thành công việc mà ít gặp trở ngại hơn trong khoảng thời gian ngắn hơn.

Yếu tố quan trọng nhất đã định hình tư duy của tôi là lối giáo dục rằng làm việc chăm chỉ là một phần của cuộc sống – thế thôi, không cần thắc mắc tại sao. Tôi đã bỏ ra nhiều giờ tập luyện để đạt được mục tiêu mà huấn luyện viên và những người lớn khác đã đặt ra cho mình. Khi còn bé, tôi đã làm được như vậy và đến giờ cũng vẫn tiếp tục. Vì vậy, lối suy nghĩ này là một phần trong tư duy của tôi và không dễ gì để tôi có thể thôi nghĩ như vậy. Cách này hiệu quả với tôi và cũng có thể hiệu quả với bạn. Có mệt mỏi không khi thỉnh thoảng phải thúc đẩy, đôn đốc chính mình? Có chứ; tuy nhiên, miễn là việc tôi đang làm phù hợp với mục đích của tôi và tôi cảm thấy mình đang đi đúng hướng thì tôi chấp nhận.

## Hạnh phúc

*Người ta nghĩ mình hạnh phúc đến mức nào thì sẽ*
*hạnh phúc đến mức đó.*

*Abraham Lincoln*

Hạnh phúc cần phải phát xuất từ bên trong. Hầu hết mọi người đều tìm kiếm hạnh phúc trong những thành tựu, của cải vật chất, địa vị xã hội và các mối quan hệ. Tuy nhiên, văn hóa nỗ lực không ngơi nghỉ khiến chúng ta kiệt sức. Chúng ta càng đuổi theo hạnh phúc thì nó càng lẩn trốn chúng ta. Thay vì hướng sự chú ý ra bên ngoài, chúng ta cần phải nhìn vào bên trong.

Duy trì tinh thần lạc quan khi đối mặt với nghịch cảnh và thử thách là bài kiểm tra thực sự đòi hỏi ta phải có một tư duy mạnh mẽ. Khi tìm kiếm hạnh phúc và sự thỏa mãn từ bên trong, ta có thể kiểm soát trạng thái tinh thần nhiều hơn so với khi để cho hạnh phúc của mình bị thế giới bên ngoài bức chế.

Khái niệm *hygge* của người Đan Mạch đã được giới thiệu tới độc giả quốc tế trong cuốn sách *The Little Book of Hygge* (*Cuốn sách nhỏ về hygge*) (Meik Weiking, 2017), và cơn sốt hạnh phúc này đã bắt đầu lan ra khắp các quốc gia.[36] Từ *hygge* tuy không thể được dịch ra một cách sát sao trong nhiều thứ tiếng nhưng nói chung, từ này đề cập đến quan niệm về hạnh phúc, sự thoải mái và ấm cúng của người Đan Mạch.[37] Hiện tượng này trở nên nổi tiếng vì nó có tiền đề đơn giản và dễ tiếp cận, cụ thể người Đan Mạch tin rằng hạnh phúc đến từ cảm giác được chăm sóc tốt, đến từ cảm nhận thoải mái và dễ chịu *bên trong*. Những yếu tố này có thể được áp dụng rộng rãi ở mọi nơi trên thế giới để tạo ra hạnh phúc tức thì.

Một cách nhìn mới mẻ khác về hạnh phúc đến từ khái niệm *lagom* của người Thụy Điển. Tuy *lagom* nghe có vẻ là "người anh em nghiêm nghị" của *hygge* nhưng thực ra, *lagom* cũng không quá cứng nhắc. Dịch nôm na, *lagom* có nghĩa là "vừa đủ", thể hiện quan niệm rằng hạnh phúc đến từ sự hài hòa và cân bằng trong cuộc sống.[38]

Cả hai triết lý này đưa ra những quan điểm về hạnh phúc vượt ra khỏi thế giới bên ngoài chúng ta. *Hygge* xoay quanh việc tạo ra những khoảnh khắc ấm cúng và an toàn, trong khi *lagom* thì chú trọng sự cân bằng trong mọi thứ và do đó có vẻ giống một triết lý về động lực sống hơn. Khi áp dụng những tư duy này, ta có thể xem xét lại các ưu tiên của mình và thoát khỏi tình trạng tiêu thụ vật chất không ngừng nghỉ.

## Thói quen

*Nếu chọn một thói quen tốt và thực hành thường xuyên, ta sẽ không cần phải ép mình tiếp tục thực hiện thói quen này. Thói quen này sẽ phát triển một cách tự nhiên, giống như một hạt giống khỏe mạnh được gieo vào mảnh đất màu mỡ.*

*BJ Fogg*

Hầu hết những suy nghĩ, cảm xúc và hành động của chúng ta đều do thói quen hình thành nên. Tất cả chúng ta đều cần phải bỏ những thói quen xấu và phát huy những thói quen tốt hơn. Tuy nhiên, những thói quen mới hình thành không phải lúc nào cũng tồn tại lâu dài.

Chúng ta xây dựng những thói quen mới bằng cách làm điều gì đó và nhận ra rằng điều này mang lại cảm giác tích cực. Nếu ta muốn duy trì cảm giác đó thì hãy biến việc mình đang làm thành thói quen. Chẳng mấy chốc, ta sẽ tự nhiên cảm thấy có động lực để thiết lập nhiều thói quen, thông lệ mới hơn nữa và tích hợp chúng vào những thói quen hiện có. Cuối cùng, những thói quen mới này sẽ mang tính tự động, giống như ta tự động thức dậy hay đánh răng. Khi đó, ta sẽ không còn phải chủ ý suy nghĩ về chúng nữa.

Tôi chắc chắn rằng bạn đã đặt ra một kế hoạch cho năm mới và rồi bỏ ngang ngay từ tháng 1, hoặc đã cam kết thực hiện một thói quen mới vào thứ Hai nhưng rồi đến thứ Tư thì gạt nó sang một bên. Cách để duy trì một thói quen mới là tập trung nâng cấp một thói quen hiện tại thay vì cố loại bỏ nó.

Khi thực hiện các thói quen cá nhân (hay thói quen làm việc) tốt hơn, ta sẽ đạt được những mục tiêu cá nhân (hay mục tiêu công việc) mới. Ta không thể đạt được những điều mới lạ bằng cách lặp lại những thói quen cũ; vì vậy, nếu muốn tiếp tục tiến tới và phát triển, ta cần nâng cấp những thói quen cũ. Chúng ta cần đủ linh lợi để học hỏi và thử nghiệm các phương pháp mới. Chúng ta cần phải bỏ đi những ý tưởng cũ không còn giúp ích cho chúng ta trong thế giới BAUU này và thay thế chúng bằng những ý tưởng mới mẻ, sáng tạo hơn.

## 7 thói quen của Steven Covey

*Gieo suy nghĩ, gặt hành động; gieo hành động, gặt thói quen;*
*gieo thói quen, gặt tính cách; gieo tính cách, gặt số phận.*

*Steven R. Covey*

Sách *The 7 Habits of Highly Effective People* (*7 thói quen hiệu quả*) xuất bản năm 1989 của Steven R. Covey có lẽ là cuốn sách nổi tiếng nhất trong lĩnh vực sách về quản lý và lãnh đạo kinh doanh.[39] Trong sách này, Covey tiết lộ bí quyết thành công của mình bằng cách xác định bảy thói quen giúp người ta phát triển vọt lên và khai phóng tiềm năng thực sự của mình. Bảy thói quen này rất hiệu quả và rất có khả năng chuyển hóa con người, đó là:

1. **Chủ động.** Ta phải có trách nhiệm và nhận trách nhiệm về mình. Đừng đổ lỗi, bởi tất cả là do mình. Ta là người chịu trách nhiệm về chính mình. Hãy nhớ rằng ta luôn có quyền lựa chọn, và chủ động là một sự lựa chọn. Như Covey đã viết: "Tôi không phải là sản phẩm của hoàn cảnh. Tôi là sản phẩm của quyết định của mình".

2. **Khi bắt đầu hãy nghĩ đến mục tiêu sau cùng.** Hãy tập trung nỗ lực vào những gì ta có thể kiểm soát và tác động. Hãy buông bỏ bất cứ thứ gì ta không thể kiểm soát hoặc tác động, bởi vì những thứ ấy chỉ làm lãng phí thời gian. Thói quen này có liên quan đến việc hình dung ra những gì mình muốn đạt được. Covey nói: "Việc quan trọng nhất của ta luôn ở phía trước chứ không bao giờ ở phía sau ta". Hãy tập trung tiến về phía trước rồi lên kế hoạch lùi lại từ mục tiêu của mình.

3. **Ưu tiên những việc cần làm trước.** Hãy giải quyết những việc quan trọng nhất đầu tiên. Hãy biết cách ưu tiên và nói không với những việc không phải là ưu tiên. Bước này đòi hỏi ta phải cân bằng và tìm ra một cách chung để quyết định chuyện gì quan trọng và chuyện gì không. Covey khuyến khích chúng ta sống theo những nguyên tắc mà mình coi trọng nhất, chứ không phải theo những áp lực và kế hoạch bên ngoài.

4. **Suy nghĩ theo hướng sao cho đôi bên cùng có lợi.** Hãy hợp tác với người khác sao cho ai cũng có được phần thắng và không phải nếm mùi thua cuộc. Đây là nền tảng để xây dựng sự tín nhiệm và kết nối. Hãy tìm những điểm tương đồng khiến mọi người hứng khởi và được tiếp thêm năng lượng.

5. **Hiểu người khác trước rồi mới khiến người khác hiểu mình.** Thói quen này tập trung vào việc giao tiếp hiệu quả. Chúng ta cần tích cực lắng nghe để hiểu người khác. Do mô hình WFA (Work From Anywhere - Làm việc ở bất cứ đâu) trong hiện tại mà tình trạng giao tiếp kém và khó hiểu đang trở nên rất phổ biến. Hơn bao giờ hết, chúng ta phải đảm bảo rằng nội dung giao

tiếp phải rõ ràng và dễ hiểu đối với tất cả các bên. Như Covey cảnh báo, hầu hết mọi người đều không lắng nghe để hiểu mà lắng nghe để phản ứng lại.

6. **Hiệp lực**. Khi người ta xích lại gần nhau và hợp tác với nhau, kết quả mà họ cùng nhau tạo ra luôn vượt trội hơn những gì họ có thể đạt được khi hành động riêng lẻ. Hãy nhớ rằng luôn có những điều chúng ta không biết – đây là lý do tại sao chúng ta cần phải có những đội nhóm đa dạng. Tư duy hiệp lực tốt hơn tư duy độc tài "làm theo cách của tôi chứ không theo cách nào khác" ở chỗ: tư duy hiệp lực hướng đến "cách của chúng ta". Hiệp lực không phải là thỏa hiệp, bởi khi thỏa hiệp, một cộng một cùng lắm chỉ bằng một rưỡi. Khi thỏa hiệp, chúng ta luôn phải mất đi một cái gì đó.

7. **Tôi rèn**. Covey nhấn mạnh tầm quan trọng của việc không ngừng hoàn thiện bản thân. Ta phải luôn cải thiện, sàng lọc và đổi mới. Sự đổi mới giúp chúng ta không ngừng tiến tới và tiến lên.

Mỗi một thói quen trong số bảy thói quen này của Covey đều đóng vai trò quan trọng trong cuộc sống của tôi. Chúng ta có thể bắt gặp thói quen đầu tiên (chủ động) trong tư duy kaizen về việc học tập suốt đời của chúng ta. Đây cũng là Bước 4 của mục Lợi thế ban đầu (xem phần Lợi thế ban đầu bên dưới). Tôi học hỏi mỗi ngày, dù là từ một cuốn sách hay một bài báo. Tôi ghi danh tham gia các khóa học để học hỏi từ những người giỏi nhất. Mỗi khi cảm thấy mình thiếu chủ động, tôi như được thôi thúc phải hành động ngay lập tức để khắc phục tình hình.

Thói quen thứ sáu (hiệp lực) đặc biệt quan trọng ngày nay. Trong thế giới BAUU, sự kết nối và cộng tác ngày càng trở nên quan trọng. Chúng ta thấy điều này rất rõ trong thời kỳ đại dịch qua cách mọi người và các tổ chức đã cùng nhau kiến tạo giải pháp mới cho những vấn đề mới này. Chúng ta đã cùng nhau động não vào những thời điểm bất thường và tạo ra những điều tuyệt vời.

Bảy bước này của Stephen Covey mang rất nhiều kiến thức và ý nghĩa. Cuốn sách của ông đã đạt vị trí bán chạy nhất vào năm phát hành.

Từ đó trở đi, sách này đã trở thành một tác phẩm kinh điển đương đại, vì những bài học mà sách đưa ra mang tính phổ quát và vượt thời gian. Mặc dù hiện đã hơn ba mươi năm tuổi, sách này vẫn có sức ảnh hưởng rất lớn.

## Cách tôi thể hiện

*Các vị CEO được thuê vì có trí năng cũng như*
*chuyên môn kinh doanh và bị sa thải vì thiếu trí tuệ cảm xúc.*

*Daniel Goleman*

Người khác nhìn thấy chúng ta như thế nào thì sẽ cảm nhận về chúng ta như thế ấy, mặc dù cảm nhận cá nhân có thể khác với thực tế. Ví dụ như người bạn đời yêu thương của ta có thể nghĩ rằng ta làm được những điều phi thường chẳng hạn như có thể đi trên mặt nước, bất kể ta có thật sự làm được hay không. Cũng như vậy, một số người có thể nghĩ ta là kẻ ngốc. Đối với họ, dù ta có làm gì thì cũng vẫn là kẻ ngốc.

Vì vậy, cách thể hiện của ta trở nên quan trọng, và đây chính là trọng tâm của trí tuệ cảm xúc. Trí tuệ cảm xúc xoay quanh các kỹ năng giúp ta cảm nhận, hiểu, diễn đạt, lý luận và quản lý cảm xúc, cả nơi bản thân mình lẫn nơi người khác.

Chúng ta có thể áp dụng những kỹ năng này để nhận thức rõ hơn về cảm xúc của chính mình và của người khác. Khi có mức độ trí tuệ cảm xúc cao hơn, chúng ta ý thức hơn về ảnh hưởng của cảm xúc đối với quyết định, hành vi và hiệu suất của mình. Do đó, chúng ta được trang bị tốt hơn để giảm thiểu những tác động tiêu cực của cảm xúc và tận dụng tối đa những khía cạnh tích cực của chúng.

*Cách ta thể hiện sẽ quyết định cách người khác cảm nhận, cách họ cảm*
*nhận sẽ quyết định mức độ gắn kết của họ, và điều này ảnh hưởng rất*
*đáng kể đến kết cục của mối quan hệ.*

*Deiric McCann (GENOS International)*

Tóm lại, trí tuệ cảm xúc giúp ta thể hiện theo cách mình muốn được người khác nhìn thấy và do đó nâng cao tính hiệu quả, tầm ảnh hưởng và khả năng đương đầu với thử thách của ta.

## Tự làm mới mình

*Khi buông bỏ con người hiện tại, ta sẽ trở thành con người mà mình có thể trở thành.*

*Lão Tử*

Bạn đã bao giờ thấy một người bạn hành động theo cách này trước mặt mình nhưng lại hành động theo cách khác trước mặt đồng nghiệp, rồi lại hành động theo cách khác nữa khi ở cùng bạn bè thời trung học hay trước mặt một đối tác mới? Đây là vì con người chúng ta có bản chất vô hạn và có tiềm năng tự làm mới nhiều lần. Chúng ta muốn là kiểu người như thế nào trong cuộc sống thì sẽ có thể trở thành kiểu người như thế ấy. Thông thường, để vươn đến một tầm cao hơn, chúng ta phải phát triển một phiên bản cải tiến cho con người hiện tại của mình.

Hãy thúc đẩy bản thân và tăng khả năng thành công bằng cách hiểu và nhận biết rõ rằng để biến những mục tiêu này thành hiện thực, ta cần phiên bản nào của con người mình. Sau đó, hãy nỗ lực mỗi ngày để trở thành phiên bản ấy trong tương lai (hãy nhớ bốn câu hỏi trong Chương 1).

Phiên bản ấy của ta – người có mọi thứ ta muốn có trong tương lai – sẽ do dự trong hành động hướng tới mục tiêu hay sẽ chủ động biến mọi thứ thành hiện thực? Ta có đang hành động phù hợp với con người mà mình mong muốn trở thành không? Ta có đang thực hiện các bước hằng ngày để trở nên phiên bản phi thường nhất, sáng giá nhất của chính mình, hay ta đang không ngừng đánh giá thấp bản thân?

Hãy quyết tâm thực hiện và thực hiện hết mình!

## Lợi thế ban đầu

*Để mọi thứ thay đổi, ta phải thay đổi. Để mọi thứ tốt lên,*
*ta phải tốt lên. Dễ mà không dễ.*

*Jeff Olson*

Trong cuốn sách *The Slight Edge (Lợi thế ban đầu)*, chuyên gia bán hàng Jeff Olson đã cung cấp cho mọi người bộ công cụ bảy bước để thực hiện những thay đổi nhỏ hằng ngày giúp dẫn đến thành công và hạnh phúc trong cuộc sống, như được mô tả trong *Hình 10* bên dưới.[40]

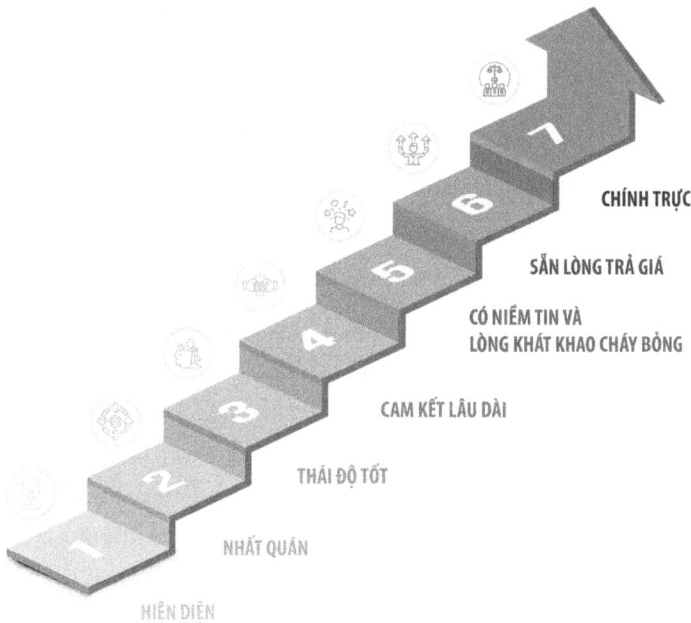

CHÍNH TRỰC

SẴN LÒNG TRẢ GIÁ

CÓ NIỀM TIN VÀ
LÒNG KHÁT KHAO CHÁY BỎNG

CAM KẾT LÂU DÀI

THÁI ĐỘ TỐT

NHẤT QUÁN

HIỆN DIỆN

*Hình 10. Lợi thế ban đầu*

1. **Hiện diện.** Woody Allen từng nói rằng 80% thành công nằm ở sự hiện diện. Dù mưa hay nắng, ta phải hiện diện, đừng để bất cứ điều gì cản đường mình. Hãy hiện diện và hoạt động tích cực. Chính những người hiện diện là những người đưa ra quyết định; vì vậy, ta phải hiện diện để tạo ra tác động.

2. **Nhất quán.** Tính nhất quán giúp ta có được sự tín nhiệm từ mọi người và cộng đồng. Đây cũng là một cách để xây dựng những thói quen tích cực. Cũng giống như ta cần đánh răng hằng ngày để ngừa sâu răng, ta cần phải nhất quán với những thói quen khác cũng như thái độ của mình.

3. **Thái độ tốt.** Winston Churchill từng nói rằng thái độ tuy là một điều nhỏ nhưng có thể tạo nên sự khác biệt lớn. Đúng như vậy! Hãy để thái độ xấu ở nhà và mang quan điểm tốt đến nơi làm việc. Khi chú ý bắt đầu ngày mới theo hướng tích cực, ta sẽ tạo được sự khác biệt lớn trong quan điểm của mình.

4. **Cam kết lâu dài.** John Leonard từng nói rằng một tình bạn thân cần có thời gian nuôi dưỡng lâu dài. Trong cuốn *Outliers (Những kẻ xuất chúng)* xuất bản năm 2008, Malcolm Gladwell đã viết rằng để phát triển chuyên môn ở bất kỳ kỹ năng nào, ta phải thực hành đúng cách trong tổng cộng mười ngàn giờ. Chúng ta có hàng triệu cách khác nhau để chứng minh rằng đạt được thành công một sớm một chiều chỉ là chuyện hoang đường. Hãy chăm chỉ nỗ lực và cam kết lâu dài.

5. **Có niềm tin và lòng khát khao cháy bỏng.** Nếu muốn đạt được thành công thì đây là hai phẩm chất mà ta phải có. Ta phải có niềm tin nơi bản thân và lòng khát khao cháy bỏng khiến ta mong muốn giành chiến thắng hay đạt được thành tựu. Như Napoleon Hill đã nói, lòng khát khao khiến ta thức khuya dậy sớm, giúp ta tiếp tục tiến về phía trước ngay cả khi mọi thứ có vẻ ảm đạm. Đây là một thành phần quan trọng cho sự thành công bền vững.

6. **Sẵn lòng trả giá.** Những người lãnh đạo không phải bẩm sinh đã là lãnh đạo; họ trở thành lãnh đạo nhờ làm việc cật lực. Để đạt được mục tiêu, ta luôn phải trả một cái giá nào đó. Vince Lombardi có câu nói rất hay: "Cái giá chúng ta phải trả để đạt được thành công là làm việc cật lực. Tôi nghĩ nếu sẵn lòng trả giá thì ta có thể đạt được bất cứ điều gì". Dù là đầu tư vào bản thân, đầu tư vào một chuyên gia khai vấn hay gom góp số tiền mình cần bằng mọi cách có thể, ta luôn phải trả một cái giá nào đó.

*Cái giá chúng ta phải trả để đạt được thành công là làm việc cật lực.*
*Tôi nghĩ nếu sẵn lòng trả giá thì ta có thể đạt được bất cứ điều gì.*

*Vince Lombardi*

7. **Chính trực.** Chính khách người Mỹ Alan Simpson đã nói: "Nếu ta có lòng chính trực thì chẳng có gì thành vấn đề. Nếu ta không có lòng chính trực thì chẳng điều gì còn quan trọng". Sự chính trực nằm ở cốt lõi tính cách của con người, biểu thị tính chân thực trong mọi hành động và lời nói của họ.

*The Slight Edge* cũng dạy ta một bài học quan trọng về sức mạnh của sự lựa chọn. Như tác giả đã chỉ ra theo cách súc tích: nếu việc gì đó dễ làm (chẳng hạn như đánh răng mỗi ngày) thì cũng dễ bị bỏ qua (có một số ngày ta bỏ đánh răng) – ta có sự lựa chọn.

Chúng ta đối mặt với nhiều lựa chọn đơn giản như vậy mỗi ngày. Có nên đánh răng không đây? Có nên tắm không đây? Có nên đi tập gym không đây? Liệu mình có đến cuộc họp đúng giờ không? Mọi việc ta làm hằng ngày đều là sự lựa chọn, vì vậy, ta cần đảm bảo những sự lựa chọn đưa ra sẽ dẫn mình tới đích đến mong muốn.

*Hình 11* bên dưới minh họa trực quan các ý nêu trên – tác động của những việc dễ làm và những việc dễ bị bỏ qua.

*Hình 11. Minh họa tác động của những việc dễ làm và những việc dễ bị bỏ qua.*

## Sống theo nguyên tắc Lợi thế ban đầu

*Những hành động đơn giản, hiệu quả, lặp đi lặp lại một cách nhất quán*
*theo thời gian tựu chung sẽ mang đến lợi thế ban đầu.*

*Jeff Olson*

Tôi áp dụng những nguyên tắc được nêu trong cuốn *The Slight Edge* mỗi ngày và vì chúng tác động đến tôi rất nhiều nên tôi gặp ai cũng giới thiệu sách này.

Đối với tôi, đọc sách kinh doanh vốn là một việc không hề dễ dàng. Trước kia, tôi thích đọc sách khoa học viễn tưởng và giả tưởng, nhưng lại không thích đọc sách kinh doanh cho lắm, mặc dù tôi biết thói quen đọc sách kinh doanh sẽ giúp cải thiện cuộc sống của tôi rất nhiều. Tôi biết rằng mình có chút lưỡng lự nhưng lại không rõ tại sao. Tất nhiên, tôi sẽ thấy thoải mái khi tiếp tục trì hoãn việc đọc sách kinh doanh mặc dù tôi biết đọc sách kinh doanh là có lợi.

Tuy nhiên, nhờ cuốn *The Slight Edge* truyền cảm hứng mà tôi quyết đọc mười trang mỗi ngày, và kết quả là tôi đã thu nhặt được những điều bổ ích đáng kể. Từ khi bắt đầu hành trình này vào năm 2012, tôi đã đặt ra nhiều thử thách đọc sách hằng năm trên Goodreads. Mặc dù đã không hoàn thành được hai thử thách trong số đó nhưng tôi cũng đã đọc được hơn 900 cuốn sách. Với mục tiêu khiêm tốn mười trang mỗi ngày, kết quả đạt được thật đáng kinh ngạc.

Bởi tin chắc rằng việc đọc ít nhất mười trang mỗi ngày là rất quan trọng nên tôi đã kết hợp thói quen này vào triết lý sáng lập của TRG International. Những người làm việc cho công ty này cần đọc mười trang mỗi ngày và tôi nhận thấy rằng đây là một cách tuyệt vời để liên tục học hỏi và phát triển. Mặc dù xem video trên YouTube (hay trên nền tảng nào khác) cũng có thể giúp ta học hỏi (ngày trước lứa chúng tôi không có lựa chọn này) nhưng những lời được viết ra trong sách hàm chứa rất nhiều giá trị. Vì vậy, đừng cho rằng đọc sách là lạc hậu hay lỗi thời.

Để hỗ trợ nhân viên đạt được những mục tiêu này, chúng tôi đã xây dựng một thư viện cho công ty với hơn một ngàn cuốn sách. Bộ sưu tập này có những đầu sách kinh doanh hay nhất trên thị trường, và mỗi năm, chúng tôi thêm những đầu sách mới (theo đề xuất) vào thư viện. Bằng cách giảm bớt trở ngại, chúng ta giảm bớt được sức cản bên trong. Người ta được thúc đẩy bởi cơn khát kiến thức, và họ sẽ duy trì sự nhiệt tình khi có một cách để cải thiện bản thân dễ dàng.

Chúng ta có thể cảm thấy mình luôn tất bật và không có thì giờ để đọc sách. Thực ra, ta luôn có thể tìm ra thời gian mỗi ngày để đọc vài trang sách, dù là đọc hay nghe. Nếu ta đang lái xe, đang ở trên phương tiện giao thông công cộng nào đó hoặc đang đi bộ thì hãy nghe sách nói. Khi tập thể dục, hãy nghe sách nói thay vì nghe nhạc. Tôi gọi đây là Đại học Chạy. Trong một ngày, chúng ta có rất nhiều cơ hội nhỏ để đọc sách.

Khi tích lũy thứ gì đó từng chút một theo thời gian – áp dụng cho hầu như mọi thứ chứ không chỉ việc đọc sách, ta sẽ gom góp được nhiều hơn mình tưởng. Mỗi khi ta nỗ lực thực hiện mục tiêu của mình, dù hôm nay chỉ nỗ lực nhiều hơn một chút so với hôm qua, ta cũng sẽ tạo nên sự khác biệt. Đừng đánh giá thấp những bước nhỏ bởi dù sao chúng vẫn là những bước tiến. Hãy luôn tận tâm với những điều quan trọng, ngay cả khi chúng không có gì nổi bật.

Chúng ta luôn có sự lựa chọn. Chúng ta có thể chọn khuất phục sự phản kháng bên trong mình hoặc có thể chọn chinh phục nó. Bất động chịu khuất phục sự phản kháng và cảm giác sợ hãi là chọn lựa dễ dàng hơn nhiều so với tiến về phía trước bất chấp cảm giác sợ hãi. Chúng ta cần hiểu rằng đâu đó trong ta sẽ luôn có sự phản kháng, nhưng ta sẽ không thể đạt được những phần thưởng to lớn nhất bằng những cam kết ngắn hạn. Những phần thưởng ấy chỉ có thể gặt hái được trong quá trình lâu dài. Vì vậy, hãy thực hiện một bước tiến dù ngắn đến đâu.

Trong hành trình cải thiện bản thân, hãy suy ngẫm những câu hỏi hướng ta đến sự phản tỉnh sâu sắc, nhận thức và phát triển sâu. Mình đã biết những gì và chưa biết những gì? Mình cần cải thiện ở những mặt nào và làm cách nào để cải thiện?

Hãy nhìn xung quanh để tìm những dấu hiệu của lợi thế ban đầu trong cách hoạt động của mọi người và ta sẽ có thể nhận ra ai đã áp dụng triết lý này, bởi vì họ chính là những người đang phát triển mạnh. Tôi có thể dễ dàng nhận ra những ai chỉ đang nói suông về bảy bước này bởi vì họ là những người đang phải vùng vẫy. Họ bị thiếu mất *lợi thế ban đầu* đặc biệt đó.

# NHỮNG ĐIỂM CHÍNH CẦN GHI NHỚ
## TRONG CHƯƠNG 3

- Kaizen là một từ tiếng Nhật có nghĩa là cải thiện liên tục. Kai (thay đổi) và zen (tốt).

- Mô hình Reflection 4 Reaction Reward and Repeat (Phản tỉnh để Phản ứng Khen thưởng và Lặp lại) là mô hình tạo thói quen phản tỉnh.

- Để thúc đẩy ta tiến về phía trước, hãy xem những thử thách là cơ hội giúp ta phát triển thay vì xem chúng là rào cản.

- Tư duy vô hạn là một trong những cơ hội vô hạn và là mong muốn/động lực để cải thiện bản thân. Không phải là "tôi không thể", mà là "tôi làm thế nào để có thể?".

- Hãy buông bỏ những thất bại của mình. Bằng cách tha thứ và thừa nhận những sai phạm trong cuộc sống, ta giải phóng bản thân khỏi quá khứ để có thể thấy rõ tương lai và đưa ra quyết định dựa trên khoảnh khắc hiện tại.

- Hạnh phúc không nằm ở những thứ bên ngoài mà ở trạng thái cảm xúc bên trong.

- Hãy đơn giản hóa cuộc sống và đảm bảo mọi khía cạnh sống đều được cân bằng. Hãy tạo cảm giác thoải mái và ấm cúng từ bên trong để cảm thấy thật viên mãn.

- Các thói quen sẽ quyết định những hoạt động hằng ngày mà chúng ta thực hiện để hướng tới mục tiêu. Khi điều chỉnh các thói quen phù hợp với kế hoạch dài hạn, ta sẽ có được thành công.

- Trí tuệ cảm xúc quyết định cách chúng ta thể hiện. Trí tuệ cảm xúc cao cho phép chúng ta nhận biết phản ứng cảm xúc, quan sát các kiểu hành vi của mình và lựa chọn trạng thái cảm xúc phù hợp hơn. Trí tuệ cảm xúc cũng bao gồm khả năng xử lý cảm xúc theo cách lành mạnh.

- Không ngừng tự đổi mới bản thân để phát triển liên tục.

- Áp dụng *The Slight Edge* để tạo lợi thế cho mình. Hãy thực hiện theo 7 bước, biến chúng thành thói quen và tiến tới thành công, hạnh phúc.
- Tìm hiểu thêm về lợi thế ban đầu trong Masterclass.[xi]
- Tải xuống tư liệu Chương 3 từ trang RickYvanovich.com/BAUU/.

---

xi. Có thể tìm Slight Edge Masterclass và các tài liệu khác trên trang RickYvanovich.com/BAUU/.

## GỢI Ý SUY NGẪM CHƯƠNG 3

**Một** điểm chính cần nhớ từ chương này là gì?

Còn gì khác nữa?

Vì đã đọc chương này, ta sẽ thực hiện hành động gì ngay lập tức?

Còn gì khác nữa?

# CHƯƠNG 4
# THÁP BẢN THÂN

THÁP BẢN THÂN

*Hãy là chính mình, nhưng luôn là con người tốt hơn của mình.*

Karl G. Maeser

Tôi đã tạo ra khái niệm Tháp Bản thân từ nhiều năm trước. Lúc đó, tôi cứ được hỏi: "Làm thế nào để trở nên thành công?" Tôi chợt nhận ra rằng điều mà những người đặt câu hỏi thực sự muốn biết là *họ* làm thế nào để trở nên thành công. Tôi biết câu trả lời và tôi có thể nói huyên thuyên cả ngày về những việc mà cá nhân tôi đã làm để thành công, nhưng biết đâu chúng lại không phù hợp với người khác. Vì muốn có thể giải đáp thắc mắc này nên tôi đã thực hiện rất nhiều nghiên cứu, trò chuyện với rất nhiều người thành công và sau đó tổ chức một loạt sự kiện để giúp nhiều người tìm ra giải pháp.

Sự thật là thành công không phải là điều "tình cờ", cũng không phải trùng hợp mà có. Thành công được gặt hái một cách có chủ ý. Trong video *The Space Where Your Dreams Live (Nơi ước mơ tồn tại)*, Mel Robbins nói rằng: "Có một khoảng cách rất lớn, một lỗ hổng khổng lồ giữa việc biết những gì cần làm và việc thực hiện hành động cụ thể"[41]. Cô ấy nói chí lý. Tháp Bản thân được xây dựng trên nền tảng biết ta cần làm những việc gì và cách thực hiện những việc đó.

Tháp Bản thân bao gồm bốn yếu tố "self" (tự thân) kết nối sự hiểu biết với hành động:

- Hiểu biết
  - □ Self-Confidence (Tự tin)
  - □ Self-Efficacy (Tự tin vào năng lực)
  - □ Self-Worth/Self-value (Tự đánh giá cao)
- Hành động
  - □ Self-Motivation (Motivation) (Tự tạo động lực (Động lực))

## Self-Confidence (Tự tin)

*Tự tin là điều ta có thể học, rèn luyện và trở nên thành thạo,*
*giống như bất kỳ kỹ năng nào khác. Một khi đã thành thạo kỹ năng này,*
*mọi thứ trong cuộc sống của ta sẽ trở nên tốt hơn.*

*Barrie Davenport*

Tự tin là biết mình và tin tưởng vào bản thân cũng như khả năng của mình. Trong Tháp Bản thân, xây dựng sự tự tin là điều rất quan trọng. Nếu ta không thể tin vào chính mình thì tại sao người khác lại phải tin vào ta? Vậy, để xây dựng sự tự tin thì bước đầu tiên là phải tin vào chính mình. Nghe có vẻ đơn giản, nhưng "đơn giản" không đồng nghĩa với "dễ dàng", và xây dựng sự tự tin có thể là một việc rất khó! Đôi khi, mỗi người chúng ta có thể quên dừng lại để cảm kích những thành tựu của mình, thay vào đó lại tập trung vào mục tiêu hoặc thành tựu tiếp theo trong tầm ngắm. Cũng giống như những khía cạnh khác trong cuốn sách này, việc xây dựng sự tự tin cần phải được thực hiện có mục đích. Đây là một kỹ năng và thái độ cần được mài giũa thông qua thực hành.

Để bắt đầu xây dựng sự tự tin, hãy lập danh sách tất cả những thành tựu mà ta đã đạt được trong cuộc sống. Dưới đây là một số thành tựu quan trọng cần nghĩ đến:

- Cho đến nay, ta đã đạt được những gì?
- Ta cho rằng điều gì khiến mình khác biệt với những người không thể đạt được những mục tiêu đó?
- Đối với mỗi thành tựu, kỹ năng nào đã giúp ta đạt được thành tựu đó?

Ta đã có thể học hỏi, khám phá và trải nghiệm gì nhờ những thành tựu đó?

Bài tập này tập trung vào việc chú ý, ghi nhận, cảm kích những kỹ năng cũng như tài năng độc đáo của mình, và xem chúng đã đóng góp như thế nào cho thành công của mình. Ta sẽ có được thành công bền vững khi nhận ra rằng mình có thể hoàn toàn tự hào về bản thân và tin vào những kỹ năng mình có.

Viết nhật ký là một chiến lược hiệu quả để xây dựng sự tự tin. Mỗi ngày, hãy viết vào nhật ký những gì ta đã đạt được. Đây là cách để ta ghi nhận và cảm kích những thành tựu của mình. Sau đó, vào những ngày ảm đạm hơn khi ta cần vực dậy tinh thần mình một chút, hãy mở nhật ký ra và đọc về tất cả những điều tuyệt vời mà mình đã gặt hái được!

Hoặc là, mỗi khi ta đạt được thành tựu gì đó, hãy viết ra một tờ giấy nhỏ, cuộn hoặc xếp lại rồi cho vào một cái lọ. Khi ta bỗng cần tăng thêm tự tin, hãy ngẫu nhiên lấy một mảnh giấy từ trong lọ ra và đọc về điều tuyệt vời mà mình đã gặt hái được. Sau khi đọc xong, đừng quên cuộn lại và đặt lại vào trong lọ. Hãy dùng một cái lọ lớn và trang trí sáng tạo thêm, hoặc tốt hơn nữa là cứ mỗi năm thì mua một cái lọ mới. Làm như vậy, ta sẽ có một căn phòng đầy những chiếc lọ chứa các thành tựu tuyệt vời của mình.

Hãy đặt tên cho cuốn nhật ký hoặc cái lọ để tự nhắc nhở mình đây thực sự là gì, chẳng hạn như: cảm kích, ghi nhận, tuyệt vời - bất cứ cách gọi nào tùy thích.

Đừng bao giờ nghi ngờ khả năng của mình, cũng đừng quên rằng mình thật tuyệt vời.

## Self-Efficacy (Tự tin vào năng lực)

*Nếu tôi tin mình có thể làm việc gì đó thì tôi chắc chắn sẽ
học được khả năng làm việc ấy, ngay cả khi tôi vốn không có
khả năng như thế vào lúc đầu.*

*Mahatma Gandhi*

Tự tin vào năng lực là tin vào khả năng thành công của mình. Mỗi khi nhìn vào danh sách những thành tựu của mình và cảm kích chúng, ta sẽ thêm tự tin vào năng lực bản thân, bởi vì ta ghi nhận rằng trước đây mình đã làm được những việc khó. Thay vì tập trung vào việc ta phải đi bao xa mới đến được cột mốc tiếp theo, hãy tập trung cảm kích thành công mà mình đã đạt được và lấy đó làm bằng chứng cho thấy ta có thể hoàn thành bất cứ điều gì mình đặt ra.

Một cách để xây dựng sự tự tin vào năng lực bản thân dựa trên các yếu tố bên ngoài là cởi mở chia sẻ kiến thức và khuyến khích người khác tìm kiếm lời khuyên từ chúng ta. Khi khuyên nhủ người khác, ta có nhiều khả năng tin tưởng lời khuyên của chính mình hơn.[42] Ngoài ra, ta cũng có thể thử coi vấn đề của mình là vấn đề của người khác và mình đang cho họ lời khuyên. Hãy tự hỏi: "Nếu một người bạn hoặc đồng nghiệp đang gặp khó khăn với vấn đề y như thế này thì mình sẽ khuyên họ những gì?".

Hầu như những câu trả lời mà chúng ta cần đều có sẵn bên trong chính chúng ta. Chúng ta cần học cách tin vào tri giác của mình và tin rằng thành công là điều khả thi với tất cả những ai mong muốn thành công.

## Self-Worth/Self-Value (Tự đánh giá cao)

*Không ai được phép khiến ta cảm thấy thấp kém nếu không có sự đồng ý của ta.*

*Eleanor Roosevelt*

Tự đánh giá cao là tin rằng mình xứng đáng được thành công và rằng mình đóng góp tích cực cho thế giới. Những việc như xây dựng một thương hiệu, một công ty, một sứ mệnh hay một mục đích có thể khiến ta cảm thấy sợ hãi và cô đơn. Liệu người ta có thích mình không? Liệu người ta có thích sản phẩm của mình không? Liệu dịch vụ của mình có đóng góp gì tích cực cho thế giới này không? Liệu dịch vụ hoặc thời gian của mình có đáng giá gì cho lắm không? Khi không có bằng chứng hoặc sự công nhận từ xã hội, ta có thể dễ dàng bị cuốn vào vòng xoáy những câu hỏi "Sẽ thế nào nếu…?" và trở nên nghi ngờ bản thân.

Một cách để tự đánh giá mình cao hơn chính là nhận biết, cảm kích và ghi nhận những thành tựu của mình. Chúng ta có thể làm như vậy bằng cách viết nhật ký hoặc sử dụng cái lọ như đã đề cập bên trên.

*Cuộc sống rất ngắn ngủi, đừng phí thời gian thắc mắc người khác nghĩ gì về mình. Vốn dĩ, nếu cuộc sống của họ có những điều hay ho hơn, họ đã không có thời gian ngồi đó bàn tán về chúng ta. Đối với tôi, người khác nghĩ gì về tôi không quan trọng, mà quan trọng là tôi nghĩ gì về mình.*

*C. JoyBell C.*

Một cách khác để ta tự đánh giá mình cao hơn chính là suy nghĩ tích cực và hình dung về một tương lai tích cực. Một phương pháp đơn giản để thay đổi những suy nghĩ tiêu cực và hình thành những suy nghĩ tích cực chính là: vào buổi sáng và tối trước khi đi ngủ, hãy lặp lại một lời khẳng định tích cực. Những lời khẳng định tích cực hằng ngày giúp ta củng cố những suy nghĩ tích cực, và theo thời gian, thói quen này sẽ mang tính tự động. Dưới đây là gợi ý một số lời khẳng định tích cực mà ta có thể sử dụng:[xii]

- Mình tuyệt vời.

- Mình xứng đáng.

- Mình có năng lực.

- Mình trưởng thành qua mỗi thử thách.

- Mình phát triển từng ngày.

- Sáng thức dậy: Hôm nay mình sẽ có thêm một ngày tuyệt vời.

- Tối đi ngủ: Hôm nay mình lại có thêm một ngày tuyệt vời.

- Trước khi thuyết trình: Thật phấn khởi, bài thuyết trình của mình sẽ rất xuất sắc.

---

xii. Có thể tìm những câu khẳng định tích cực và các tài liệu khác trên trang RickYvanovich.com/BAUU/.

## Self-Motivation (Motivation)
## (Động lực tự tạo (Động lực))

*Hai mục đích của lý luận là: biện minh cho mình và*
*thuyết phục người khác.*

༺ঌ༻

*Dan Sperber*[43]

Chính xác thì "motivation" (động lực) là gì? Bốn loại từ điển/bách khoa toàn thư đưa ra những định nghĩa tương tự nhưng khác nhau, được tạm dịch như sau:

- "Động lực là lý do khiến con người và các động vật khác bắt đầu, tiếp tục hoặc chấm dứt một hành vi tại một thời điểm nhất định" (Wikipedia).[44]

- "Sự cần thiết hoặc lý do để làm điều gì đó" và là "sự sẵn lòng làm điều gì đó, hoặc điều gì đó tạo nên sự sẵn lòng ấy" (Từ điển Cambridge).[45]

- "Những tiến trình tinh thần giúp khơi dậy, duy trì và định hướng hành vi của con người" (Oxford Reference).[46]

- "Hành động hoặc quá trình cho ai đó một lý do để làm điều gì đó" và "một thế lực hoặc sự ảnh hưởng khiến một người làm điều gì đó" (Từ điển Britannica).[47]

Bạn thích định nghĩa nào trong số này (hoặc bất kỳ định nghĩa nào khác mà bạn có thể biết) và tại sao?

*Động lực là lý do khiến người ta làm việc.*

༺ঌ༻

*Rick Yvanovich*

Tôi định nghĩa **động lực** là "lý do khiến người ta làm việc". Tôi xin giải thích lô-gic của mình như thế này: Lý giải là một quá trình suy nghĩ trong đầu của con người. Con người chúng ta thu thập thông tin/dữ liệu và suy ra một hoặc nhiều phương án rồi chọn lựa từ đó. Khi lý giải, chúng ta cân nhắc cả nhu cầu lẫn quá trình thực hiện. Nếu như động lực cần đến sự lý giải thì về bản chất, nó cần động lực tự tạo, bởi vì chính cá nhân ta là người thực hiện quá trình lý giải. Vì vậy, tôi định nghĩa **động lực nội tại** là "nội lực thúc đẩy ta làm điều gì đó".

*Động lực tự tạo là nội lực thúc đẩy ta làm điều gì đó.*

*Rick Yvanovich*

Tôi biết *động lực/ động lực tự tạo* có định nghĩa tương tự nhau. Tôi đề xuất chúng ta nên sử dụng và áp dụng khái niệm động lực tự tạo. Người ta cũng thường dùng hai thuật ngữ động lực và động lực tự tạo thay cho nhau. Tuy nhiên, động lực tự tạo chính xác hơn và giúp ta tránh được quan niệm sai lầm cho rằng một người có thể tạo động lực cho người khác. Thật hoang đường khi cho rằng cá nhân chúng ta có thể tạo động lực cho người khác. "Ta không thể tạo động lực cho người khác" – nhưng ta có thể làm gì đó để tác động.[48]

Tôi muốn bạn tạm dừng ở đây và ngẫm nghĩ về những người mình đã gặp, cả trong hiện tại lẫn quá khứ, dù trong môi trường làm việc hay ở nơi nào khác. Theo bạn thấy, họ thể hiện động lực ở mức nào? Giả sử như ta đang trình bày ở góc độ thống kê (ví dụ như phân phối chuẩn (normal distribution) hay đường cong hình chuông (bell curve)). Ta sẽ thấy một phổ động từ lực thấp đến trung bình đến cao. Rõ ràng, những người khác nhau có mức độ tự tạo động lực khác nhau. Vì vậy, ta cần xét đến sự đa dạng này khi nghĩ về việc tự tạo động lực.

*Đừng kỳ vọng rằng ngày nào ta cũng có động lực để ra ngoài và biến mọi thứ thành hiện thực. Không thể như vậy. Đừng dựa vào động lực mà hãy dựa vào kỷ luật.*

*Jocko Willink*

Tin vui là động lực tự tạo cũng giống như một khối cơ bắp và ta có thể phát triển nó theo thời gian (thành một Tháp Bản thân cao hơn). Tôi tin rằng tất cả chúng ta đều có động lực nội tại, và đôi khi chúng ta cần cả sự trợ giúp bên trong lẫn bên ngoài để tìm ra nút công tắc của mình. Vậy, thay vì chờ đợi động lực đến với mình, ta phải tự tạo động lực cho mình. Dưới đây là một số câu hỏi và gợi ý có thể hỗ trợ chúng ta:

- Điều gì thôi thúc ta bật dậy khỏi giường vào buổi sáng? Ta làm thế nào để có thể tăng những yếu tố thôi thúc đó?

- Điều gì ngăn trở ta bật dậy khỏi giường vào buổi sáng? Ta làm thế nào để có thể giảm hoặc loại trừ những yếu tố ngăn trở đó?

- Điều gì tạo động lực nhiều nhất để ta đạt được mục tiêu và deadline? Ta làm thế nào để có thể tăng những yếu tố tạo động lực đó?

- Điều gì khiến ta mất động lực đạt mục tiêu và đáp ứng deadline? Ta làm thế nào để có thể giảm hoặc loại trừ những yếu tố làm mất động lực đó?

- Ta thấy việc chịu trách nhiệm giải trình trước người khác có hữu ích không? Ta làm thế nào để có thể tăng mức độ chịu trách nhiệm trước người khác?

- Ta thấy những phần thưởng bên ngoài có hữu ích không? Ta làm thế nào để có thể nhận được nhiều phần thưởng hơn?

- Ta thấy những lời ghi nhận và khen ngợi của người khác có hữu ích không? Ta làm thế nào để có thể nhận được nhiều lời ghi nhận và khen ngợi hơn?

Hãy tìm hiểu xem điều gì khơi dậy (BẬT công tắc) động lực cho ta và ta có thể dựa vào điều đó mỗi khi cảm thấy chùn bước. Xin hãy nhận biết rằng động lực đến rồi đi. Những người đạt được thành công lâu dài là những người cam kết thực hiện những hành động và thói quen (Chương 3) giúp họ duy trì động lực – sau khi mất dần cảm giác hưng phấn ban đầu vào lúc đặt ra mục tiêu. Đối với những người muốn/cần một chút (hoặc cần nhiều) động lực bên ngoài, tôi đề xuất hãy tìm sự hỗ trợ từ một chuyên gia khai vấn và/hoặc một người bạn đồng hành đáng tin cậy. Bạn đồng hành đáng tin cậy là người hợp tác cùng ta để giúp ta duy trì cam kết của mình. Ví dụ như để viết cuốn sách này và vượt qua nhiều lượt chỉnh sửa (ôi, những dòng chữ đỏ và những nhận xét phê bình (nhưng đúng) đã làm tôi căng thẳng và mất động lực), tôi đã cần đến sự hỗ trợ của nhiều người bạn để thúc giục, nhắc nhở tôi và thậm chí là dỗ ngọt tôi duy trì những cam kết của mình. Cách này rất hiệu quả – bạn đang có cuốn sách này để đọc đó thôi! Vì vậy, tôi xin cảm ơn tất cả những người bạn đồng hành này!

Làm thế nào để tìm được một người bạn đồng hành đáng tin cậy? Ta có một số cách như sau:

- Nhờ bạn đời/bạn bè/đồng nghiệp
- Nhờ một khai vấn viên
- Tham gia cộng đồng *The Conspiracy* (Cuốn sách này chính là mục tiêu đáng giá của tôi, vì vậy, xin cảm ơn Michael/MBS, Ainsley, gia đình Ashe và gia đình Fir.)[49]

Nếu bạn đang ở trong một đội ngũ hoặc lãnh đạo nhân viên thuộc một hoặc nhiều đội/nhóm/tổ chức, có thể bạn sẽ thắc mắc làm cách nào để hỗ trợ cho những người khác có được động lực. Có thể công việc hoặc tổ chức yêu cầu bạn phải động viên đội nhóm/nhân viên của mình. Tôi đồng cảm với bạn – nhất là khi tổ chức này không biết rằng ta không thể nào tạo động lực cho người khác. Xin hãy đọc tiếp!

## Động lực – Lý thuyết, mô hình và công cụ

*Khi làm những việc mình quan tâm thì ta có động lực.*

*Sheryl Sandberg*

Trong phần còn lại của chương này, chúng ta sẽ xem qua nhiều lý thuyết, mô hình và công cụ giúp chúng ta hiểu rõ hơn về động lực.

## Thuyết hai nhân tố của Herzberg

*Trong cuộc sống, động lực mạnh mẽ của chúng ta không phải là tiền mà là cơ hội học hỏi, đảm nhận nhiều trách nhiệm, đóng góp cho người khác và được công nhận thành tựu.*

*Frederick Herzberg*

Nhà tâm lý học người Mỹ Frederick Herzberg đã xây dựng *thuyết hai nhân tố* (còn được gọi là *thuyết nhân tố kép* hay *thuyết tạo động lực-duy trì*). Ông cũng là đồng tác giả sách *The Motivation to Work (Tạm dịch: Động lực làm việc).*[50] Herzberg đã thực hiện một nghiên cứu mang tính bước ngoặt vào năm 1959, là công trình nghiên cứu đã giúp định rõ cách các doanh nghiệp tiếp cận việc quản lý và điều hành nhân sự.

Herzberg đã phỏng vấn hơn hai trăm người lao động ở khu vực Pittsburgh, chủ yếu là các kỹ sư và kế toán. Ông bảo mỗi người mô tả những khoảnh khắc mà họ cảm thấy rất vui hoặc rất không vui trong công việc. Thông qua nghiên cứu này, Herzberg đã xác định hai nhân tố riêng biệt mà ông gọi là nhân tố tạo động lực (motivators) và nhân tố duy trì (hygiene factor).

Nhân tố *tạo động lực* là những điều mang lại cho các nhân viên sự hài lòng trong công việc và chúng xuất phát từ chính công việc mà họ làm. Chúng bao gồm: sự ghi nhận khi làm tốt, khả năng tham gia vào việc ra quyết định và cơ hội thăng tiến trong nghề nghiệp. Khi trong môi trường làm việc có những động lực này thì tất cả đều ổn, còn khi chúng không tồn tại thì nhiều vấn đề bắt đầu nảy sinh. Ví dụ như nếu ta được khen ngợi vì làm tốt, ta sẽ như được tiếp thêm năng lượng và ta thấy yêu thích công việc của mình hơn nữa. Tuy nhiên, khi ta kỳ vọng việc mình làm được ghi nhận nhưng lại không được, ta sẽ thấy bất mãn.

Nhân tố *duy trì* là các nhân tố mà khi chúng diễn ra tốt đẹp thì không ảnh hưởng đến niềm vui của chúng ta trong công việc, nhưng khi các nhân tố này vắng mặt hay khi chúng có trục trặc gì đó thì điều này lại góp phần đáng kể khiến chúng ta bất mãn. Ví dụ về các nhân tố duy trì bao gồm: tiền lương, thời gian nghỉ lễ hay điều kiện làm việc. Những nhân tố này bị ảnh hưởng bởi các thế lực bên ngoài như chính sách của công ty hoặc phương pháp quản lý.

Một khái niệm mà chúng ta cần ghi nhớ là: nhân viên có một tập hợp những kỳ vọng cơ bản – thường là những kỳ vọng bất thành văn khi làm việc cho một công ty. Khi những kỳ vọng cơ bản đó không được đáp ứng, trong lòng người ta có thể dấy lên những làn sóng bất mãn.

Ngoài ra, các nhân tố tạo động lực cũng góp phần tác động. Mặc dù các nhân tố tạo động lực có thể không thuộc nhóm nhân tố được kỳ vọng trong công việc nhưng chúng giúp nâng cao tinh thần, thúc đẩy mọi người cống hiến cho các dự án và kết nối với nhau, đồng thời khiến họ cảm thấy mình là thành viên có giá trị trong đội nhóm.

Theo quan sát của tôi, "động lực" là một thuật ngữ thường được sử dụng rộng rãi và gắn với những khái niệm như sự duy trì, sự hài lòng, sự bất mãn và hạnh phúc.[51] Vậy, khi lãnh đạo người khác dựa trên mô hình này, chúng ta cần biết rõ rằng từ "duy trì" trong ngữ cảnh mà Herzberg nói tới (tạo động lực-duy trì) có thể không mấy dễ hiểu đối với những người khác. Chúng ta đừng nên cho rằng người khác cũng có cùng mức độ hiểu biết như mình trong lúc này.

Để hiểu rõ hơn về động lực, chúng ta cũng cần hiểu thỏa mãn và bất mãn là gì. Chúng ta sẽ nói về hai điều này trong phần Tìm kiếm sự thỏa mãn ở Chương 7.

## Tháp nhu cầu Maslow

*Ta có thể chọn quay trở lại nơi an toàn hoặc tiến tới sự phát triển.*
*Ta phải liên tục chọn sự phát triển, phải liên tục vượt qua nỗi sợ hãi.*

*Abraham Maslow*

Cũng liên quan đến sự thỏa mãn, nhà tâm lý học Abraham Maslow đã giới thiệu mô hình tháp nhu cầu trong sách *The Theory of Motivation (Thuyết Động lực).*[52] Maslow tin rằng bằng cách tập trung vào những điều tích cực có sẵn trong cuộc sống, ta có thể tiến bộ và lên cao dần trên tháp này, cuối cùng đạt đến trạng thái mà ông gọi là "thể hiện bản thân" (tôi thích gọi là "nhận thấy bản thân mình tuyệt vời"). Một người ở trong trạng thái được thể hiện bản thân khi họ đạt được sự thỏa mãn thực sự trong mọi lĩnh vực của cuộc sống. *Hình 12* bên dưới mô tả hệ thống phân cấp của Maslow – đã được sửa đổi để áp dụng trong kinh doanh ngày nay.

Đam mê, Ý nghĩa, tự cho rằng mình tuyệt vời — **5. TỰ HIỆN THỰC HÓA BẢN THÂN**

Tầm quan trọng, Sự tự trọng, Sự công nhận — **4. SỰ QUÝ TRỌNG**

Đồng nghiệp, Đội nhóm Tổ chức — **3. SỰ YÊU THƯƠNG, THÂN THUỘC**

Y tế, Môi trường an toàn — **2. SỰ AN TOÀN, AN NINH**

Công việc, Lương — **1. SINH LÝ, CƠ THỂ**

*Hình 12. Tháp nhu cầu Maslow trong kinh doanh*

Trong hệ thống phân cấp này, Maslow vạch ra năm cấp độ nhu cầu của con người: từ nhu cầu sinh lý ở dưới cùng đến nhu cầu thể hiện bản thân ở trên cùng của tháp. Thứ tự này thể hiện tầm quan trọng tăng dần. Nhu cầu phát triển và thăng tiến có chức năng như một lộ trình đưa người ta hướng tới sự thỏa mãn trong cả cuộc sống lẫn công việc.

**Nhu cầu sinh lý (Physiological needs)** là những điều cơ bản mà ta cần để sinh tồn, ví dụ như oxy và nước – mà Mẹ Thiên nhiên cung cấp – là nhu cầu sinh lý thiết yếu của con người. Tuy nhiên, những người sử dụng lao động cũng cần cân nhắc các nhu cầu "sinh tồn" khác nằm ở phần dưới cùng của tháp. Ví dụ như nhân viên có đủ khả năng trả tiền thuê nhà hoặc tiền vay thế chấp bằng mức lương hiện tại không? Nhân viên có đủ khả năng mua thực phẩm lành mạnh không? Họ có đủ khả năng mua nhu yếu phẩm, trả tiền gửi con và chi trả cho các nhu cầu cơ bản khác để sinh tồn không? Khi trò chuyện về những nhu cầu này với nhân viên, ta có thể biết được nhiều thông tin bất ngờ. Ta có thể phát hiện ra một số nhân viên đang phải làm thêm để đáp ứng các nhu cầu tài chính. Rõ ràng, các lãnh đạo doanh nghiệp có trách nhiệm giải quyết một số nhu cầu sinh tồn trong số này, bởi họ tuyệt đối có khả năng giúp cải thiện đáng kể hoàn cảnh của những nhân viên tận tâm và trung thành.

**Sự an toàn (Safety)** mang lại cho ta cảm giác thoải mái nhất định trong cuộc sống. Sự an toàn bao gồm cả sức khỏe cá nhân lẫn sự ổn định tài chính. Bởi sự an toàn nằm ngay trên bậc thấp nhất của tháp nhu cầu Maslow, ta biết rằng các khía cạnh tài chính nằm ở vị trí cao hơn so với những nhu cầu "sinh tồn". Bạn đã bao giờ xây dựng được một môi trường an toàn trong doanh nghiệp của mình chưa? Liệu nhân viên có thể nói chuyện cởi mở về những gì đang xảy ra trong cuộc sống của họ, cả về phương diện cá nhân lẫn công việc mà không sợ bị ảnh hưởng gì không? Cảm giác thiếu an toàn về mặt tâm lý sẽ khiến người ta không dám mạo hiểm đổi mới, không dám lên tiếng khi có vấn đề, cũng không dám chia sẻ các giải pháp tiềm năng.

Trong cuốn *Radical Candor: Be a Kick-Ass Boss Without Losing Your Humanity (Thẳng thắn cấp tiến: Trở thành ông sếp ấn tượng mà không đánh mất nhân tính)*, Kim Scott đã giới thiệu mô hình thẳng thắn cấp tiến. Cô nói rằng "Ý tưởng cơ bản đằng sau khái niệm Thẳng thắng Cấp tiến là ta có thể vừa thể hiện sự quan tâm vừa đồng thời thử thách thẳng mặt"[53]. Tôi đề cập đến cuốn sách này ở đây vì nó nâng khái niệm an toàn của tháp Maslow lên tầm cao hơn.

*Ý tưởng cơ bản đằng sau khái niệm Thẳng thắng Cấp tiến là ta có thể vừa thể hiện sự quan tâm vừa đồng thời thử thách thẳng mặt.*

*Kim Scott*

Trong mọi môi trường tổ chức, các biện pháp an toàn cần phải được lựa chọn cũng như thực hiện thật cẩn thận, và nhân viên nên cảm thấy (hoặc lý tưởng nhất là nên biết) mình luôn được tổ chức hỗ trợ. Tôi tin rằng chúng ta cần phải đưa yếu tố an toàn vào văn hóa tổ chức. Sự hỗ trợ và sự an toàn cần được nuôi dưỡng cũng như duy trì. Không có gì đáng ngạc nhiên khi sự an toàn gắn liền với trí tuệ cảm xúc (xem phần Cách tôi thể hiện trong Chương 3). Đây cũng là một trong mười đặc điểm của các đội nhóm hoạt động đạt hiệu suất cao (xem phần Định hình Văn hóa Tổ chức trong Chương 6).

Nhu cầu về sự **yêu thương và thân thuộc** có liên quan tới sức khỏe cảm xúc và hệ thống hỗ trợ của một người, bao gồm các mối quan hệ với gia đình, bạn bè và đồng nghiệp. Để sinh tồn trong cuộc sống, một mối quan hệ mật thiết hay thân cận cũng rất quan trọng. Người ta có cảm thấy được trân trọng, được yêu thương và được hỗ trợ không? Ý tưởng và ý kiến của cá nhân có được lắng nghe và tán thành không? Các tổ chức cần dành thời gian để truyền đạt cho mọi người biết rằng họ đóng góp đáng kể cho tổ chức, và rằng họ được cảm kích với tư cách cá nhân chứ không chỉ với tư cách là công nhân, nhân viên hay tình nguyện viên.

Một tổ chức có nên yêu thương nhân viên không? Có! Nếu một tổ chức kỳ vọng nhân viên yêu thích công việc và yêu mến tổ chức thì dĩ nhiên, tổ chức đó cần yêu thương nhân viên.

**Sự quý trọng (Esteem)** bao gồm sự tự tin, lòng tin vào năng lực và sự đánh giá cao dành cho bản thân. Maslow phân chia sự quý trọng thành hai phần: thứ nhất là lòng tự trọng (self-esteem) và thứ hai là sự tôn trọng, ghi nhận, và địa vị được người khác trao cho. Ta có nghiêm túc xem xét *feedback* (phản hồi) và *feedforward* (đề xuất) (Chương 5) hay là bỏ qua chúng? Ta có lắng nghe nhiều hơn nói không? Ta có xu hướng giao việc mà không tích cực lắng nghe không? Hãy nhớ rằng chúng ta có hai cái tai và một cái miệng; chúng cần hoạt động lần lượt chứ không phải cùng một lúc. Khi thiết lập các chính sách tôn trọng, ta giúp mọi người nuôi dưỡng lòng tự trọng và khuyến khích họ cũng áp dụng những nguyên tắc này khi tương tác với người khác. Mọi người nên dành thời gian ghi nhận lẫn nhau, tạo cơ hội tôn vinh nhau và nêu bật những đóng góp của nhau, sao cho ai cũng có thể cho và nhận sự quý trọng.

Nhu cầu **thể hiện bản thân (self-actualisation)** là nhu cầu phát huy hết tiềm năng và đạt được mọi mục tiêu của mình. Nhân viên có đang thực hiện các dự án khơi dậy niềm đam mê của họ không? Nếu không, liệu họ có thể sắp xếp thời gian rảnh để làm nhiều việc quan trọng, chẳng hạn như tham gia các khóa tu thiền hoặc khám phá những sở thích khác không?

Khi xem xét thuyết của Maslow từ góc độ động lực, ta cần mở rộng phạm vi vượt khỏi những hình thức khen thưởng và ghi nhận truyền thống được áp dụng cho nhân viên. Các tổ chức dễ lầm tưởng rằng mọi người chỉ lấy lương thưởng làm động lực và rất coi trọng lương thưởng. Với suy nghĩ hạn hẹp này, các tổ chức có thể dễ dàng bỏ lỡ vô số cơ hội – bao gồm cả cơ hội không liên quan đến lương thưởng – để phát triển nhân viên nhằm đưa họ tiến lên các cấp độ cao hơn của tháp Maslow. Các biện pháp khuyến khích tạo động lực có thể bao gồm: bữa trưa miễn phí, thêm thời gian nghỉ có lương, cung cấp cơ hội đào tạo liên tục, khuyến khích ý tưởng sáng tạo, cung cấp quyền hội viên ở các hiệp hội kinh doanh. Những lợi ích như thế này có thể là những phần thưởng tạo nhiều động lực cho những ai tìm kiếm sự viên mãn.[54]

## Hiệu ứng Hawthorne

*Khi các lãnh đạo ưu tiên quan tâm nhân viên thì động lực*
*và năng suất sẽ tăng.*

*Rick Yvanovich*

*Hiệu ứng Hawthorne* được nhà xã hội học Henry Landsberger phát triển vào thập niên 1950. Ông đã xem xét các kết quả từ một loạt nghiên cứu của Elton Mayo (nhà tâm lý học), Roethlisberger và Whitehead (nhà xã hội học) và William Dickson (người đại diện công ty). Những nghiên cứu này điều tra tác động của việc thay đổi điều kiện ánh sáng tại The Hawthorne Works – một nhà máy điện ở Cicero, Illinois – đối với hành vi và năng suất của công nhân.

Ở nghiên cứu đầu tiên trong số bốn nghiên cứu, các nhà nghiên cứu đã đưa ra giả thuyết rằng năng suất sẽ thay đổi theo những thay đổi của môi trường – trong trường hợp này là thay đổi về ánh sáng. Nghiên cứu này và một nghiên cứu được thực hiện vào cuối những năm 1920 và đầu năm 1930 tại nhà máy cho thấy năng suất quả thực được cải thiện khi điều kiện ánh sáng thay đổi.

Thông qua phân tích bốn nghiên cứu, Landsberger phát hiện ra rằng một số người khi được quan sát thì sẽ làm việc chăm chỉ hơn và làm tốt hơn. Quan sát này đã hình thành nền tảng để ông đưa ra lý thuyết rằng hành vi của công nhân thay đổi khi họ biết mình bị quan sát để phục vụ việc nghiên cứu, chứ không phải thay đổi do ánh sáng được cải thiện hay do các quy trình tốt hơn. Như vậy, hiệu ứng Hawthorne để cập đến hiện tượng con người thay đổi hành vi khi họ biết mình đang bị quan sát hoặc hành động của mình đang được ghi nhận.

*Khi người ta cho rằng mình quan trọng trong một dự án thì chuyện gì cũng suôn sẻ; ngược lại, khi họ không cho rằng mình quan trọng thì không có gì suôn sẻ cả.*

*Joanne Yatvin*

Hiệu ứng Hawthorne đã gây tranh cãi vì các nhà nghiên cứu không xem xét đầy đủ thái độ của con người. Vậy thì chúng ta hãy chú ý thêm đến thái độ của con người. Doanh nghiệp nên thường xuyên lấy ý kiến đóng góp từ nhân viên để tìm cách cải thiện sự hòa hợp tại nơi làm việc. Khi chúng ta đối xử bình đẳng với mọi người bất kể cấp bậc, chúng ta nuôi dưỡng ý thức cộng đồng và tinh thần đồng đội. Những cuộc trò chuyện và lưu tâm thường xuyên chứng minh cho các cá nhân thấy rằng tổ chức quan tâm đến họ, đến điều kiện làm việc và an sinh của họ.

## Hiểu các loại động lực

*Động lực nội tại bắt nguồn từ bên trong và được thúc đẩy bởi những ước mơ, khát vọng, mong muốn và ước muốn của chính ta.*

*Joanna Jast*

Ở phần trước, tôi đã nói sơ qua về động lực nội tại hay ngoại tại. Tuy nhiên, theo Ryan và Deci, có sáu loại động lực nội tại và ngoại tại.[55]

**Động lực nội tại (Intrinsic motivation)** bắt nguồn từ bên trong. Loại động lực này xuất phát từ việc cảm thấy thích thú khi làm điều gì đó cho vui, hoặc làm điều gì đó để có cảm giác được thử thách (do đó khiến ta vui). Động lực này đến từ bên trong – từ sự quyết tâm và thôi thúc bên trong. Ta có động lực làm những việc mang lại cho mình sự thỏa mãn và cảm giác hưng phấn. Ví dụ: chạy marathon, hoặc dọn dẹp bàn làm việc vì ta thích nó trông gọn gàng, ngăn nắp và không gây phân tâm. Động lực nội tại cũng hiện hữu trong mối quan hệ giữa cá nhân và hoạt động. Người ta có thể có động lực thực hiện một số hoạt động này nhưng lại không có động lực thực hiện những hoạt động khác. Đối với cùng một nhiệm vụ cụ thể, không phải ai cũng có được động lực nội tại. Dưới đây là một số quan điểm khác về động lực nội tại:

- *Sisu*, một từ tiếng Phần Lan không thể dịch sát nghĩa. Từ tiếng Anh gần nghĩa nhất với *sisu* là "grit" (tính gan góc). Đây là sức mạnh nội tại giúp ta vượt qua những khó khăn đáng kể, là lòng dũng cảm khi đối mặt với nghịch cảnh, là khả năng không bao giờ bỏ cuộc. Tôi thích khái niệm này vì nó mang lại ý nghĩa lớn lao hơn cho cảm giác đó.

- "Ngã bảy lần, đứng dậy tám lần", một câu thành ngữ của Nhật Bản.

- "Lắc lư nhưng không ngã", câu khẩu hiệu của Hasbro để quảng cáo Weeble (một loại đồ chơi lật đật) trong thập niên 1970. Loại đồ chơi này không bao giờ ngã bởi vì chúng có thể tự bật lên trở lại. Tiếng leng keng của thứ đồ chơi ấy đã gắn bó với tôi kể từ khi tôi còn nhỏ, và tôi tưởng tượng mình cũng sẽ luôn đứng dậy trở lại giống như con lật đật.

*Ngay cả khi không ai quan tâm, tôi vẫn muốn làm ra những thứ đẹp đẽ.*

❧

*Saul Bass*

**Mất động lực (Amotivation)** là từ được dùng để miêu tả tình trạng thiếu ý định hành động – tình trạng đối lập với động lực nội tại. Mất động lực là tình trạng người ta cho rằng hoạt động này không liên quan, không có giá trị, cảm thấy mình không đủ năng lực để thực hiện hoặc không tin rằng sẽ có được kết quả mong muốn khi thực hiện hoạt động đó. Nói tóm lại, nếu ai đó bị mất động lực thì họ sẽ không làm việc vì việc ấy không liên quan đến họ.

**Động lực ngoại tại (Extrinsic motivation)** trái ngược với động lực nội tại; bởi vì ở đây, hoạt động mà người ta thực hiện mang lại một kết cục đặc biệt không liên quan đến niềm vui đơn thuần đến từ chính hoạt động đó. Theo Ryan và Deci, có bốn loại động lực ngoại tại với các mức độ phi tự chủ khác nhau: sự điều tiết bên ngoài, sự điều tiết bên trong, sự đồng nhất hóa và sự tích hợp.

*Sự điều tiết bên ngoài (External regulation)* là một loại động lực bên ngoài, có tính chất ngoài mình và ít mang tính tự chủ nhất. Chúng ta chỉ làm điều gì đó khi bị buộc phải làm – thường là bị người có quyền lực bắt chúng ta làm. Chúng ta có thể dọn dẹp bàn làm việc hằng ngày chỉ vì công ty có chính sách yêu cầu nhân viên giữ bàn sạch sẽ, và chúng ta sẽ bị phạt nếu không tuân thủ; chúng ta đến nơi làm việc đúng giờ để được trả lương đầy đủ vì nếu đến muộn thì sẽ bị trừ lương. Chúng ta bắt gặp rất nhiều hệ thống tạo động lực của các công ty (và tổ chức học thuật) được xây dựng dựa trên những phần thưởng bên ngoài theo cách "mua chuộc" và sau đó chỉ đạo mọi người. Những phần thưởng kiểu "củ cà rốt và cây gậy" như thế này là dạng điển hình của động lực ngoại tại, được điều tiết từ bên ngoài.

*Sự điều tiết bên trong (Introjected regulation)* là một loại động lực bên ngoài, ngoại tại. Đây là sự tự điều tiết bên trong có liên quan đến sự lo âu, sự trốn tránh cảm giác tội lỗi, hoặc sự tự hào về bản thân. Khi không làm xong một nhiệm vụ, ta sẽ có cảm giác áp lực và căng thẳng. Đây gọi là sự tự điều tiết. Ta sẽ làm việc vô cùng chăm chỉ để tránh cảm giác xấu hổ khi phải nghe sếp hoặc giáo viên nói rằng mình làm không đủ tốt, và/hoặc để tự hào về bản thân khi được nghe những lời khen ngợi của họ. Khi thất bại, ta có thể cảm thấy nhục nhã, và nếu sự thất bại ấy diễn ra trước công chúng thì lại càng tồi tệ hơn.

**Sự đồng nhất hóa (Identification)** là một loại động lực ngoại tại nhưng mang tính tự chủ hơn và có phần nghiêng về các yếu tố bên trong. Đồng nhất hóa là khi ta tự đánh giá cao một hoạt động nào đó, khi ta biết hoạt động này quan trọng đối với mình. Bởi sự đồng nhất hóa mang tính tự chủ nhiều hơn nên ta sẽ quyết định có nên làm điều gì đó hay không và làm khi nào. Một cá nhân có thể quyết định không thực hiện một dự án nào đó vì nhiều lý do. Trong trường hợp này, nếu họ đánh giá lại và thấy mức độ đồng nhất của mình với dự án cao thì họ có thể quyết định hành động. Thông thường, khi một người khó duy trì động lực nào đó thì có thể giữa niềm đam mê, mục đích và mục tiêu của họ đã thiếu đi sự liên kết và bị mất kết nối. Tương tự, họ có thể không thực hiện các hành động cần thiết hằng ngày để đạt được mục tiêu của mình. Dù là trường hợp nào thì đây cũng là cơ hội để đánh giá lại tình hình và thiết lập sự liên kết, rõ ràng.

**Sự tích hợp (Integration)** (hoặc sự điều tiết được tích hợp) là loại động lực ngoại tại mang tính tự chủ nhất và thuộc về bên trong nhiều nhất. Chúng ta nhận biết một số quy định nhất định. Chúng ta hoàn toàn hiểu chúng và căn chỉnh chúng theo các giá trị của riêng mình. Khi chúng ta nội tại hóa những lý do để làm điều gì đó thì chúng càng trở nên mang tính tự quyết và giàu tính nội tại hơn. Bước tiến triển này khiến chúng gần với động lực nội tại hơn, bởi chúng có tính tự chủ và không xung đột. Tuy nhiên, đây vẫn là động lực ngoại tại vì giá trị của nó tách biệt với niềm vui (nội tại) khi làm việc gì đó.

*Động lực nội tại luôn chiến thắng động lực ngoại tại.*

❧

*Perman*

Động lực nội tại liên quan đến việc tìm kiếm niềm vui khi làm điều gì đó để cho vui hoặc để tự thử thách mình. Người ta tạo ra mục tiêu như những thử thách cho chính mình, ví dụ như các vận động viên muốn cải thiện tiềm năng tốt nhất của mình. Đây là kiểu thử thách tự quyết.

Điều gì khiến chúng ta có động lực để đạt được mục tiêu? Có hai yếu tố: một là để nhìn thấy sự tiến bộ – dấu hiệu cho thấy chúng ta đã đạt được điều gì đó, và hai là để ăn mừng! Bất cứ khi nào nhìn thấy sự tiến bộ, ta phải ăn mừng thành tựu của mình. Ta hít đất được một lần? Hãy ăn mừng ngay! Khi ăn mừng thành công của mình, chúng ta có được một lượng dopamine mang lại cảm giác hưng phấn và khiến chúng ta muốn tiếp tục phấn đấu để có thể có được thêm dopamine. Hãy đặt ra những mục tiêu nhỏ, khả thi và hãy ăn mừng từng bước tiến trong suốt chặng đường. Khi lưu ý và ghi nhận sự tiến bộ theo cách này, ta sẽ nuôi dưỡng động lực bên trong và thúc đẩy mình tiến tới.

*Đồng tiền có thể dập tắt động lực nội tại, làm giảm hiệu suất, kìm hãm sự sáng tạo, khuyến khích hành vi phi đạo đức, dung dưỡng tư duy ngắn hạn và khiến người ta ham mê tiền.*

*Daniel H. Pink*

Các tổ chức cũng đặt ra nhiều mục tiêu, và những mục tiêu này có thể được áp đặt lên các cá nhân, có nghĩa rằng đây là động lực ngoại tại. Khi hiểu được loại nào trong số sáu loại động lực nội tại và ngoại tại đang tác động đến động lực của một cá nhân tại bất kỳ thời điểm nào, ta sẽ có thể xác định được cách hỗ trợ cá nhân đó.

## Thuyết Bốn góc phần tư (Trừng phạt và Củng cố)

*Việc nâng cấp hành động thông qua quá trình củng cố được gọi là "điều kiện hóa". Trong mô hình điều kiện hóa từ kết quả, chúng ta tăng khả năng hoặc tần suất của một phản ứng cụ thể, từ đó củng cố hành vi.*

*B. F. Skinner*

Bốn góc phần tư của mô hình Điều kiện hóa từ kết quả (trừng phạt và củng cố) liên quan đến việc thêm hoặc bớt các khía cạnh của một công việc như một cách thưởng hay phạt để mang lại kết quả mong muốn. Bởi điều này quá mang tính kỹ thuật và thuật ngữ *điều kiện hóa từ kết quả* (operant conditioning) nghe có vẻ quá hàn lâm nên tôi sẽ gọi đây là "Thuyết Bốn góc phần tư". Trước khi đi sâu tìm hiểu chủ đề này, trước tiên chúng ta hãy trở về quá khứ, bắt đầu từ cuối thế kỷ 19, để hiểu nguồn gốc và sau đó xem xét cách áp dụng.

Ivan Pavlov được trao giải Nobel Sinh lý học (y học) năm 1904. Những nghiên cứu của ông về loài chó đã vô tình dẫn đến sự ra đời của một lý thuyết. Ban đầu, thuyết này được gọi là "điều kiện hóa Pavlovian", sau đó được gọi là "điều kiện hóa cổ điển". Về cơ bản, thuyết này như sau:

- Chó sẽ chảy nước miếng khi thấy thức ăn.

- Pavlov rung chuông rồi cho chó ăn. Hành động này kết hợp tiếng chuông với thức ăn.

- Việc này được thực hiện lặp đi lặp tại, tạo ra phản ứng có điều kiện ở chó.

- Sau đó, khi ông chỉ rung chuông (không có thức ăn), chó vẫn chảy nước miếng.

Edward Thorndike nổi tiếng với Luật Hiệu ứng (Law of Effect). Định luật này nói rằng nếu một hành vi dẫn đến kết quả/phần thưởng thú vị thì hành vi này có khả năng được lặp lại; trái lại, nếu một hành vi dẫn đến hậu quả/hình phạt gây khó chịu thì có khả năng là hành vi này không được lặp lại. Do vậy, phần thưởng khuyến khích hành vi còn hình phạt thì ngăn cản hành vi.

John B. Watson đã áp dụng quan điểm khoa học thuần túy đối với hành vi và cho rằng tất cả các phản ứng hành vi của con người (cũng như động vật) đều là kết quả của những kích thích môi trường. Thí nghiệm Little Albert nổi tiếng (và gây nhiều tranh cãi) của ông liên quan đến việc điều kiện hóa để một cậu bé chín tháng tuổi sợ chuột bạch, sau đó là sợ thỏ, sợ chó và rồi sợ chiếc áo khoác lông. Nghiên cứu này cho thấy cảm xúc có thể được điều kiện hóa (lập trình) để phản ứng với các kích thích cụ thể.[56]

*Hãy cho tôi một chục đứa trẻ khỏe mạnh, phát triển tốt và thế giới riêng của tôi để nuôi dưỡng chúng, tôi đảm bảo sẽ chọn một đứa trẻ ngẫu nhiên và rèn luyện nó trở thành bất kỳ loại chuyên gia nào mà tôi chọn - bác sĩ, luật sư, nghệ sĩ, lãnh đạo thương mại, và thậm chí trở thành ăn xin hay kẻ trộm, bất kể tài năng, thiên hướng, khuynh hướng, khả năng, sở thích và chủng tộc của tổ tiên đứa trẻ.*

*John B. Watson*

Các nghiên cứu của Buurhus Frederic Skinner xoay quanh khái niệm rằng hành vi của con người là kết quả tất yếu của những hành động trước đó và việc học hỏi của con người bắt nguồn từ hành vi.

Các khái niệm của Pavlov, Thorndike, Watson và Skinner thì xoay quanh mô hình điều kiện hóa từ kết quả, theo đó, một kích thích sẽ dẫn đến một hành vi và một hành vi sẽ dẫn đến một hậu quả.[57]

*Hình 13* sau đây mô tả mỗi góc phần tư của mô hình Điều kiện hóa từ kết quả (trừng phạt tích cực, củng cố tích cực, trừng phạt tiêu cực, củng cố tiêu cực) để quyết định nên thêm hoặc bớt những yếu tố tạo động lực nào khi ai đó làm tốt một công việc. Tương tự, ta có thể thêm hoặc bớt các yếu tố khi ai đó không đáp ứng được yêu cầu công việc hoặc không đạt được tiến bộ trên hành trình hướng tới mục tiêu của mình.

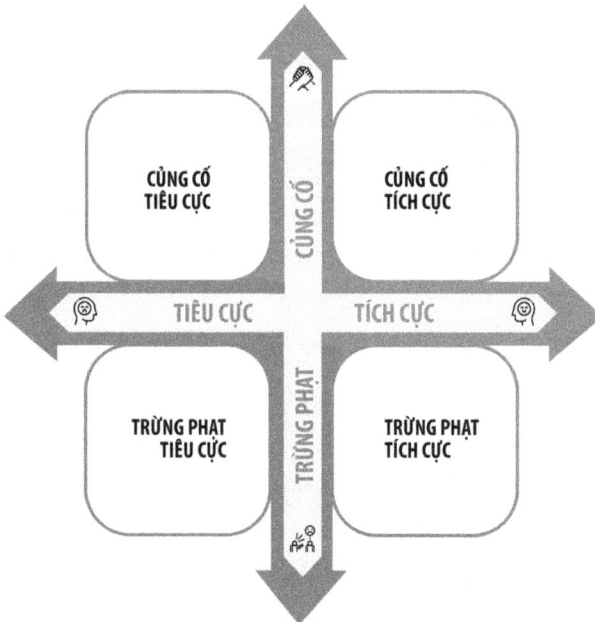

*Hình 13. Bốc góc phần tư của mô hình Điều kiện hóa từ kết quả*

Chúng ta có xu hướng nghĩ rằng chỉ nên sử dụng các biện pháp củng cố tích cực cho mọi người, phải không? Sao chúng ta lại lấy đi thứ gì đó dễ chịu hoặc mang đến thứ gì đó khó chịu cho người khác chứ? Chúng ta cần phải sử dụng cả bốn góc phần tư và không đặc biệt ưu tiên góc nào. Cả bốn góc phần tư này đều có ưu, nhược điểm, và các tình huống khác nhau đòi hỏi những chiến thuật khác nhau. Tốt nhất là chúng ta đưa ra quyết định dựa trên hành vi của mỗi cá nhân để khuyến khích hành vi tốt hoặc ngăn cản hành vi xấu.

**Trừng phạt tích cực** là thêm một trách nhiệm hoặc bổn phận để giảm khả năng ai đó tái diễn một hành vi không mong muốn. Trong môi trường văn phòng, ta có thể yêu cầu người đi họp trễ ở lại dọn dẹp phòng họp. Mục tiêu là đảm bảo rằng mọi người tôn trọng thời gian của nhau và giảm khả năng người đó sẽ đến trễ trong các cuộc họp sau này.

**Củng cố tích cực** là sử dụng phần thưởng để tăng tần suất thực hiện hành vi mong muốn. Ví dụ như khi ai đó đạt chỉ tiêu bán hàng thì họ có thể được khen thưởng bằng chứng nhận Nhân viên của Tháng và một khoản thưởng nhỏ. Đặc quyền phụ này tạo động lực để người đó đạt chỉ tiêu bán hàng một lần nữa vào tháng tới. Mục tiêu là thúc đẩy mọi người khác cũng muốn có phần thưởng tương tự.

**Trừng phạt tiêu cực** là lấy đi thứ gì đó được yêu thích như một cách trừng phạt hành vi không mong muốn. Ví dụ như nếu ai đó nói xấu công ty hoặc đồng nghiệp thì họ có thể bị cách chức lãnh đạo dự án. Khi bị lấy đi thứ gì đó mà mình yêu thích, người ta sẽ giảm bớt khả năng lặp lại hành vi đó.

**Củng cố tiêu cực** là loại bỏ điều gì đó mà người ta không thích để tăng hành vi mong muốn. Ví dụ như để khuyến khích mọi người làm việc chăm chỉ, công ty nói rằng nhóm đạt chỉ tiêu bán hàng cao nhất trong tháng sẽ được phép bỏ qua khóa đào tạo bán hàng hằng tuần vào các buổi chiều thứ Sáu. Khi người ta không bị bắt buộc tham dự, họ sẽ thấy đây như một phần thưởng và khiến các nhóm bán hàng có động lực cố gắng đạt chỉ tiêu cao nhất vào tháng tới.

Ta cần sử dụng bốn góc phần tư đồng đều, bởi không có góc phần tư nào là tốt hơn hay tệ hơn cả. Mỗi góc phần tư phục vụ cho một mục đích khác nhau. Ta cũng cần xem xét các yếu tố như trạng thái tinh thần, trình độ kỹ năng, kiểu động lực, phong cách lãnh đạo và môi trường khi áp dụng thuyết bốn góc phần tư. Làm như thế, ta sẽ đưa ra được quyết định tốt nhất cho doanh nghiệp và nhân viên. Xin nhớ rằng sự thành công của Thuyết Bốn góc phần tư luôn phụ thuộc vào người áp dụng thuyết này – thường là người quản lý – bởi vì họ là người quyết định áp dụng mỗi góc phần tư nhiều hay ít vào bất kỳ thời điểm nào. Hãy chú ý đến từng cá nhân và xem họ phản ứng thế nào (có tích cực hay không) đối với mỗi hành động được thực hiện.

Cá nhân tôi không thích phương pháp "củ cà rốt và cây gậy"; tuy nhiên, tôi đưa phương pháp này vào sách vì đây là một công cụ phổ biến và là một phần của Thuyết Bốn góc phần tư. Ta chỉ cần biết rằng phương pháp này có tồn tại và là một lựa chọn, còn việc có sử dụng phương pháp này hay không là tùy quyết định của mỗi người.

Hãy suy nghĩ xem những thông tin này có thể hữu ích như thế nào trong tổ chức của mình. Ta sẽ sử dụng các góc phần tư như thế nào? Ta sẽ giải quyết những hành vi nào? Ta cần khuyến khích những gì? Điều gì sẽ khiến ai đó bị phạt? Khi xác định rõ kỳ vọng của mình, ta sẽ dễ dàng đo lường sự thành công hay thất bại của các biện pháp can thiệp.

## Yêu thương và Cảm kích

*Thế giới này đói sự yêu thương và cảm kích hơn là đói bánh mì.*

*Mẹ Teresa*

Đại dịch COVID đã khiến mọi người vô cùng căng thẳng tinh thần. Một số người thích dành nhiều thời gian ở bên người khác và nhờ đó họ đã phát triển nhiều mối quan hệ. Ngược lại, một số người không thể chịu được khi phải ở cùng người khác nhiều hơn mức cần thiết, do đó các mối quan hệ của họ khô héo và rồi chết đi.

Khi con người ta nói những ngôn ngữ hoàn toàn khác nhau thì việc giao tiếp sẽ gặp nhiều khó khăn và có thể sẽ không khả thi. Ngay cả khi mọi người nói cùng một ngôn ngữ thì những hiểu lầm, xung đột và tranh cãi cũng vẫn có thể xảy ra. Nếu những vấn đề này không được giải quyết, chúng có xu hướng trở nên căng thẳng và có thể dẫn đến việc mối quan hệ tan vỡ mà không thể hàn gắn.

Vậy, tình yêu thương có liên quan gì đến thế giới BAUU? Trong cuốn *The 5 Love Languages (5 Ngôn ngữ Yêu thương)*, tác giả Gary Chapman đã chia sẻ về việc người ta trao đi tình yêu thương như thế nào và thích nhận lại tình yêu thương ra sao.[58] Bí quyết là: phải nói đúng ngôn ngữ yêu thương. Có năm ngôn ngữ yêu thương, và mỗi người chúng ta có một ngôn ngữ yêu thương chính. Khi mỗi người biết ngôn ngữ yêu thương chính của mình và của đối tác, họ có thể giao tiếp bằng ngôn ngữ phù hợp, ngay cả khi họ khác nhau. Một bí quyết khác là: giữ cho bể chứa yêu thương luôn đầy ắp. Ở phần Tháp Sinh Lực trước đây, tôi đã nói rằng khi hết pin thì ta cần phải sạc lại. Bể chứa yêu thương là một loại pin (bể chứa) mà chúng ta cần sạc (đổ đầy). Chúng ta đổ đầy/sạc bằng cách sử dụng đúng ngôn ngữ yêu thương.

Vậy, sự cảm kích có liên quan gì đến thế giới BAUU? Trong cuốn *The 5 Languages of Appreciation in the Workplace (Năm ngôn ngữ cảm kích ở nơi làm việc)*, Chapman chia sẻ cách xác định người ta trao đi sự cảm kích như thế nào và thích nhận lại sự cảm kích ra sao.[59] Đúng vậy, đây là năm ngôn ngữ yêu thương được điều chỉnh lại và sử dụng theo mục đích khác cho nơi làm việc. Một cách để ta xây dựng sự kết nối bền chặt hơn, khơi gợi những cảm xúc tích cực và tăng cường sự gắn kết là xây dựng thông qua sự cảm kích. Sự cảm kích đóng vai trò nền tảng cho động lực.

Năm ngôn ngữ cảm kích ở nơi làm việc có dạng như sau:

- **Lời khẳng định** (còn gọi là lời khen): những lời khen ngợi tích cực. Hãy chúc mừng mọi người, thể hiện lòng biết ơn, tặng *kudos* (khen ngợi). Hãy cá nhân hóa lời khen cho từng người hoặc khen ngợi ai đó trước mặt những người khác.

- **Hành động phục vụ** (sự tận tụy): thể hiện sự cảm kích thông qua hành động thực tế. Hãy trợ giúp ai đó làm công việc nào đó. Hãy nhờ người khác trợ giúp mình thực hiện nhiệm vụ mà mình đang làm.

- **Tặng vật**: món quà ý nghĩa mà người nhận trân trọng. Hãy tặng cho ai đó những thứ họ yêu thích như cà phê, thức uống, đồ ăn nhẹ, sách, vé xem chương trình giải trí.

- **Thời gian chất lượng**: dành thời gian chất lượng với những người mà mình trân quý. Hãy dành sự chú ý hoàn toàn, dành thời gian để tích cực lắng nghe. Hãy dành nhiều thời gian hơn cho các cuộc họp một-một và tạo các hoạt động xây dựng đội nhóm.

- **Tiếp xúc cơ thể**: ở nơi làm việc với các đồng nghiệp, đây là ngôn ngữ cảm kích phức tạp, bởi vì ở một số quốc gia, việc đụng chạm cơ thể có thể dẫn đến kiện tụng. Vì vậy, hãy tinh tế về mặt văn hóa và pháp lý. Nếu được phép, hãy ôm, vỗ vai, đập tay.

# NHỮNG ĐIỂM CHÍNH CẦN GHI NHỚ
## TRONG CHƯƠNG 4

- Thành công được gặt hái theo cách có chủ ý và được xây dựng trên nền tảng biết ta cần làm những việc gì và cách thực hiện những việc đó.

- Tháp Bản Thân là một trong bốn tháp của Nội thành và do đó nó thuộc về bên trong. Tháp này bao gồm bốn yếu tố "self" (tự thân) kết nối sự hiểu biết (sự tự tin, lòng tin vào năng lực, sự đánh giá cao dành cho bản thân) với hành động (động lực tự tạo/ động lực).

  - Self-confidence (Tự tin) là hiểu và tin tưởng bản thân cũng như khả năng của mình.

  - Self-efficacy (Lòng tin vào năng lực) là tin vào khả năng thành công của chính mình.

  - Self-worth/self-value (Đánh giá cao bản thân) là tin rằng mình xứng đáng thành công và rằng mình đóng góp giá trị gì đó cho thế giới.

  - Self-motivation (Motivation) (Động lực tự tạo (Động lực))

- "Motivation" (động lực) là lý do khiến người ta làm việc.

- "Self-motivation" (động lực tự tạo) là nội lực thúc đẩy ta làm việc gì đó.

- Ta không thể tạo động lực cho người khác. Mỗi người tự tạo động lực cho mình.

- Thuyết hai nhân tố của Herzberg chia động lực thành hai nhân tố: nhân tố tạo động lực – khi có nhân tố này thì người ta cảm thấy được khuyến khích; nhân tố duy trì – khi không có nhân tố này thì người ta cảm thấy nản lòng.

- Tháp nhu cầu của Maslow vạch ra năm cấp độ động lực (sinh lý, an toàn, yêu thương/thân thuộc, được tôn trọng và được thể hiện bản thân). Thứ tự này thể hiện tầm quan trọng tăng dần, nhu cầu phát triển/thăng tiến, và có chức năng như một lộ trình đưa người ta hướng tới sự thỏa mãn trong cả cuộc sống lẫn công việc.

■ Hiệu ứng Hawthorne nói rằng khi ta chứng tỏ cho nhân viên thấy rằng ta quan tâm đến họ và điều kiện làm việc của họ, ta sẽ tạo ra động lực giúp truyền cảm hứng cho họ.

■ Động lực có nhiều cấp độ: Mất động lực, Động lực Ngoại tại (Sự Điều tiết Bên ngoài, Sự Điều tiết Bên trong, Sự Đồng bộ hóa, Sự Điều tiết được Tích hợp) và Động lực Nội tại.

■ Bốn góc phần tư của mô hình Điều kiện hóa từ kết quả (trừng phạt và củng cố) chỉ việc thêm hoặc bớt các khía cạnh của một công việc như một cách thưởng hay phạt để mang lại kết quả mong muốn.

    □ Trừng phạt tích cực: Thêm hình phạt để giảm bớt hành vi không mong muốn.

    □ Củng cố tích cực: Thêm phần thưởng để tăng hành vi mong muốn.

    □ Trừng phạt tiêu cực: Loại bỏ phần thưởng như một hình phạt dành cho hành vi không mong muốn.

    □ Củng cố tiêu cực: Loại bỏ hình phạt như một phần thưởng dành cho hành vi mong muốn.

■ Viết nhật ký hoặc dùng một cái lọ chứa những mẩu giấy ghi lại thành tựu để lấy đó làm động lực.

■ Đặt ra những mục tiêu nhỏ, khả thi và ăn mừng mỗi bước tiến trong suốt chặng đường để tạo động lực hướng đến mục tiêu.

■ Có 5 ngôn ngữ yêu thương và 5 ngôn ngữ cảm kích ở nơi làm việc. Khi hiểu ngôn ngữ yêu thương/cảm kích của chính mình và của người khác, ta sẽ có được những sự kết nối chặt chẽ hơn, gợi lên những cảm xúc tích cực và tăng sự gắn kết.

■ Để biết thêm về năm ngôn ngữ yêu thương, hãy truy cập: 5lovelanguages.com.

■ Để biết thêm về năm ngôn ngữ cảm kích trong công việc, hãy truy cập: appreciationatwork.com.

■ Tải xuống tư liệu Chương 4 từ trang RickYvanovich.com/BAUU/.

## GỢI Ý SUY NGẪM CHƯƠNG 4

**Một** điểm chính cần nhớ từ chương này là gì?

Còn gì khác nữa?

Vì đã đọc chương này, ta sẽ thực hiện hành động gì ngay lập tức?

Còn gì khác nữa?

# CHƯƠNG 5
# NGỤC TỐI

NGỤC TỐI

*Không ai thoát khỏi sự đau đớn, sợ hãi và đau khổ. Ấy thế mà, từ trong đau đớn có thể có sự khôn ngoan, từ trong sợ hãi có thể có lòng can đảm, từ trong đau khổ có thể có sức mạnh.*

*Eric Greitens*

"Khai vấn Ngục tối" là một sự tiến hóa trong triết lý khai vấn của tôi. Trong chương này, tôi sẽ đưa bạn vào hành trình tiến hóa của mình để giải thích về Khai vấn Ngục tối. Khi bạn dẫn tiến bộ, hãy suy nghĩ xem mình muốn/cần trở thành người khai vấn hay người được khai vấn. Khi đã đưa ra chọn lựa muốn trở thành ai, hãy tiếp tục suy nghĩ về lý do tại sao mình lại chọn như thế.

### Định nghĩa Khai vấn và Cố vấn

*Khai vấn là quá trình trao quyền nhằm khai phóng tiềm năng của con người bằng cách gợi ra những giải pháp từ chính cá nhân ấy thông qua lắng nghe tích cực, đặt câu hỏi hay, đưa ra phản hồi, thể hiện sự cảm kích, và liên tục hỗ trợ mọi người làm chủ hành động cũng như thực hiện hành động để đạt được mục tiêu.*

*Peter Chee & Jack Canfield*

The International Coaching Federation (Liên đoàn Khai vấn Quốc tế - ICF) định nghĩa khai vấn là "hợp tác với khách hàng trong một quá trình kích thích tư duy và sáng tạo nhằm truyền cảm hứng cho họ phát huy tối đa tiềm năng cá nhân và tiềm năng nghề nghiệp"[60]. ICF cũng khẳng định rằng khai vấn không phải là cố vấn hay trị liệu.

Vậy, khai vấn viên là người giúp cho người được khai vấn (khách hàng) phát huy hết khả năng của họ bằng cách sử dụng nhiều mô hình, công cụ, kỹ thuật khai vấn khác nhau, và quan trọng nhất là bằng cách tin tưởng vào khả năng của người được khai vấn. Đối với khai vấn viên, hướng dẫn những người được khai vấn trên hành trình của họ là việc làm vô cùng lợi lạc. Mối quan hệ khai vấn lành mạnh là mối quan hệ mà người được khai vấn

- cảm thấy mình tiến bộ;

- cảm thấy phấn chấn sau buổi khai vấn;

- mong chờ đến các buổi khai vấn; và

- cam kết với các mục tiêu khai vấn

Nếu khai vấn viên cũng cảm nhận tương tự thì thật lý tưởng. Là khai vấn viên, vai trò của ta không phải là giải quyết vấn đề cho người khác; đúng hơn, ta hướng dẫn họ đưa ra những quyết định tốt nhất, sáng suốt nhất, phù hợp và hỗ trợ cho mục tiêu của họ. Điều này giúp người được khai vấn vượt qua những thử thách cảm xúc mà họ trải qua khi đang học hỏi, vấp ngã và trưởng thành. Quan trọng nhất, khai vấn viên phải nuôi dưỡng tinh thần trách nhiệm và sự cam kết (của cả khai vấn viên lẫn người được khai vấn).

Có nhiều lý do khiến người ta không tiếp nhận khai vấn, chẳng hạn như:

- Họ không muốn có người theo sát hoạt động hoặc hành vi của mình.

- Họ không muốn phải thay đổi.

- Họ không biết về những điểm mù của mình.

- Ai đó bắt buộc họ (trong khi họ không muốn) phải tham gia hoạt động khai vấn, điển hình là công ty nơi họ làm việc đang cố khắc phục/thay đổi hiệu suất/hành vi của họ.

Trong những tình huống như vậy, khai vấn viên cần phải tập trung vào hộp công cụ khai vấn của mình và hiểu tình trạng hiện tại của những người được khai vấn. Một số người cần lòng trắc ẩn thay vì động lực, một số người thì cần được khuyến khích và một số người khác thì cần được ghi nhận. Một chiến lược cụ thể nào đó có thể giúp được cho ta hoạt động có tổ chức nhưng lại không hiệu quả đối với người được khai vấn. Bởi vì mỗi người mỗi khác nên ta có thể cần phải điều chỉnh phương pháp tiếp cận nhiều lần thì mới tìm được sự cân bằng phù hợp với mình và người được khai vấn. Ta không thể nào sử dụng một phương pháp chung cho tất cả mọi người.

*Mối quan hệ cố vấn là mối quan hệ trong đó người cố vấn trở thành hình mẫu để giảng dạy, khuyên bảo và nâng đỡ người được cố vấn thông qua chia sẻ kiến thức, kỹ năng, kinh nghiệm cũng như các mối quan hệ - những điều giúp người được cố vấn được truyền cảm hứng và phát triển.*

*Peter Chee & William Rothwell*

The European Mentoring and Coaching Centre (Trung tâm Cố vấn và Khai vấn châu Âu - EMCC) định nghĩa mối quan hệ cố vấn là "mối quan hệ học tập, bao gồm chia sẻ các kỹ năng, kiến thức và chuyên môn giữa người cố vấn và người được cố vấn thông qua các cuộc trò chuyện mang tính phát triển, chia sẻ kinh nghiệm và làm gương. Mối quan hệ này có thể bao gồm nhiều phạm vi khác nhau và là mối quan hệ đối tác toàn diện, hai chiều để học hỏi lẫn nhau đồng thời tôn trọng sự khác biệt."[61]

Khi xem xét các định nghĩa về khai vấn và cố vấn, ta thấy có những điểm khác biệt:

- Khi khai vấn, ta giúp người được khai vấn tự khám phá các giải pháp cho họ và từ đó giúp họ tiến tới đạt mục tiêu. Ta không cung cấp cho họ câu trả lời. Thông thường, hoạt động khai vấn có xu hướng ngắn hạn (vài tháng) theo khung thời gian mà (các) mục tiêu khai vấn đặt ra.

- Khi cố vấn, ta cung cấp cho người được cố vấn kiến thức, kỹ năng, kinh nghiệm và đưa ra cho họ câu trả lời. Hoạt động cố vấn có xu hướng dài hạn (vài năm) vì đây là một mối quan hệ tiếp diễn và có thể kéo dài suốt đời.

- Khai vấn viên không nhất thiết phải có kiến thức chuyên môn về chủ đề.

- Người cố vấn phải có kiến thức chuyên môn về chủ đề.

- Khai vấn tập trung nhiều hơn vào hiệu suất.

- Cố vấn tập trung nhiều hơn vào sự phát triển.

Người ta có xu hướng trì hoãn hành động khi không biết nên thực hiện bước nào hoặc nên đi theo hướng nào. Vì vậy, khi cố vấn cho ai đó, ta chia sẻ kiến thức cũng như kinh nghiệm của mình, và trong nhiều trường hợp, ta có thể đưa ra câu trả lời để người được cố vấn có thể học hỏi từ kinh nghiệm của ta.

## Khai vấn + Cố vấn = Huấn luyện Thể thao

Tôi có chứng chỉ CCMP (Certified Coaching & Mentoring Professional – Chuyên gia Khai vấn & Cố vấn được chứng nhận). Lúc đầu, tôi cứ suy nghĩ xem nên làm chuyên gia khai vấn hay cố vấn. Khi khai vấn, tôi thấy rằng đôi khi tôi biết câu trả lời và/hoặc có kinh nghiệm hay kiến thức cụ thể để chia sẻ. Tôi cảm thấy bực bội và khó chịu khi phải giữ miệng, im lặng, kìm chế và không đưa ra câu trả lời. Là khai vấn viên, tôi có thể xin phép (điều mà mọi khai vấn viên nên làm) để đưa ra lời khuyên cụ thể (tức là cố vấn) rồi bước ra khỏi phạm vi khai vấn và chuyển sang cố vấn. Sau khi đã đưa ra lời khuyên/cố vấn, tôi bước ra khỏi phạm vi cố vấn và trở lại phạm vi khai vấn. Tôi cần làm như vậy để đảm bảo mình không vì đưa ra lời khuyên khi không được yêu cầu mà làm hỏng mối quan hệ khai vấn. Các bạn có thể biết hoặc không biết (xin thứ lỗi nếu bạn đã biết và biết rõ) rằng các chuyên gia khai vấn và cố vấn được chứng nhận bị ràng buộc bởi các quy tắc và hướng dẫn từ cơ quan cấp chứng nhận, và việc đi vào và ra khỏi phạm vi khai vấn như vậy là bình thường đối với họ.

Một số người được khai vấn thích mối quan hệ khai vấn chính là vì mối quan hệ này mang lại cho họ sự hỗ trợ tinh thần và cảm giác trách nhiệm mà không bảo họ chính xác phải làm gì.

Tuy nhiên, đối với tôi, việc tuân thủ các quy tắc khiến tôi thấy không ổn, và cảm giác bực bội khi phải nhảy qua nhảy lại giữa các vai trò đã tác động tiêu cực đến mọi phương diện trong Nội thành của tôi: Làm sao tôi có thể thực hiện đúng theo mục đích sống của mình nếu việc khai vấn khiến tôi căng thẳng và mất cân bằng như vậy? Ngoài ra, điều này ảnh hưởng đến khách hàng của tôi như thế nào? Có phải tôi đã làm khách hàng và chính mình thất vọng? Tôi cảm thấy Nội thành của mình đang nứt ra và vỡ vụn.

*Hãy xin, sẽ được; hãy tìm, sẽ gặp; hãy gõ cửa, sẽ mở cho.*

*Ma-thi-ơ 7:7*

Trong đại dịch năm 2020, một khoảnh khắc nhận thức đặc biệt đã xuất hiện trong sự nghiệp khai vấn của tôi khi chúng tôi được giới thiệu về khái niệm huấn luyện thể thao cho doanh nghiệp – một sự kết hợp giữa khai vấn và cố vấn. Tôi lập tức thử ngay và đề nghị cung cấp cho khách hàng các lựa chọn khai vấn, cố vấn hoặc huấn luyện thể thao, đồng thời giải thích rõ từng lựa chọn. Tôi nhanh chóng phát hiện ra rằng mình cảm thấy thoải mái hơn khi huấn luyện thể thao, thế là tôi bắt đầu tái thiết và gia cố lại Nội thành của mình, khôi phục lại sự tự tin và giảm bớt căng thẳng.

Ngay lập tức, tôi hứng thú công việc huấn luyện thể thao hơn là khai vấn hoặc cố vấn thuần túy, bởi vì tôi cảm thấy công việc huấn luyện thể thao hướng đến cả hiệu suất lẫn sự phát triển. Đồng thời, công việc này cũng cho phép tôi chuyển đổi qua lại thật liền mạch giữa khai vấn và cố vấn mà không cần xin phép, bởi vì chúng tôi đã thỏa thuận rằng không cần phải làm như vậy. Tôi cảm thấy rằng công việc huấn luyện thể thao cho phép chúng tôi sử dụng tất cả các công cụ khai vấn để thúc đẩy người được khai vấn và người được cố vấn tiến về phía trước.

Trong khi thực hành như vậy, tôi nhận thấy thông qua huấn luyện thể thao, ta có thể sử dụng các nguyên tắc về niềm vui và nỗi đau. Chúng ta cần làm cho những thói quen dẫn đến thành công trở nên thú vị hơn và những thói quen dẫn đến thất bại trở nên đau đớn hơn. Trong thể thao (dạng luyện tập thể chất), chúng ta khen thưởng đội bóng và các cầu thủ vì đã chơi cật lực trong các trận đấu cũng như những buổi luyện tập. Chúng ta cho các cầu thủ thấy rằng khi đạt được thành công thì họ sẽ như thế nào và cảm thấy ra sao. Chúng ta cũng nhấn mạnh cảm giác đau đớn khi bỏ cuộc, cho các cầu thủ biết cảm giác sẽ như thế nào khi không phát huy hết tiềm năng của bản thân.

Khi tìm hiểu nguyên tắc về nỗi đau và niềm vui trong huấn luyện thể thao, tôi như có được một khám phá quan trọng khác. Tôi nhận ra rằng khi bị nỗi đau đe dọa, người ta sẽ hành động.

Tuy nghe có vẻ tàn nhẫn và khó chịu nhưng đây là sự thật. Hai động lực thúc đẩy người ta hành động là: nỗi đau và niềm vui. Một số người chạy để giành tấm huy chương chiến thắng, trong khi những người khác thì đơn thuần chạy để tránh nỗi đau không giành được huy chương. Khi suy ngẫm về điều này, tôi thấy rõ rằng nỗi đau mạnh hơn niềm vui.

Tôi đã nhiều lần nghe một câu chuyện ẩn dụ về nỗi đau nhưng mãi đến sau này tôi mới để ý nhiều – cụ thể là khi Peter Chee (xem phần nói về Tiến sĩ Peter Chee bên dưới) nhờ tôi giúp đánh giá một chương trong cuốn *5 Levels of Mastery (5 Cấp độ Tinh thông)*[62] sắp ra mắt của anh. Tôi xin kể tóm tắt câu chuyện ấy như sau:

Một người đàn ông đang ngồi uống cà phê ở hiên nhà thì nghe tiếng chó kêu ư ử từ nhà bên cạnh. Tuy người đàn ông này thường không xen vào việc của người khác nhưng tiếng kêu khiến anh thấy khó chịu. Sau khi uống cà phê xong, anh quay vào nhà và tiếp tục làm những việc còn lại của buổi sáng. Đến trưa, khi trở ra hiên nhà để dùng bữa, anh vẫn nghe tiếng con chó kêu ư ử.

Bởi anh không phải là người vô tâm nên anh lo rằng có thể con chó đang bị đau. Anh không biết người hàng xóm có ở nhà không và điều gì khiến con chó kêu rên như vậy. Anh nhủ thầm: "Mình phải đi xem thế nào". Anh bước sang nhà bên cạnh và thấy người hàng xóm đang ngồi trên xích đu ở hiên nhà còn con chó thì đang kêu rên cạnh anh ta trên nền đất.

Anh nói vọng vào: "Anh ơi, xin cho hỏi, con chó của anh không sao chứ? Tôi nghe nó rên suốt ngày. Có chuyện gì vậy?". Người hàng xóm xua tay: "Có gì đâu. Chắc là nó ngồi lên cây đinh". Người đàn ông không hiểu và hỏi tiếp: "Nhưng nếu nó đang ngồi lên cây đinh và bị đau thì sao nó không đứng dậy bỏ đi?". Người hàng xóm đáp: "Vấn đề là ở chỗ đó. Rõ ràng là nó đau nhưng không đau đến mức khiến nó muốn đứng dậy".

Câu chuyện ẩn dụ này minh họa rằng đôi khi nỗi đau không đủ nghiêm trọng để kích thích chúng ta thay đổi hoàn cảnh. Giống như con chó, chúng ta có thể cứ để mình chịu đau thay vì nỗ lực để được hết đau. Để hết đau do đinh đâm, con chó chỉ cần không ngồi lên cây đinh nữa. Con chó chỉ cảm thấy đủ đau để rên rỉ chứ không đủ đau để khiến nó đứng dậy tránh cây đinh. Qua câu chuyện này, tôi nhận ra rằng đôi khi chúng ta phải tạo ra nỗi đau.

Tất nhiên, ý tôi không phải là nỗi đau thể xác. Ý tôi là chúng ta cần khiến mình đủ đau để ngừng than thở và thoát khỏi nỗi đau gây ra sự than thở đó. Chúng ta cần giúp người được khai vấn thấy rằng nếu không rời khỏi vị trí cây đinh thì họ sẽ tiếp tục đau đớn/rên rỉ. Để thoát khỏi tình cảnh ấy, họ cần phải di chuyển (hành động), và nếu họ không di chuyển thì ta cần làm cho cảm giác đau đớn tăng lên.

## Khai vấn Ngục tối

*Ta có thể sống yên bình trong ngục tối; nhưng sống lặng lẽ như vậy thì có phải là sống không?*

*Jean-Jacques Rousseau*

Tầm quan trọng của việc tận dụng cả nỗi đau lẫn niềm vui đã truyền cảm hứng cho tôi lên ý tưởng Khai vấn Ngục tối. Triết lý Khai vấn Ngục tối xoay quanh quan điểm cho rằng phát triển có nghĩa là thay đổi và thoát ra khỏi vùng an toàn của mình. Ta sẽ gặp nhiều chướng ngại và đôi khi cảm thấy đau đớn. Tuy nhiên, nỗi đau dẫn tới sự phát triển là rất nhẹ so với nỗi đau mà ta phải chịu khi vẫn ở trong tình cảnh hiện tại. Tôi cảm thấy khai vấn viên có trách nhiệm nêu bật những lợi ích to lớn của sự phát triển, và trong bối cảnh Khai vấn Ngục tối, điều này có thể có nghĩa là phải tạo cảm giác đau đớn nhiều hơn.

*Không trải qua đau đớn thì không thành công.*

*Benjamin Franklin*

Trong phép ẩn dụ sử dụng hình ảnh Lâu đài, chúng ta nghiên cứu cả những yếu tố bên trong (bốn Tháp của Nội thành) lẫn bên ngoài (bất cứ thứ gì bên ngoài Nội thành) liên quan đến mình. Chúng ta cần phải tập trung vào khía cạnh nội tại, vì chúng là yếu tố thúc đẩy con người ta tiến bộ và hoàn thiện.

Với Khai vấn Ngục tối, trách nhiệm của chúng ta là nhắm đến các yếu tố của Nội thành. Chúng ta càng cố gắng giải quyết hoặc khai vấn vấn đề (tức là các điều kiện bên ngoài) thì sẽ càng khiến cho người được khai vấn cảm thấy mất kết nối. Thay vào đó, khai vấn viên cần giúp người được khai vấn nhận thức hiện trạng Nội thành của họ, giúp họ xác định cần tập trung và phát triển từ đâu.

Khi các tháp của Nội thành được xây dựng lên, những người được khai vấn sẽ hành động hướng tới các mục tiêu bên ngoài của họ với thái độ sẵn lòng và ít phản kháng hơn. Bởi vì Nội thành có thể là khu vực mà các khai vấn viên khó tiếp cận nhất trong quá trình khai vấn, khai vấn viên cần phải xây dựng nền tảng tín nhiệm trước khi bắt đầu quá trình khai vấn để đảm bảo cả hai bên có môi trường thoải mái hơn.

*Nếu cuộc sống có ý nghĩa thì hẳn là nỗi đau cũng phải có ý nghĩa.*

❧

*Viktor Frankl*

Để tối ưu hóa mọi mối quan hệ khai vấn và tạo cảm giác tự tin, thoải mái trong quá trình khai vấn, khai vấn viên cần phải chọn người được khai vấn thật kỹ. Đúng vậy, không phải chỉ người được khai vấn mới quyết định mình có muốn làm việc với khai vấn viên hay không. Khai vấn viên cũng cần phải sáng suốt khi chọn người được khai vấn. Khai vấn viên không nên nhận khai vấn cho một người nào đó nếu thấy rằng hai bên không hợp. Mặc dù hai bên không cần phải hợp nhau 100% nhưng ta cần phải thiết lập sự kết nối giữa khai vấn viên và người được khai vấn, để cả hai đều cảm thấy đây là một sự kết hợp khiến đôi bên cùng có lợi. Nếu không, việc tiếp tục mối quan hệ khai vấn sẽ chẳng đi đến đâu. Nếu mối quan hệ không phải là quan hệ đôi bên cùng có lợi thì bản thân ta sẽ không thể là một khai vấn viên hiệu quả, còn người kia thì sẽ không đạt được sự chuyển hóa như mong muốn. Trong trường hợp như thế, hãy mạnh dạn từ chối.

Trong mối quan hệ khai vấn, hãy đảm bảo rằng mỗi phiên khai vấn đều được thiết kế riêng để giải quyết các nhu cầu cá nhân của người được khai vấn, và để khai vấn viên có thể hỗ trợ họ theo cách tốt nhất. Khai vấn viên cũng nên tập trung giúp người được khai vấn đạt được sự cân bằng toàn diện bằng cách nhận thức về sự phát triển của từng phần trong Lâu đài. Ví dụ như sẽ rất mất cân bằng nếu chúng ta có một tháp đồ sộ trong khi một tháp khác thì thậm chí còn chưa được xây dựng. Chúng ta sẽ có được sự cân bằng toàn diện khi phát triển đồng đều tất cả các phần khác nhau của Lâu đài.

Quá trình này có xu hướng diễn ra một cách tự nhiên khi khai vấn viên và người được khai vấn phát triển mối quan hệ tin cậy sâu sắc hơn. Khai vấn viên cần biết khi nào nên khiến người được khai vấn chịu trách nhiệm và khi nào nên thả lỏng một chút với họ. Khai vấn viên cũng cần biết khi nào là thích hợp để đẩy người được khai vấn ra ngoài vùng an toàn của họ và khi nào thì họ có thể chưa sẵn sàng. Sự cân bằng đối với mỗi người mỗi khác, bởi vì mỗi người đều có những mong muốn và nhu cầu khác nhau.

Và hãy nhớ rằng, tất cả đều tập trung vào người được khai vấn. Ta phải tập trung dốc sức trợ giúp người được khai vấn, bởi vì việc khai vấn xoay quanh nhu cầu của họ (người được khai vấn) chứ không phải của ta (khai vấn viên).

### Đi vào Nội thành

*Đây là nơi ta có thể tìm thấy tâm hồn mình nếu dám tìm: nơi ta có thể chạm vào phần mà trước đây ta chưa bao giờ dám nhìn tới.*

☙

*Laurie Halse Anderson*

Đi vào được Nội thành là điều khó khăn, vì người ta luôn quyết liệt bảo vệ khu vực này. Tuy nhiên, chính trong Nội thành, chúng ta cần khai mở, khám phá và đặt câu hỏi về niềm tin cũng như nhu cầu, đồng thời tìm hiểu người được khai vấn là người như thế nào, thay vì chỉ tập trung vào vấn đề. Phản xạ bảo vệ này là lý do tại sao chúng ta phải dùng nỗi đau và phải thăm dò cho đến khi ta được phép giúp đỡ. Chúng ta phải luôn ý thức rằng đây là không gian thiêng liêng và do đó, chúng ta phải đi nhẹ nói khẽ để giúp nuôi dưỡng thay vì tiếp cận võ vập.

Người được khai vấn sẽ cảm thấy không thoải mái khi ra khỏi vùng an toàn của mình. Khi mạo hiểm bước vào một lãnh thổ chưa biết tới, chúng ta có cảm giác lo sợ, không biết liệu mỗi bước có đưa mình đi quá xa hay không. Ví dụ như tôi thường gặp một số người sợ nói trước đám đông, đặc biệt là các thực tập sinh cũng như sinh viên mới tốt nghiệp và vừa bắt đầu đi làm. Đôi khi, nỗi sợ này biểu hiện qua việc ngại chia sẻ ý kiến trong các cuộc họp, dù cuộc họp có một trăm người hay chỉ vài người. Khi khai vấn cho một cá nhân như vậy, chúng ta phải cẩn thận không thúc ép họ quá mức. Chúng ta có thể cần phải cùng họ quay lại nhiều lần thì họ mới cảm thấy sẵn sàng tiếp tục đi tới, bởi vì ta không thể ép buộc ai đó thay đổi.

Thông qua Khai vấn Ngục tối, tôi thường khám phá ra mối liên hệ giữa nỗi sợ hãi hoặc sự chống cự ấy với Tháp Bản thân (sự tự tin, lòng tin vào năng lực, sự đánh giá cao đối với bản thân, sự tự tạo động lực, động lực). Dưới đây là một số nỗi sợ phổ biến nhất mà tôi từng nghe qua:

- Tôi cảm thấy mình không đủ xứng đáng.
- Mọi người sẽ không tôn trọng tôi.
- Tôi không tự tin rằng mình có thể làm được.
- Tôi sẽ tự biến mình thành kẻ ngốc.

Để trợ giúp những tình huống như vậy, chúng ta cần xây dựng những giá trị cá nhân, khám phá và ghi nhận những khả năng, thành tựu của mình. Chúng ta cũng có thể thực hiện điều này trong môi trường hội thảo với toàn những người xa lạ. Điều quan trọng là nhờ ai đó (lý tưởng nhất là nhờ một người lạ) chỉ ra một số đặc điểm tích cực của chúng ta. Điều này giúp ta cảm thấy mình giá trị hơn và tự tin hơn, từ đó bắt đầu xây dựng tất cả các giá trị cá nhân theo hướng tích cực, sao cho yếu tố này giúp hỗ trợ những yếu tố khác:

- Khi nghe ai đó chỉ ra những đặc điểm tích cực của mình, chúng ta sẽ tự đánh giá mình cao hơn vì cảm thấy mình có giá trị, theo như người đó vừa chỉ ra.

- Khi tự đánh giá mình cao hơn, chúng ta tin tưởng bản thân nhiều hơn và do đó trở nên tự tin hơn.

- Khi có được những trải nghiệm tích cực này, chúng ta sẽ càng cởi mở tham gia vào nhiều tình huống tương tự. Do đó, ta tự tạo động lực nhiều hơn bởi ta muốn thực hiện lặp lại sao cho có được những trải nghiệm tích cực tương tự nhiều lần nữa.

- Khi tiếp tục nhận được ngày càng nhiều ý kiến đóng góp từ người khác, chúng ta càng tin tưởng hơn vào khả năng thành công của mình (tự tin vào năng lực).

Sức mạnh nội tại của chúng ta giống như một chiếc bánh đà – một khi đã chuyển động, nó sẽ hầu như tự chạy. Cũng giống như bất kỳ chiếc bánh đà lớn nào, cần có quán tính lúc ban đầu và cần phải nỗ lực để mọi thứ chuyển động.

## Lắng nghe thấu cảm và Đi sâu tìm hiểu

*Để lắng nghe thấu cảm, ta lắng nghe bằng tai, nhưng quan trọng hơn, ta cũng đồng thời lắng nghe bằng đôi mắt và con tim. Ta lắng nghe để cảm nhận, để hiểu ý nghĩa. Ta lắng nghe để hiểu hành vi. Ta sử dụng não phải cũng như não trái. Ta ý thức, ta trực cảm, ta cảm nhận, 'ta phải mở lòng tiếp nhận sự ảnh hưởng.'*

~⚜~

*Stephen Covey*

Để xây dựng lòng tin với người được khai vấn và vào trong Nội thành của họ, khai vấn viên có thể sử dụng các kỹ thuật lắng nghe thấu cảm và đi sâu tìm hiểu.

*Lắng nghe thấu cảm* là lắng nghe để thấu hiểu. Những người lắng nghe thấu cảm hiệu quả nhất sẽ lặp lại lời người được khai vấn đã nói bằng chính lời của họ hoặc diễn đạt lại những gì người được khai vấn đã nói trong một ngữ cảnh thấu cảm. Ví dụ: *Theo như tôi hiểu thì anh cảm thấy [nêu ra cảm giác mà người được khai vấn đã đề cập] bởi vì [nêu ra những cảm xúc, suy nghĩ, hành vi mà họ đề cập].*

Lắng nghe thấu cảm gắn liền với đi sâu tìm hiểu. Đi sâu tìm hiểu là đặt câu hỏi "và còn gì nữa" trong ngữ cảnh cảm xúc để tìm hiểu sâu hơn một chút về cảm xúc/tình cảm của câu trả lời. Cách tiếp cận này cho phép khai vấn viên hiểu được quan điểm của người được khai vấn bằng cách đặt mình vào vị trí của họ. Bước đi sâu tìm hiểu này cho phép khai vấn viên đào sâu mà không gây áp lực bắt buộc người được khai vấn phải chia sẻ bất cứ điều gì cụ thể. Với phương pháp này, người được khai vấn duy trì quyền kiểm soát cuộc trò chuyện và được tạo điều kiện chia sẻ dần dần các phần trong Nội thành của họ mà không bị thúc ép quá mức.

Khi thử phương pháp này, khai vấn viên có thể đặt những câu hỏi như sau:

- Và còn gì nữa không? (Điều chỉnh lại theo ngữ cảnh cảm xúc để tìm hiểu sâu hơn.)
- Bạn cảm thấy thế nào về chuyện đó?
- Lần gần nhất bạn cảm thấy như vậy là khi nào?
- Điều gì đã khơi dậy cảm giác đó trong bạn?
- Chúng ta cần làm rõ hơn về chuyện gì?

Khai vấn viên cần phải có tính tò mò để đặt câu hỏi một cách tự nhiên. Bằng cách đặt câu hỏi, ta trao quyền cho người được khai vấn thực hiện những hành động sáng suốt và hiệu quả hơn cũng như tự thân đưa ra những lựa chọn.

## Những bậc thầy khai vấn

*Nếu tôi nhìn được xa hơn thì đó là nhờ tôi đứng trên vai*
*những người khổng lồ*

*Isaac Newton*

Nhiều vĩ nhân sử dụng những công cụ và triết lý đã được chứng minh để làm cơ sở cho những lời dạy của họ. Chúng ta không cần phải phát minh lại những điều vốn đã hiện hữu. Một khởi điểm tốt cho chúng ta là học hỏi từ những vĩ nhân, áp dụng những gì mình học được và rồi cải thiện từ đó. Chúng ta có thể thúc đẩy sự phát triển và tiến bộ khi tìm kiếm sự giúp đỡ từ người khác. Bởi tôi có mong muốn mãnh liệt là tìm hiểu thêm về bản thân, bởi tôi có khả năng lãnh đạo trong kinh doanh, và bởi tôi sử dụng khả năng khai vấn của mình để giúp mọi người phát triển, nên tôi đã ghi danh vào chương trình Certified Chief Master Coach – CCMC (Chứng nhận Chuyên gia Khai vấn Cấp cao). Ở đó, tôi đã được học hỏi từ các chuyên gia khai vấn giỏi nhất trên thế giới, cũng như trở thành thành viên của cộng đồng các bậc thầy khai vấn.[xiii] Một khía cạnh quan trọng trong triết lý của CCMC là ý tưởng rằng để nhìn xa và tiến xa hơn, chúng ta (những cá nhân và khai vấn viên) phải "đứng trên vai những người khổng lồ". Tôi luôn ấn tượng với câu nói này vì nó truyền cảm hứng cho tôi rất nhiều. Ý nghĩ rằng chúng ta có khả năng để đứng trên vai những người khổng lồ có sức mạnh thật lớn lao. Đứng trên vai họ, ta sẽ có cảm giác bay cao hơn và nhìn xa hơn về mọi hướng. Điều này có phần giống như đứng trên những tòa tháp cao trong Nội thành.

Tôi đã may mắn được học hỏi từ một số khai vấn viên hàng đầu thế giới. Từ mỗi chuyên gia, tôi đã thu nhặt được những mảnh kiến thức,

---

xiii. Chứng chỉ Certified Chief Master Coach (CCMC) được cấp bởi ITD World. Chương trình được chứng chỉ của Liên đoàn khai vấn quốc tế – ICF chấp thuận, trang bị cho các nhà lãnh đạo năng lực khai vấn trên nhiều khía cạnh, bao gồm khai vấn cuộc sống, khai vấn điều hành, khai vấn đội nhóm đột phá, khai vấn kinh doanh chiến lược và văn hóa khai vấn. Để biết thêm thông tin, xin vào trang RickYvanovich.com/BAUU/

những quy luật phổ quát và những chân lý khoa học. Tất cả những điều này đều đã tác động đến triết lý khai vấn của riêng tôi và giúp tôi phát triển Nội thành của mình.

Người ta nói rằng để trở thành người giỏi nhất thì ta phải học từ những người giỏi nhất. Những người được đề cập trong chương này đã cho tôi thông tin, đã ảnh hưởng và có sự kết nối sâu sắc đối với cá nhân tôi cũng như công việc khai vấn của tôi. Tôi hy vọng họ cũng khiến bạn cảm thấy được kết nối sâu sắc và giúp khơi gợi tính tò mò của bạn hơn nữa.

## Tiến sĩ Marshall Goldsmith

*Một người thành công chỉ trở thành nhà lãnh đạo vĩ đại khi họ*
*học được cách chuyển hướng tập trung từ bản thân sang người khác.*

*Marshall Goldsmith*

Marshall là chuyên gia khai vấn điều hành số một trên thế giới và sứ mệnh của ông rất đơn giản: giúp các nhà lãnh đạo thành công đạt được những thay đổi trong hành vi một cách tích cực, lâu dài cho bản thân họ, cho nhân viên và đội nhóm của họ. Với bốn thập kỷ kinh nghiệm trợ giúp các CEO và nhà điều hành vượt qua những niềm tin hạn hẹp và những hành vi tiêu cực để đạt được thành công lớn hơn, Marshall không cần thêm bất kỳ danh tiếng hay chức vị nào nữa. Ông làm công việc này vì ông thực sự rất thích giúp đỡ mọi người.

Marshall là biểu tượng của lòng vị tha, và những lời này không hề sáo rỗng. Ông cho đi mỗi ngày trong công việc và trong đời sống cá nhân. Khi vào trang web của ông, ta sẽ thấy ông tặng miễn phí tài liệu. Trong chương trình CCMC, ông đã khai vấn một-một cho tôi. Đó là một trải nghiệm khó quên, đầy cảm hứng và giúp tôi chuyển hóa.

Khi đã học được rất nhiều kiến thức từ Marshall, tôi tin rằng hai thành phần chính trong phương pháp của ông đã định hình nên tôi và tôi tin rằng bạn cũng sẽ yêu thích chúng, đó là: **"Feedforward"** (Đề xuất cho tương lai) và **"Tôi cần bạn giúp đỡ"**.

## Feedforward (Đề xuất cho tương lai)

*Đề xuất cho tương lai là những ý tưởng của người khác
mà ta nên sử dụng trong tương lai.*

⌖

*Marshall Goldsmith*

Khái niệm *Feedforward* (đề xuất cho tương lai) của Marshall là một "liệu pháp" cho khái niệm Feedback (Phản hồi) truyền thống.[63,64] Thiếu sót lớn của Feedback là chỉ nhắm đến những gì đã diễn ra trong quá khứ. Trong khi đó, Feedforward cung cấp cho mọi người nhiều đề xuất không mang tính xét đoán cho tương lai, và do đó người ta có thể chọn sẽ sử dụng (các) đề xuất nào để đạt được mục tiêu của mình. Feedforward đặc biệt hữu ích khi ta cần thay đổi về hành vi trong những trường hợp như:

- Một người thành công nhưng không hứng thú với việc thay đổi.
- Một người bạn đời/chồng/vợ/bạn bè không nỗ lực thay đổi.
- Một bậc phụ huynh đang vướng mắc.

Xin đừng nghĩ rằng sau khi bạn đã giải quyết thấu đáo một vấn đề trong quá khứ với ai đó thì người ấy sẽ có công cụ hoặc kiến thức để đưa ra một lựa chọn khác vào lần tới khi gặp lại tình huống tương tự. Nếu người đó không sẵn lòng thay đổi hành vi của mình thì phương pháp phản hồi truyền thống sẽ không ảnh hưởng nhiều đến họ.

Feedforward chuyển hướng sự chú ý từ quá khứ sang tương lai, và vì lý do này, đây là cách làm mà tôi hiện rất yêu thích. Đây là một phương pháp không xét đoán, hướng tới tương lai, trao quyền và tự định hướng, có thể được sử dụng với các cá nhân và đội nhóm nhằm thúc đẩy thay đổi hành vi. Đây là một trong những yếu tố nền tảng để thiết lập niềm tin, thúc đẩy sự gắn kết đội nhóm và giúp nhóm đạt hiệu suất cao. Khi được áp dụng hiệu quả, Feedforward có thể làm thay đổi toàn bộ văn hóa trong một đội nhóm hoặc công ty.

Đối với đội nhóm, Feedforward hướng đến việc thúc đẩy hiệu suất nhóm ở mức cao nhất có thể. Thay vì khiến các thành viên trong nhóm ganh đua với nhau bằng cách buộc họ phải cạnh tranh để giành những khoản thưởng và cơ hội thăng tiến, sẽ có lợi hơn nhiều khi ta khuyến khích mỗi thành viên trong nhóm phát huy kỹ năng của riêng mình, để tất cả các thành viên đều có thể khích lệ và hỗ trợ lẫn nhau đạt được mục tiêu chung. Khi một nhóm được liên kết và được hỗ trợ tốt, các cá nhân trong nhóm cũng sẽ là những người đạt hiệu suất cao. Khi mọi đội nhóm đều có hiệu suất cao thì chúng ta sẽ có một tổ chức có hiệu suất cao.

## Tôi cần bạn giúp đỡ

*Để giúp người khác phát triển, hãy bắt đầu từ chính mình.*

❦

*Marshall Goldsmith*

Một khái niệm khác của Marshall là *Tôi cần bạn giúp đỡ* - nghĩa là đủ can đảm và thành thật để nói: "Tôi không biết cách làm việc đó. Ai đó có thể giúp tôi được không?". Trong môi trường làm việc nhiều cạnh tranh, người ta đôi khi ngại thừa nhận thiếu sót hoặc lỗ hổng kiến thức của mình với cấp trên. Đôi khi họ ngần ngại là do tự ái, nhưng cũng có khi là do hội chứng kẻ mạo danh hoặc do sợ hãi.

Tôi nghĩ ngay đến khái niệm này khi đọc cuốn *The Dichotomy of Leadership*[65] *(Phép lưỡng phân trong lãnh đạo)* xuất bản năm 2018 của Jocko Willink. Phép lưỡng phân được nói đến trong sách là: ta không thể là một nhà lãnh đạo hoàn hảo nếu ta không thể hiện mình là nhà lãnh đạo đích thực. Trái với suy nghĩ thông thường, để là một nhà lãnh đạo đích thực và đáng tin cậy, ta phải chứng minh rằng không phải lúc nào mình cũng có câu trả lời hoặc biết cách làm mọi việc. Thật sai lầm khi các nhà điều hành nghĩ rằng mình phải là người thông minh nhất trong mỗi một lĩnh vực và phạm vi mà họ giám sát, trong khi thực ra, họ cần phải là người giỏi nhất trong việc lãnh đạo và quản lý doanh nghiệp.

Ví dụ như nếu ta đang điều hành một doanh nghiệp thì từ góc độ lãnh đạo và điều hành, ta phải lão luyện trong việc điều hành toàn bộ doanh nghiệp. Điều hành doanh nghiệp không có nghĩa là phải trở thành chuyên gia công nghệ hay chuyên gia marketing. Điều hành doanh nghiệp là lãnh đạo, động viên và hỗ trợ những người được thuê để làm các chuyên gia của công ty. Đổi lại, những người được thuê làm công việc điều hành hoạt động marketing thì phải là chuyên gia marketing, và những người được thuê làm công việc xây dựng web thì phải là chuyên gia về công nghệ và thiết kế.

Nếu ta tỏ vẻ như thể mình biết hết mọi câu trả lời thì mọi người sẽ không thể tin tưởng ta. Và thành thật mà nói, làm sao họ tin tưởng được chứ?

## Tiến sĩ Peter Chee

Trong cuốn sách trước của tôi, *Habits for Success (Thói quen để thành công)*, tôi đã nhắc đến Jim Sirbasku là người đã "nhóm lửa" nhiệt huyết trong tôi, và Deiric McCann là người đã đóng vai trò chất xúc tác.[66] Nếu kết hợp những phẩm chất của hai cá nhân này, ta có được Peter Chee.

Peter vừa là nhiên liệu vừa là chất xúc tác, và anh cũng là một trong những chuyên gia khai vấn cho tôi. Peter đã được Marshall khai vấn và hướng dẫn. Tôi thật hân hạnh khi Peter không chỉ là chuyên gia khai vấn mà còn là cố vấn và là bạn của tôi. Phương pháp khai vấn và cố vấn của Peter bắt nguồn từ năng lượng, tình yêu, hạnh phúc và thành công. Anh thường xuyên tình nguyện khai vấn cho các nhà lãnh đạo với chương trình đặc biệt mang tên Sunrise Eureka Beach Coaching – một chương trình đã trở thành huyền thoại trong cộng đồng khai vấn.[xiv] Peter đã giúp thay đổi cuộc sống của hàng trăm, hàng ngàn người trên toàn thế giới.

Tôi biết đến anh lần đầu vào năm 2012. Sau đó, chúng tôi trở nên thân thiết hơn vào năm 2018, khi tôi lần đầu tham dự chương trình lấy chứng chỉ CCMP từ ITD World do Peter sáng lập và giảng dạy.

Peter toát ra một nguồn năng lượng tự nhiên và những lời dạy của anh cực kỳ phù hợp với thảo luận của chúng ta về thế giới BAUU. Những

---

xiv. Để biết thêm thông tin, vui lòng truy cập https://itdworld.com/gcce-love-theworld-initiative-by-itd-world/ hoặc https://www.100coaches.com/coaches/peter-chee/.

điều quan trọng nhất mà tôi đã rút ra được từ trải nghiệm với Peter cho đến nay là:

- Anh tràn đầy năng lượng, tò mò và thường chia sẻ các ý tưởng về cách làm cho mọi thứ tốt hơn, về cách cải thiện mô hình. Anh tìm kiếm và thử nghiệm các ý tưởng, khiến mọi người tham gia cảm thấy phấn chấn.

- Anh liên tục thăm hỏi những người mà anh đã khai vấn (như tôi) để biết tình hình hiện tại và xem anh có thể giúp đỡ phát triển hơn nữa không.

- Các mô hình của anh có thể được áp dụng cho nhiều tình huống khác nhau, vì vậy chúng rất linh hoạt. Điều này truyền cảm hứng cho tôi và những người khác xây dựng các mô hình linh hoạt như vậy.

Một trong những cải tiến hay nhất của Peter là Situational Coaching Model (Mô hình Khai vấn Tình huống - SCM), bao gồm sáu mẫu mà ta có thể sử dụng để dẫn dắt các cuộc trò chuyện khai vấn. Mô hình này đã được giới thiệu trong cuốn *Coaching for Breakthrough Success*[67] *(Khai vấn để Thành công Đột phá).*

> *Một thiên tài khai vấn sẽ biết cách chuyển đổi liền mạch giữa các mô hình trò chuyện để đáp ứng tốt nhất nhu cầu của tình huống nhằm đạt được kết quả tối ưu.*

*Jack Canfield và Peter Chee*

Nắm vững các mô hình trò chuyện có nghĩa là: biết cách hướng cuộc trò chuyện để truyền cảm hứng hành động tức thì cho những người xung quanh bằng cách tập trung vào giải pháp thay vì vấn đề. Thông qua việc tránh đổ lỗi và hướng tới hành động khắc phục/hỗ trợ, Peter khiến mọi người hào hứng tìm ra giải pháp.

## Tiến sĩ Marcia Reynolds

*Khi người ta cảm thấy mình được nhìn thấy, được lắng nghe và được trân trọng thì họ mới mong muốn phát triển.*

*Marcia Reynolds*

Trong cuốn sách *Coach the Person, Not the Problem: A Guide to Using Reflective Inquiry (Khai vấn con người, không phải vấn đề: Hướng dẫn sử dụng phương pháp truy vấn phản tỉnh)*, Marcia đã dạy về nghệ thuật truy vấn phản tỉnh.[68]

"Các câu nói phản tỉnh bao gồm các nhận định tóm tắt lại, phân loại, sử dụng phép ẩn dụ, xác định các điểm chính hoặc các điểm xung đột và nhận ra những thay đổi về mặt cảm xúc. Nghệ thuật *truy vấn phản tỉnh* kết hợp các câu hỏi với những lời nhận định phản tỉnh."[69] Khi phản tỉnh lời nói của một người, ta cho họ cơ hội xử lý thông tin khác đi. Khi người được khai vấn nghe những lời của chính mình được lặp lại, não của họ có thể xử lý thông tin theo cách khách quan hơn và đưa ra giải pháp riêng. Khi làm như vậy, họ sẽ hiểu sâu hơn. Đây cũng là cách tạo ra sự chuyển hóa thông qua trò chuyện". Marcia là một khai vấn viên cực kỳ giàu kinh nghiệm, cô đã cho chúng ta thấy rằng để thay đổi một kết cục, chúng ta cần khai vấn cho một người cách tìm ra giải pháp của riêng họ thay vì khai vấn về vấn đề của họ. Tại một trong những phiên CCMC của cô về chủ đề khai vấn các nhà lãnh đạo, tạo điều kiện cho mọi người làm việc tự quản, cô nhấn mạnh tầm quan trọng của việc chuyển từ "tôi" sang "chúng ta" sang "họ". Khi đột nhiên ngộ ra rằng cần chuyển từ "chúng ta" sang "họ", tôi thấy đây như một khám phá quan trọng đối với mình.

Một đóng góp to lớn khác của Marcia chính là thuyết hiệu ứng gợn sóng. Thuyết này cho rằng ảnh hưởng của một hành động vượt xa điểm tác động ban đầu của nó, giống như những gợn sóng lan rộng trên mặt ao. Tác động của ta đối với người được khai vấn sẽ vượt ra ngoài phạm vi cá nhân và ảnh hưởng đến tất cả những người mà họ kết nối cũng như tương tác. Khi một người được khai vấn chia sẻ với người khác về kiến thức mà họ có được từ ta, phạm vi tác động của ta sẽ còn rộng hơn nữa.

## John Mattone

*Không ai nhìn thấy phần "cốt lõi bên trong" của ta ngoại trừ chính ta... nếu ta muốn nhìn thấy nó. Nếu ta quyết định nhìn thấy nó, đây sẽ là chìa khóa để ta giải phóng tiềm năng lãnh đạo tuyệt vời của mình.*

*John Mattone*

John là chuyên gia khai vấn điều hành hàng đầu thế giới. Ông là Chuyên gia Khai vấn Điều hành cho Steve Jobs. Khi John nói, tôi luôn muốn ngồi thẳng người lên và chăm chú lắng nghe. Qua các phiên làm việc của John tại CCMC, ông đã chia sẻ niềm tin của mình về bốn cột trụ hỗ trợ khả năng lãnh đạo đích thực và thông minh, đó là: Kích thích cốt lõi bên trong, Phát triển khả năng lãnh đạo, Sống đời sống thịnh vượng, và Bảo vệ di sản. Tôi đã ngẫm nghĩ về những gì ông nói, đã đọc vài cuốn sách, bài viết và bài blog của ông. Tôi xin chia sẻ với các bạn những ý chính mà tôi đã rút ra và cách hiểu của tôi về bốn cột trụ này.

- Kích thích cốt lõi bên trong. Cốt lõi bên trong bao gồm tính cách, ý thức về bản thân, những giá trị, suy nghĩ, cảm xúc, ký ức, niềm tin và xu hướng hành vi của một cá nhân. Những sức mạnh cốt lõi bên trong này làm cho mỗi cá nhân mang tính *"cá nhân"* và do đó là độc nhất vô nhị. Kích thích cốt lõi bên trong có nghĩa là *"mọi thứ quan trọng trong cuộc sống hoàn toàn được quyết định bởi sức mạnh, sự chín chắn và sự sống động từ trong cốt lõi bên trong chúng ta."*[70] Khái niệm này phù hợp với Nội thành của Lâu đài cũng như ý niệm về việc xây dựng những tòa tháp cao và vững chãi.

- Phát triển khả năng lãnh đạo. John định nghĩa khả năng lãnh đạo là tập hợp các phẩm chất và năng lực nội tại cho phép ta truyền cảm hứng và hướng dẫn một đội nhóm hướng tới mục tiêu chung.[71] Điều này phù hợp với mục đích sống (Chương 1) và

Lâu dài (thông qua khả năng lãnh đạo trong Đại lễ đường, Chương 6), Tháp Mục đích (Chương 1) và Tháp Trí tuệ (Chương 3).

- **Sống đời sống thịnh vượng.** John nói: "Cách để thăng tiến trong cuộc sống là áp dụng tư duy thịnh vượng (abundance mindset) và tạo ra giá trị dồi dào cho người khác... Thoạt nghe, điều này có vẻ phản trực giác, nhưng thực ra, cách hợp lý tuyệt đối duy nhất để đạt được thành công trong vai trò lãnh đạo và trong đời sống nói chung chính là mang lại giá trị cho mọi người."[72] Khi có tư duy thịnh vượng, chúng ta tin vào vô số cơ hội được tạo ra thông qua sự hợp tác và mang lại giá trị cho người khác. Tư duy đôi bên cùng có lợi này cũng rất cần thiết để đạt được thành công lâu dài.

- **Bảo vệ di sản.** John nói: "Mọi nhà lãnh đạo nên quan tâm đến di sản của mình, không chỉ vì danh tiếng cá nhân mà còn vì lợi ích của cả tổ chức... Ai cũng biết rằng Steve Jobs không thể bị thay thế, và ông cũng biết như vậy. Tuy nhiên, ông cũng biết rằng di sản của mình có thể được tiếp tục nhờ vào cách ông truyền niềm đam mê sáng tạo và đổi mới cho cả tổ chức."[73] Steve Jobs là một ví dụ điển hình về di sản. Di sản là một phần của Tháp Mục đích (Chương 1).

John bắt đầu tích hợp bốn cột trụ này vào năm 2010, khi ông 52 tuổi – ông cho rằng thà muộn còn hơn không. Vì vậy, ông kêu gọi mọi người hành động ngay bây giờ thay vì để sau – giống như ông đã làm. Sau đây là hai chia sẻ nữa của John:

- 50 Quy luật Lãnh đạo Thông minh
- Bốn chữ A

### 50 Quy luật Lãnh đạo Thông minh của John Mattone

*Quy luật số 48: Ta sẽ không bao giờ đạt được bất cứ điều gì đáng giá trong cuộc sống nếu ta không mang lại giá trị dồi dào cho người khác – trong cuộc sống cá nhân và trong công việc.*

*John Mattone*

Tôi được 50 Quy luật Lãnh đạo Thông minh của John truyền cảm hứng. Ông khuyến khích chúng ta đọc, suy ngẫm và chia sẻ 50 quy luật này. Đây là lý do tại sao tôi đề cập đến chúng ở đây để bạn cũng có thể được hưởng chút lợi ích mà chúng mang lại.[xv]

## Bốn chữ A

*Bốn chữ A này là hạt giống để vun trồng sự tuyệt vời
một cách lâu dài trong năng lực lãnh đạo, trong cuộc sống và
tạo ra một di sản lâu dài.*

*John Mattone*

Bốn chữ A này là altruism (lòng vị tha), affiliation (sự liên kết), achievement (thành tựu) và abundance (sự thịnh vượng). John tin rằng đây là những hạt giống để vun trồng sự tuyệt vời bền vững và tạo ra một di sản lâu dài.

**Altruism** (lòng vị tha) có thể được hiểu theo cách dễ nhất là đặt lợi ích của người khác lên trên lợi ích của mình. Một số người cho rằng lòng vị tha là nghiệp quả, còn một số người khác thì cho rằng đây là năng lượng. Chúng ta cảm thấy vui lòng khi đóng góp cho cộng đồng của mình. Vị tha là vì người khác và cam kết làm nhiều việc tốt nhất có thể trong mọi tương tác cá nhân.

**Affiliation** (sự liên kết) là yếu tố rất cần thiết và tôi thấy thật hợp lý khi John đưa sự liên kết vào đây. Chất lượng cuộc sống và công việc được quyết định bởi chất lượng của từng mối quan hệ của chúng ta. Những người mà ta liên kết cả trong và ngoài công việc sẽ tác động đến công việc của ta. Chúng ta có xu hướng trở nên giống năm người mà chúng ta dành nhiều thời gian ở bên cạnh nhất, vì vậy, khi các nhà lãnh đạo trân

---

xv. Có thể tải sách 50 Laws of Intelligent Leadership (50 Quy luật lãnh đạo thông minh) của John Mattone từ trang web https://johnmattone.com/wp-content/uploads/2020/01/JohnMattone_50LawsOfIntelligentLeadership.pdf.

quý từng giây phút của mình, họ sẽ tạo ra được những mối quan hệ liên kết khôn ngoan.

**Achievement** (thành tựu) có thể nói đơn giản hóa là nhu cầu cơ bản của con người. Chúng ta sẽ khó mà đạt được thành công nếu không tích cực phát triển, chinh phục được các cột mốc quan trọng và gặt hái được một số thứ. Thành tựu nhỏ là bước đệm cho thành tựu đáng kể hơn. Nếu không chinh phục được ngọn núi trước mặt mình thì chúng ta không bao giờ có thể chinh phục được ngọn núi tiếp theo – ngọn núi lớn hơn. Thành tựu có thể nhỏ hoặc lớn, là thành tựu cá nhân hay thành tựu kinh doanh; tuy nhiên, tất cả đều giúp các nhà lãnh đạo có động lực và luôn tập trung, bất chấp những biến động bên ngoài.

*Quy luật số 4: Hãy tiến về phía trước mỗi ngày với cam kết đạt được những thành tựu xứng đáng, hãy có lòng vị tha và xây dựng những mối quan hệ bổ ích với mọi người trong cuộc sống của mình.*

*John Mattone*

**Abundance** (sự thịnh vượng) đã trở thành một từ phổ biến trong giới khai vấn. Khi nghe từ "thịnh vượng", tâm trí ta có thể ngay lập tức nghĩ đến tiền – mùi tiền, màu tiền, chất liệu tờ tiền. Tuy nhiên, tiền trong thế giới vật chất chỉ là một phần của sự thịnh vượng. Chúng ta cũng có thể thịnh vượng bằng cách sở hữu vô số ý tưởng đổi mới, vô khối tình yêu và sự ủng hộ, hay thậm chí là niềm vui và sự thoải mái. Khi cảm thấy thịnh vượng, chúng ta mở lòng đón nhận những ý tưởng và tiềm năng vô biên tồn tại trong mỗi chúng ta.

## Mark C. Thompson

Khi tôi tham dự phiên làm việc của Mark tại CCMC, tôi thấy ông là người cực kỳ khiêm tốn. Ông là một trong những chuyên gia khai vấn về chuyển đổi cho lãnh đạo hàng đầu của Mỹ. Tôi đã rất ngạc nhiên khi nghe một câu chuyện mà ông kể. Đó là câu chuyện về một cậu học sinh bị bắt ở lại trường sau giờ tan học cùng với một cậu học sinh khác – tình cờ thay, đó là Steve Jobs. Và rồi tôi vô cùng ngạc nhiên, thích thú khi biết rằng Tiến sĩ Marshall Goldsmith là cố vấn kinh doanh (và đối tác) của Mark.

Những điều Mark đã làm là rất quan trọng đối với thảo luận của chúng ta về thế giới BAUU, bởi vì ông tập trung vào sự khiêm tốn, ông tận tâm học hỏi từ những người giỏi nhất, và ông đặt ra bốn vấn đề thiết thực hằng ngày như sau:

1. Cần mọi người cam kết thay đổi.

2. Không coi mình là chuyên gia.

3. Tìm điều gì đó khiến ta yêu thích ở người mà ta khai vấn.

4. Đừng nhận khách hàng bừa bãi. Hãy tìm sự kết nối.

Những vấn đề thiết thực này giúp các nhà điều hành tập trung vào những khía cạnh quan trọng nhất của vai trò lãnh đạo trong tổ chức, thay vì coi mình là "sếp". Những khía cạnh này khuyến khích các nhà lãnh đạo luôn duy trì tính tò mò, khiêm tốn, tập trung và liên kết với sứ mệnh của mình.

*Thực ra, khiêm tốn không có nghĩa là khúm núm.*

᠅

*Mark C. Thompson*

Thompson đề xuất chúng ta hãy công nhận tính khiêm tốn là một đặc điểm quan trọng của các nhà lãnh đạo cấp cao. Tuy nhiên, ông lưu ý rằng: "Thực ra, khiêm tốn không có nghĩa là khúm núm". Khiêm tốn là khả năng chấp nhận rằng ta còn cần học hỏi nhiều điều và cam kết cải thiện để duy trì vị trí hàng đầu. Nếu chúng ta sẵn lòng thừa nhận rằng mình không phải cái gì cũng biết thì đó là khiêm tốn. Khi một ông chủ thuê những người thông minh hơn họ thì cái tôi của họ có thể bị đe dọa, đặc biệt là khi họ cũng đang phấn đấu trở thành người thông minh nhất ở nơi làm việc. Tuy nhiên, Mark khuyến khích các nhà lãnh đạo hãy thuê những người thông minh hơn mình.

Khi chúng ta, với tư cách là nhà lãnh đạo, tuyển dụng những người thông minh hơn và có năng lực hơn mình, điều này sẽ thúc đẩy ta đổi mới và tập trung vào vai trò cũng như trách nhiệm riêng của mình, thay vì quản lý người khác theo cách vi mô. Khi xung quanh chúng ta là những người giỏi nhất trong ngành, doanh nghiệp của chúng ta sẽ phát triển mạnh hơn.

## Tiến sĩ William Rothwell

Chủ đề CCMC của Tiến sĩ William Rothwell xoay quanh việc mang lại văn hóa khai vấn giúp thúc đẩy phát triển bền vững. Ông đã viết khoảng 150 cuốn sách, và tôi cảm thấy ông như một bộ bách khoa toàn thư sống. Phương pháp giảng dạy của ông kết hợp giữa trí tuệ và sự đơn giản. Tôi thích phương pháp tiếp cận khai vấn có hệ thống và có cấu trúc của ông, bởi vì phương pháp này phù hợp với cách nghĩ của tôi.

Đóng góp của Tiến sĩ William Rothwell cho BAUU chính là: ông đưa ra lời nhắc nhở rằng chúng ta có thể sử dụng nhiều lý thuyết và quy trình khác nhau để tạo ra một nền văn hóa khai vấn phù hợp và thành công. Tiến sĩ Rothwell chính là người đã nhận ra rằng mỗi người sẽ có những nhu cầu khác nhau trong mối quan hệ khai vấn; và cũng giống như mỗi người cần một kiểu động lực và kiểu hỗ trợ khác nhau, họ cũng cần nhiều chiến lược gắn kết khác nhau. Các phong cách khai vấn được minh họa trong *Hình 14* bên dưới.

- Trục tung thể hiện hiệu suất công việc và cuộc sống cá nhân.
- Trục hoành thể hiện cách làm việc cần chỉ thị và không cần chỉ thị:
  - Cần chỉ thị (Directive): thúc đẩy họ/bảo họ phải làm gì.
  - Không cần chỉ thị (Non-directive): khiến họ tự hỏi mình phải làm gì.
- Ở chính giữa, chúng ta có sự **cộng tác** (collaborate), vì chủ đề chính là con đường trung đạo.

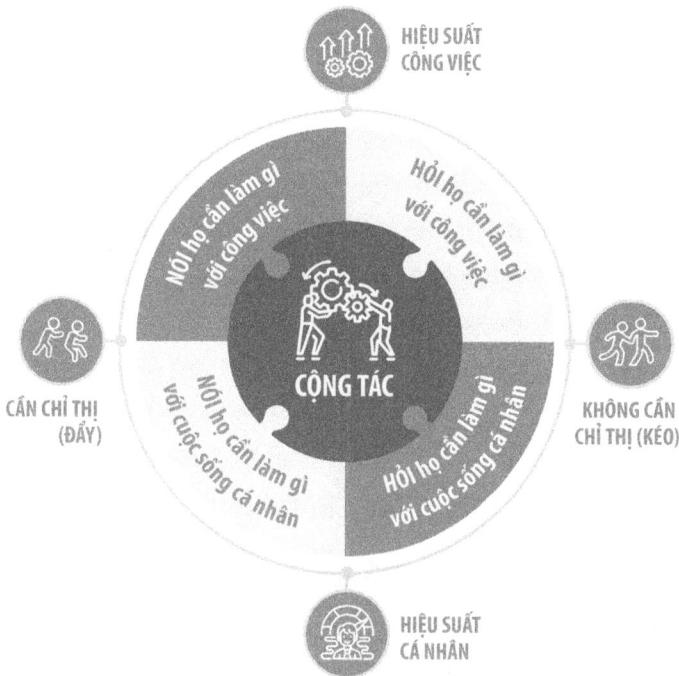

*Hình 14. Các phong cách khai vấn*

Chúng ta hãy ghi nhớ những phong cách này để có thể sử dụng phong cách văn hóa, kiểu động lực và mối quan hệ phù hợp với các cá nhân nhằm tạo ra những thay đổi văn hóa lớn hơn trong các đội nhóm và doanh nghiệp.

## Tiến sĩ Peter Hawkins

*Những thử thách lớn nhất không nằm ở từng cá nhân mà nằm ở sự kết nối quanh họ, giữa các nhóm, giữa tổ chức và các bên liên quan.*

*Peter Hawkins*

Chủ đề CCMC của Tiến sĩ Peter Hawkins xoay quanh việc khai vấn đội nhóm, đội ngũ và hệ thống. Ông cũng đã viết rất nhiều sách, và cuốn sách đặc biệt thu hút tôi là *Systemic Coaching: Delivering Value Beyond the*

*Individual.*[74] *(Khai vấn hệ thống: Mang lại giá trị vượt xa phạm vi cá nhân).* Trong sách này, Peter tập trung vào sự kết nối giữa các cá nhân và hiệu ứng lan tỏa tích cực xảy ra khi một người ý thức về hành vi, niềm tin và ảnh hưởng hiện tại của họ đối với các bên liên quan. Nhận thức này giúp họ đưa ra những lựa chọn hành vi tốt hơn. Dưới đây là những điểm ghi nhớ quan trọng nhất mà tôi rút ra được từ Peter cho thế giới BAUU. Tôi cũng sẽ đưa ra những phần giải thích riêng cho các điểm này.

- Cần có sự thay đổi trong khai vấn
- Khai vấn hệ thống
- Những chiếc ghế trống

## Cần có sự thay đổi trong khai vấn

Thomas J. Leonard đưa ra khái niệm nghề khai vấn vào thập niên 80 và kể từ đó, nghề khai vấn đã đạt được nhiều thành tựu với sự ra đời của nhiều tổ chức khai vấn chuyên nghiệp. Khai vấn là một lĩnh vực phát triển nhanh vì chúng ta liên tục mở rộng kiến thức và phương pháp để thích ứng với những thay đổi trong kinh doanh và công nghệ. Để duy trì sự phát triển của lĩnh vực này, chúng ta cần cung cấp các dịch vụ mới và những ý tưởng đột phá để ngành này tiếp tục phát triển phù hợp với nhu cầu ngày càng tăng của người được khai vấn. Các công cụ và kỹ thuật đã đưa chúng ta đến thời điểm này hiện đã lỗi thời, cần được xem lại, cập nhật và thay thế nếu cần.

Hai câu hỏi mà Peter đặt ra là: "Hoạt động khai vấn có thể mang lại những đóng góp độc đáo nào để đáp ứng nhu cầu của thế giới ngày mai?" và "Chúng ta chuẩn bị như thế nào cho những nhu cầu trong tương lai?". Hai câu hỏi này thôi thúc các khai vấn viên (và ngành khai vấn) nhìn xa hơn vấn đề đang được khai vấn trong hiện tại và suy nghĩ về tương lai.

Peter chia sẻ rằng chúng ta phải chuyển từ khai vấn các nhà lãnh đạo (cá nhân) thế kỷ 20 sang khai vấn lãnh đạo tập thể (tất cả mọi người) của thế kỷ 21. Lãnh đạo tập thể đề cập đến quá trình mọi người cùng nhau mưu cầu sự thay đổi. Đây là một quá trình nhằm đạt được các mục tiêu của tập thể (tổ chức) thay vì các mục tiêu cá nhân, và do đó đòi hỏi hành động tập thể/phối hợp.

## Khai vấn hệ thống

Khai vấn hệ thống (Systemic coaching) là khái niệm cho rằng khai vấn viên có thể và nên mang lại giá trị vượt ra ngoài phạm vi cá nhân. Hoạt động khai vấn thường liên quan đến hai người: khai vấn viên và người được khai vấn. Trong hoạt động khai vấn đội nhóm, một khai vấn viên (cũng có thể nhiều hơn một khai vấn viên) khai vấn cho cả đội nhóm, và cũng khai vấn các cá nhân trong đội nhóm nếu cần.

Khai vấn hệ thống tập trung vào các mối quan hệ phụ thuộc lẫn nhau giữa các cá nhân, đội, nhóm, tổ chức hay hệ thống, và không phải là chỉ khai vấn một-một. Khai vấn hệ thống nhấn mạnh quan điểm cho rằng nếu một công ty có những cá nhân làm việc chăm chỉ, đầy nhiệt huyết nhưng hoạt động tách biệt với nhau thì công ty đó chưa thể thành công. Khai vấn hệ thống giúp đồng bộ hóa mục tiêu của mọi người và đưa các nhóm đến gần hơn với sứ mệnh, tầm nhìn và mục tiêu của công ty.

Peter và đồng tác giả Eve Turner lập luận rằng "hoạt động khai vấn cần phải được phát triển hơn nữa để mang lại giá trị cho tất cả các bên liên quan của người được khai vấn, bao gồm những người do họ lãnh đạo, các đồng nghiệp, nhà đầu tư, khách hàng, đối tác, cộng đồng địa phương cũng như các cộng đồng rộng hơn của họ."[75]

## Những chiếc ghế trống

Những chiếc ghế trống là một kỹ thuật mường tượng mà Peter đã nghĩ ra để giúp những người được khai vấn mở rộng tầm nhìn. Người được khai vấn sẽ nhắm mắt lại và tưởng tượng trước mặt họ có những chiếc ghế trống. Sau đó, họ mường tượng ra con, cháu, đối tác, khách hàng hoặc đồng nghiệp của họ đang ngồi trên những chiếc ghế đó. Khi muốn nhìn sự việc từ những góc nhìn khác nhau, chúng ta dùng những chiếc ghế trống làm đạo cụ để hình dung một tình huống hoặc vấn đề từ góc nhìn của một người khác.

Để có góc nhìn nhẹ nhàng hơn, vui tươi hơn về một tình huống, tôi có thể ngồi vào ghế của con gái tôi. Đột nhiên, những vấn đề rắc rối của tôi như tan biến đi và tôi chỉ tập trung vào thực tế đơn giản là mình và gia đình đang hiện hữu trong thời điểm hiện tại. Đôi khi, góc nhìn này giúp tôi xem một vấn đề nào đó là một thử thách thú vị hoặc là cơ hội để kết nối với người khác.

Để có góc nhìn thực tế, tôi có thể ngồi vào ghế của đối tác hoặc đồng nghiệp. Để có góc nhìn sáng tạo, tôi có thể ngồi vào ghế của một nhà đổi mới hay một thiên tài trong lĩnh vực của mình. Dù tưởng tượng mình ngồi ở chiếc ghế nào, tôi cũng luôn đảm bảo sẽ đưa những góc nhìn ấy vào những trải nghiệm công việc và cá nhân.

## Peter Bregman

*Để hoàn thành những việc cần làm, cần phải quyết định xem*
*nên bỏ qua điều gì cũng như nên tập trung nỗ lực vào đâu.*

⌘

*Peter Bregman*

Tại CCMC, Peter Bregman chuyên về khai vấn kinh doanh chiến lược. Đặc biệt anh nhấn mạnh rằng mình cam kết tạo ra tác động chứ không cam kết khai vấn; do đó, anh không bám vào bất kỳ phương pháp khai vấn cụ thể nào. Điều này phù hợp với tôi và phương pháp Khai vấn Ngục tối của tôi. Đặc biệt, quá trình Mũi tên lớn (Big Arrow)[76] của Peter là một phát hiện độc đáo.

Trong mọi tổ chức, một trong những thử thách lớn nhất là đảm bảo mọi người liên kết và cùng nhau đi chung một hướng, tiến tới mục tiêu chung. Thay vì để một số nhóm di chuyển theo tốc độ và hướng đi riêng của họ, Mũi tên lớn khuyến khích mọi người di chuyển theo cùng một hướng chung (nghĩa là hướng tới các mục tiêu tương tự hoặc được liên kết với nhau). Khi mọi người đi chệch hướng, ta sẽ nhắc họ về Mũi tên lớn để giúp họ chuyển đúng hướng.

Đầu tiên, ta thiết lập Mũi tên lớn, tức là định hướng bao quát cho doanh nghiệp. Tiếp theo, ta phải xác định những người trong doanh nghiệp, những người sẽ có ảnh hưởng lớn nhất trong việc thúc giục mọi người đi theo hướng đã chỉ ra. Khi những người nòng cốt đã hiểu vai trò tương ứng của mình, họ có thể tạo ra sự liên kết bằng cách đảm bảo những người khác đang di chuyển đúng hướng. Ta sẽ cần khai vấn chút ít ở đây để đảm bảo những người nòng cốt có những công cụ mà họ cần để đạt được mục tiêu và vượt qua mọi trở ngại.

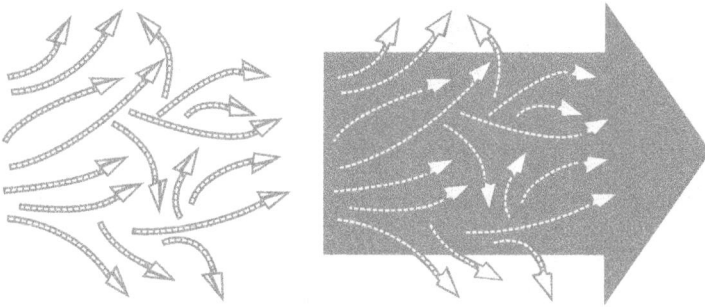

*Hình 15. Mũi tên lớn của Peter Bregman*

*Hình 15* bên trên được lấy từ bài viết trên Harvard Business Review năm 2017 của Peter.[77] Trong hình minh họa này, ta có thể thấy rõ rằng ở bên trái, mọi người (được biểu thị bằng các mũi tên) đang đi theo đủ mọi hướng. Mũi tên lớn ở bên phải đại diện cho một công ty được liên kết và di chuyển theo cùng một hướng chung. Khi được trình bày dưới dạng hình ảnh, khái niệm này có vẻ rõ ràng. Tuy nhiên, cũng như đối với rất nhiều điều rõ ràng khác, chúng ta cần phải tự mình trải nghiệm để thật sự khám phá.

Để hỗ trợ các cá nhân gắn kết với định hướng, tầm nhìn và mục tiêu chung của công ty, các nhà lãnh đạo có thể làm như sau:

1. Thiết lập hoặc xác định Mũi tên lớn, thường là cho khoảng thời gian 12 tháng tới.

2. Xác định những người nòng cốt có khả năng tác động nhiều nhất đến Mũi tên lớn.

3. Tạo sự liên kết. Mỗi người đóng góp nòng cốt phải hiểu sự đóng góp chính yếu của cá nhân mình đối với Mũi tên lớn.

4. Khai vấn những người đóng góp, giúp họ vượt qua mọi trở ngại và hỗ trợ họ.

5. Sử dụng Mô hình tăng tốc Bregman (Bregman Acceleration Model - BAM)™ để xác định những lỗ hổng và trở ngại, đồng thời cùng đội nhóm cố gắng vượt qua.

6. Đạt được kết quả của Mũi tên lớn và ăn mừng thành công.

Peter cũng khuyên rằng trong khai vấn khả năng lãnh đạo, hiệu quả không phụ thuộc nhiều ở kỹ thuật hoặc kỹ năng được sử dụng mà là ở những ý định mà khai vấn viên ấp ủ, bởi những điều này có ảnh hưởng sâu sắc nhất đến người được khai vấn.

Chúng ta không nên cứng nhắc hoặc quá bám sát các mô hình, triết lý và chiến lược khai vấn bởi vì về cơ bản, người ta chỉ cần được hỗ trợ và xác nhận. Khi ta tập trung khai vấn người đang ngồi trước mặt mình thay vì thể hiện năng lực khai vấn của bản thân, ta sẽ thấy mối quan hệ khai vấn của mình tiến triển đáng kể.

# NHỮNG ĐIỂM CHÍNH CẦN GHI NHỚ
## TRONG CHƯƠNG 5

- Có nhiều hình thức và phong cách khai vấn khác nhau, tất cả đều dựa trên các nguyên tắc cơ bản liên quan đến sự tín nhiệm, đặt những câu hỏi hay cũng như lắng nghe thấu cảm và lắng nghe tích cực.

- Khai vấn viên hướng dẫn hành trình của người được khai vấn, còn người cố vấn thì trở thành hình mẫu để giảng dạy, khuyên bảo và nâng đỡ người được cố vấn.

- Hoạt động khai vấn và cố vấn chịu sự ràng buộc của các quy tắc và hướng dẫn của những cơ quan cấp chứng nhận.

- Khi huấn luyện thể thao, ta có thể kết hợp giữa khai vấn và cố vấn mà không cần xin phép.

- Khai vấn Ngục tối sử dụng cả nỗi đau lẫn niềm vui để thúc đẩy sự phát triển.

- Việc lắng nghe đồng cảm và đi sâu tìm hiểu giúp xây dựng lòng tin giữa khai vấn viên và người được khai vấn.

- Tìm hiểu về những bậc thầy khai vấn hàng đầu trên thế giới và đứng trên vai những người khổng lồ này.

- Feedforward (đề xuất cho tương lai) là một công cụ không xét đoán giúp đạt được sự thay đổi hành vi và có thể chuyển đổi văn hóa.

- "Tôi cần bạn giúp đỡ" có nghĩa là thừa nhận rằng mình không phải cái gì cũng biết và do đó cần được giúp đỡ.

- Tính chân thực là đặc điểm cần thiết của một nhà lãnh đạo hoàn hảo. Nhà lãnh đạo nên dẫn dắt, động viên, hỗ trợ đội nhóm của mình và không nhất thiết phải là chuyên gia trong mọi lĩnh vực.

- Mô hình Khai vấn Tình huống (Situational Coaching Model - SCM) bao gồm sáu mẫu có thể được sử dụng để hướng dẫn các cuộc trò chuyện khai vấn.

- Truy vấn phản tỉnh kết hợp các câu hỏi với những nhận định phản tỉnh để tạo sự biến đổi thông qua trò chuyện.

- Sống đời thịnh vượng có nghĩa là áp dụng tư duy thịnh vượng và tạo ra giá trị dồi dào cho người khác.

- Khi các nhà lãnh đạo thuê những người thông minh hơn và có năng lực hơn mình, họ sẽ được thúc đẩy đổi mới và tập trung vào vai trò cũng như trách nhiệm của mình thay vì quản lý người khác theo cách vi mô.

- Khi sử dụng phong cách khai vấn, kiểu động lực và các mối quan hệ phù hợp, các đội nhóm và doanh nghiệp có thể tạo ra những thay đổi lớn về văn hóa.

- Hoạt động khai vấn cần mang lại giá trị cho tất cả các bên liên quan của người được khai vấn, bao gồm những người do họ lãnh đạo, các đồng nghiệp, nhà đầu tư, khách hàng, đối tác, cộng đồng địa phương cũng như các cộng đồng rộng hơn của họ.

- Những chiếc ghế trống là một phương pháp mường tượng để giúp những người được khai vấn mở rộng tầm nhìn.

- Quá trình Mũi tên lớn khuyến khích mọi người đi theo cùng một hướng để đến các mục tiêu giống nhau.

- Tải xuống tư liệu Chương 5 từ trang RickYvanovich.com/BAUU/.

# GỢI Ý SUY NGẪM CHƯƠNG 5

**Một** điểm chính cần nhớ từ chương này là gì?

_____
_____
_____

Còn gì khác nữa?

_____
_____
_____

Vì đã đọc chương này, ta sẽ thực hiện hành động gì ngay lập tức?

_____
_____
_____

Còn gì khác nữa?

_____
_____
_____

# CHƯƠNG 6
# ĐẠI LỄ ĐƯỜNG

ĐẠI LỄ ĐƯỜNG

*Ta biết gì hay biết ai cũng không quan trọng, quan trọng là ai biết ta.*

Susan RoAne

Vào thời trung cổ, Đại lễ đường là khu vực trung tâm xã hội của Lâu đài và các khu vực xung quanh. Đây là nơi Hầu tước và Hầu tước Phu nhân của Lâu đài (chính là bạn!) thường thết đãi cộng đồng. Họ tạo dựng, củng cố và duy trì sự kết nối của mình với xã hội bằng cách hội họp, gặp gỡ, trò chuyện, cười đùa và chung tay làm việc tại Đại lễ đường.

Hình ảnh Đại lễ đường trong Lâu đài ẩn dụ của chúng ta thể hiện:

- Cộng đồng – nơi mọi người kết nối.
- Văn hóa – nuôi dưỡng cộng đồng và xây dựng lòng tin, tình bạn, kỹ năng, tạo điều kiện cho cá nhân và cộng đồng phát triển.
- Khả năng lãnh đạo – ta muốn trở thành dạng lãnh đạo nào?

## Cộng đồng

*Tôi không thể tự mình thay đổi thế giới, nhưng tôi có thể ném một hòn đá xuống nước và tạo ra nhiều gợn sóng.*

*Mẹ Teresa*

## Gia đình

*Lý tưởng nhất là làm bạn với cả thế giới*
*và xem toàn thể nhân loại là một gia đình.*

*Mahatma Gandhi*

Có thể nhận định rằng, với tư cách là một thiết chế xã hội, quy mô gia đình đã bị suy thoái so với buổi đầu lịch sử. Nhiều thập kỷ trước, một gia đình có nhiều thế hệ cùng chung sống. Tuy nhiên, ngày nay, nhu cầu đi lại dễ dàng, nhu cầu liên lạc tức thì và khả năng mua được nhà ở giá phải chăng đã đẩy mô hình gia đình cũ đi vào quá khứ. Các gia đình và hộ gia đình ngày nay bị chia nhỏ hơn, đặc biệt là khi mô hình gia đình hạt nhân ra đời.

Trong thời kỳ đại dịch, một số người trong chúng ta "bị nhốt" trong cùng một không gian sống với gia đình, trong khi một số người khác thì bị chia cách bởi những hạn chế nghiêm ngặt về việc đi lại. Tình cảnh này đã tạo ra một động lực thú vị, khiến nhiều người nhận thức rõ rằng gia đình quả thực quan trọng và do đó, họ có cái nhìn mới về lối sống đa thế hệ. Tiếc thay, nhiều người trong chúng ta phải trải qua một trận đại dịch toàn cầu thì mới nhìn ra được chân lý này.

Gia đình không nhất thiết lúc nào cũng chỉ gồm những người có quan hệ huyết thống. Gia đình có thể bao gồm những người đã hỗ trợ ta trong thời gian thử thách, đã trung thành với ta, bảo vệ lợi ích của ta, dành thời gian cho ta hay thậm chí nấu súp khi ta không thể nếm được vị của bất cứ thứ gì vì bị COVID. Song song với việc vun đắp các mối quan hệ khác, ta phải trân trọng và nuôi dưỡng mối quan hệ của mình với những thành viên trong gia đình.

## Bạn bè

*Những người bạn tốt giúp chúng ta trở thành người tốt hơn.*
*Họ động viên khi chúng ta suy sụp và nhắc chúng ta khiêm tốn*
*khi đạt đến đỉnh cao.*

*Simon Sinek*

Bạn nhớ bạn bè là ai chứ? Đó là những người mà ta đã từng cùng đi chơi vui vẻ và cùng nhau ăn tối trước khi có lệnh đóng cửa. Đại dịch đã cho chúng ta thời gian để suy nghĩ lại về những mối quan hệ bạn bè của mình, cũng như cách chúng ta đã hỗ trợ họ. Chúng ta đã bỏ quên những ai? Chúng ta chưa bỏ quên những ai? Chúng ta đã quên mất ai? Ai đã bên cạnh chúng ta khi chúng ta cần đến họ?

Khi ngày một trưởng thành, ta có thể thấy khó định hướng và quản lý các mối quan hệ của thế giới người lớn do những kỳ vọng của xã hội luôn thay đổi. Chúng ta thấy khó mà gặp gỡ mọi người (có phải chúng ta đang ỷ lại vào một ứng dụng nào đó để kết nối với mọi người không?).[78] Hãy nhớ rằng tất cả các mối quan hệ đều cần được vun đắp bằng thời gian và năng lượng. Dù là tình bạn cũ hay tình bạn mới, cả hai đều đáng để đầu tư, đều cần ta bỏ ra công sức để duy trì sự bền chặt và kết nối.

## Mạng lưới

*Xây dựng mạng lưới không chỉ có nghĩa là kết nối mọi người,*
*mà còn là kết nối người với người, kết nối con người với ý tưởng,*
*và kết nối con người với cơ hội.*

*Michele Jennae*

Khi mạng lưới kết nối của ta phát triển hơn và có sức tác động xa rộng, ta sẽ có thể giúp đỡ ngày càng nhiều người hơn. Giá trị và sự đóng góp của ta cho thế giới sẽ tăng lên khi ta cung cấp sản phẩm hoặc dịch vụ cho nhiều người hơn. Trong thế giới BAUU, chúng ta không phát triển mạng lưới theo cách lỗi thời là tạo sự kết nối qua những buổi chè chén. Ngày nay, chúng ta tham gia các mạng lưới và hiệp hội giúp chúng ta thăng tiến trong cuộc sống và trong công việc. Vì vậy, hãy tham gia các tổ chức như Hiệp hội Doanh nghiệp ở địa phương để gặp gỡ nhiều người, kết nối và chia sẻ những mối quan tâm chung. Tôi đã đích thân có được những trải nghiệm tuyệt vời với Phòng Thương mại Anh Quốc tại Việt Nam (BritCham),[xvi] Phòng Thương mại Mỹ tại Việt Nam (AmCham),[xvii] và Phòng Thương mại Châu Âu tại Việt Nam (EuroCham).[xviii] Các tổ chức này đã mở ra các cộng đồng mới để mọi người tới sinh hoạt, trở

---

xvi. Phòng Công nghiệp & Thương mại Anh quốc tại Việt Nam: https://britchamvn.com/.
xvii. Phòng Thương mại Hoa kỳ tại Việt Nam: https://www.amchamvietnam.com/.
xviii. Phòng Thương mại Châu Âu tại Việt Nam: https://eurochamvn.org/home-page/.

thành bạn bè và đối tác kinh doanh. Hãy bắt đầu với các sự kiện địa phương và từ đó mở rộng kết nối.

Một cách khác nữa để gặp gỡ những người cùng chí hướng là tham gia các hội nhóm chuyên môn. Là kế toán, tôi tham gia hoạt động tại nhiều tổ chức nghề nghiệp liên quan. Ngoài ra, khi ta có bằng cấp và chứng chỉ nào đó, hãy nhớ tham gia các hiệp hội và nhóm cựu học viên liên quan đến bằng cấp và chứng chỉ ấy. LinkedIn là một trong những nền tảng mạng xã hội nghề nghiệp đang phát triển, nơi ta có thể tham gia các nhóm phù hợp với mình và thảo luận về nhiều chủ đề với những người trong ngành.

Các Nhóm Ưu tú (Mastermind Group) mà ta cần đóng phí thành viên là các nhóm hội tụ những nhà lãnh đạo có tư tưởng đổi mới và hướng tới sự phát triển. Ví dụ như tôi từng tham gia Mạng lưới Điều hành Toàn cầu (Executive Global Network – EGN) khi họ ở Việt Nam. Sau đó, EGN rời đi và Mạng lưới Điều hành Kinh doanh (Business Executive Network – BEN) nổi lên. Trong mạng lưới này, tôi làm công việc cố vấn và đồng thời đóng góp cho tạp chí C-Vietnam.[79] Những sự kết nối mà tôi có được thông qua các tổ chức này đã giúp Tỷ suất lợi nhuận – ROI (Return On Investment) của công ty tôi tăng gấp ba lần một cách dễ dàng, bởi chúng đã giúp tôi được gặp gỡ nhiều người thú vị.

## Phục vụ cộng đồng

*Nếu ta không quan tâm nhiều hơn thì mọi việc*
*sẽ không thể cải thiện, không thể nào.*

∽≈∾

*Tiến sĩ Seuss*

Sau khi tìm hiểu Tháp Mục đích (Chương 1), chúng ta đã biết rằng nên tập trung vào những gì mình có thể làm cho người khác, thay vì vào chính bản thân mình. Phục vụ cộng đồng là một cách đền đáp và làm gì đó cho người khác. Hãy thử phục vụ cộng đồng theo một số cách khác nhau và xem cách nào hiệu quả nhất. Rất nhiều khả năng, ta sẽ bắt gặp những người có cùng chí hướng đang làm những việc tương tự như mình, và rồi tự lúc nào không hay, tất cả sẽ nhóm lại và chung tay làm việc.

Khi ta có thái độ tích cực và dành chút thời gian, công sức để giúp đỡ người khác cũng như đưa ra những lời khuyên có giá trị, ta sẽ tự nhiên xây dựng được một cộng đồng coi trọng mình cũng như những việc mình làm.

## Phát triển những mối liên kết

*Mỗi người là nhịp cầu nối với một người nào đó hoặc điều gì đó.*

*Bobby Umar*

Để mở rộng Đại lễ đường thì điều tối quan trọng là phải phát triển các mối quan hệ kết nối. Tuy nhiên, bởi vì trong thời gian thế giới bị ảnh hưởng bởi đại dịch, các hoạt động chủ yếu đều diễn ra trên mạng cho nên chúng ta cần tìm ra những cách mới để kết nối và tạo ra những kết nối mới.

Trước đại dịch COVID, chúng ta thường gặp gỡ nhau để cùng ăn trưa, trò chuyện bên tách cà phê và đứng tán gẫu quanh máy nước nóng lạnh ở văn phòng. Trong thế giới WFA (Work From Anywhere – Làm việc từ bất cứ đâu), ngay cả khi gặp nhau trên mạng, chúng ta vẫn có thể cùng nhau ăn trưa, uống cà phê hoặc trò chuyện nhóm. Các hoạt động như thế này là rất quan trọng để xây dựng kết nối trên không gian ảo, và chúng ta nên *bật video* khi thực hiện tất cả những hoạt động này.

Bạn còn nhớ ngày đi học đầu tiên chứ? Ta bước vào lớp và trong lớp không ai biết ai cả. Khi ta bước vào, một số người nhìn lên và quay đi, một số người khác thì nhìn lên và mỉm cười, một số người khác nữa thì ra hiệu cho ta ngồi vào chỗ bên cạnh họ. Và rồi, còn một người giấu mặt sau tấm chắn; ta biết có một người đang ở đó nhưng lại không thể nhìn ra đó là ai.

Các câu hỏi:

- Ta cảm thấy thế nào khi mọi người nhìn đi chỗ khác? Vui, bực mình, buồn, nhẹ nhõm, lo âu, khó chịu?

- Ta cảm thấy thế nào khi mọi người mỉm cười với mình? Vui, bực mình, buồn, nhẹ nhõm, lo âu, khó chịu?

- Ta cảm thấy thế nào khi có người mời mình ngồi cạnh? Vui, bực mình, buồn, nhẹ nhõm, lo âu, khó chịu?

- Ta cảm thấy thế nào khi biết có người giấu mặt sau tấm chắn? Vui, bực mình, buồn, nhẹ nhõm, lo âu, khó chịu?

- Trong phòng có rất nhiều ghế trống, ta sẽ quyết định ngồi ở đâu?

- Bên cạnh một trong những người đã quay mặt đi?

- Bên cạnh một trong những người đã mỉm cười với mình?

- Bên cạnh một trong những người đã mời ta ngồi cạnh họ?

- Bên cạnh người giấu mặt sau tấm chắn?

Đây là những gì xảy ra trong đời thật, cho dù ta là học sinh mới hay là người mới vào công ty, mặc dù tôi tin chắc là không ai giấu mặt sau tấm chắn ở văn phòng cả. Như vậy, những câu hỏi thực tế sẽ là: nếu ta đang ở trong phòng và có ai đó bước vào, ta sẽ cư xử ra sao và muốn người đó thấy ta là người như thế nào?

- Ta có muốn quay mặt đi và bị coi là không thân thiện không?

- Ta có muốn cười đáp lại người đó và được coi là thân thiện không?

- Ta có muốn mời người đó ngồi cạnh mình và được coi là cởi mở, thân thiện, niềm nở và hòa đồng không?

- Ta có muốn giấu mặt sau tấm chắn và bị coi là kỳ quặc không?

Không có câu trả đúng hay sai, và hơn nữa, muốn người khác nhìn thấy mình như thế nào là tùy ở ta. Tôi đã đặt câu hỏi này cho hơn một trăm thực tập sinh online vào năm ngoái và không ai trong số họ muốn là người nhìn đi chỗ khác hoặc làm người giấu mặt sau tấm chắn cả. Tất cả họ đều muốn mỉm cười và nhiều người cũng sẵn lòng mời người mới đến ấy ngồi cạnh mình.

Trong một thế giới làm việc hỗn hợp – hybrid – vừa ảo vừa thật, chúng ta làm điều này bằng cách nào? Bằng cách mở chế độ video! Khi tắt chế độ video thì ta không thể nhìn thấy gì, và cũng mất đi khả năng nhìn thấy ngôn ngữ cơ thể và nét mặt của nhau.

Hãy tưởng tượng ta đăng nhập vào hệ thống để gặp gỡ đồng nghiệp ngày đầu tiên nhưng rồi phát hiện ra rằng họ không thể nhìn thấy ta hoặc ta không thể nhìn thấy họ. Theo cách nghĩ tích cực nhất thì điều này thật ngượng nghịu, còn tiêu cực nhất thì là thật thiếu tôn trọng.

Chúng ta đừng chỉ chăm chăm nhìn mặt nhau mà cũng hãy giao lưu với các đồng nghiệp – đây là lúc "cà phê ảo" phát huy tác dụng. Khái niệm "cà phê ảo" đơn thuần là hành động liên hệ và mời ít nhất một người mà ta chưa quen biết cùng gặp gỡ và uống cà phê online. Hãy làm việc này mỗi ngày trong ít nhất một tháng. Trong một tổ chức mới hoặc một Nhóm Ưu tú, ta sẽ được lợi khi kết nối với ba mươi người mới mỗi tháng.

Đây là một trong những kỹ năng mà ta không nhận ra rằng mình cần, nhưng sớm muộn gì, một người thông minh nào đó cũng sẽ gọi đây là "cách hiệu quả nhất". Chỉ cần nhớ rằng ta vốn đọc được ý tưởng này trong sách BAUU và đã biến nó thành thói quen. Đừng quên câu khích lệ này: Mình thật tuyệt vời!

Để phát triển sự kết nối và xây dựng lòng tin thì hoạt động xây dựng nhóm (team building) cũng là một khía cạnh quan trọng. Để tin tưởng lẫn nhau, các cá nhân trong đội ngũ cần phải biết nhau. Vậy, chính xác thì ta làm điều này như thế nào trong thời đại WFA (Work From Anywhere)? Một cách khởi động hiệu quả chính là phương pháp "phá băng". Hoạt động này giống như những bài thể dục khởi động ta thường làm khi bắt đầu hội thảo để tạo cơ hội cho người tham gia trò chuyện nhẹ nhàng, thân mật, với mục đích là xây dựng mối quan hệ giữa mọi người. Khi thực hiện phá băng ảo hằng tuần, mọi người sẽ bắt đầu phát hiện ra một số điểm tương đồng với nhau.

Hoạt động phá băng ảo bao gồm hai bước:

1. Tự giới thiệu mình với những người tham gia: giới thiệu tên, cho biết mình đến từ đâu, hiện đang ở đâu, đang làm cho công ty nào và có vai trò gì.

2. Đặt những câu hỏi phá băng ngẫu nhiên, vui vẻ, chẳng hạn như "Điều gì khiến bạn ngạc nhiên?" hoặc "Bạn luôn muốn học hỏi điều gì?"

Trong các hoạt động phá băng ảo, chúng ta đặt những câu hỏi mà chúng ta thường không hỏi nhau. Trong thế giới BAUU, tốt nhất là chúng ta nên làm quen với việc hỏi và trả lời ngay cả những câu hỏi ngẫu nhiên hoặc không liên quan nhất. Hoạt động này không chỉ giúp ta xây dựng mối quan hệ mà còn phát triển kỹ năng nói trước đám đông và tăng thêm tự tin khi nói chuyện với người lạ.

Một cách khác để giúp xây dựng sự kết nối là tham gia một hành trình văn hóa. Ở dạng sự kiện online hằng tuần này, một người sẽ tình nguyện làm đại sứ văn hóa và chia sẻ với những người tham gia khác thông tin về một chủ đề văn hóa, ví dụ như về các lễ hội theo mùa ở Việt Nam. Sau đó, những người khác sẽ chia sẻ về các lễ hội của đất nước cũng như của nơi họ hiện đang ở. Đây là một cách thú vị để tìm hiểu về những nền văn hóa khác, khám phá sự đa dạng của đội nhóm mình và giúp thúc đẩy sự kết nối, hòa nhập.

Để phát triển sự kết nối, ta phải có tư duy cởi mở, đa dạng và hòa nhập. Hãy kết nối mọi người mọi lúc có thể, hãy tiếp tục mở rộng mạng lưới của mình từ những bạn bè và đồng nghiệp mà ta tin tưởng, và hãy nhớ luôn cho đi.

## Văn hóa

*Văn hóa nuốt chửng chiến lược.*

*Peter Drucker*

Văn hóa, hay nói đầy đủ hơn là văn hóa tổ chức, bao gồm những niềm tin và hành vi của một tổ chức, đồng thời cũng bao gồm các giá trị mà công ty đã áp dụng và kỳ vọng nhân viên tuân theo. Thông thường, các tuyên bố văn hóa doanh nghiệp được lồng khung treo trên tường, đăng trên trang web của công ty hoặc được đưa vào sổ tay nhân viên.

Văn hóa kinh doanh truyền thống có thể giống như công cụ để duy trì trật tự nhưng lắm lúc lại bị gạt sang một bên ngay khi ngày làm việc bắt đầu. Tuy nhiên, công nhân viên ngày nay không quan tâm đến những lời hứa suông về văn hóa công ty tích cực.

Công nhân viên ngày nay biết rằng văn hóa doanh nghiệp của một tổ chức không nhất thiết phải được thể hiện qua những con chữ được lồng khung treo trên tường, cho dù chúng có được trình bày đẹp mắt đến đâu. Đúng hơn, văn hóa doanh nghiệp được xác định bởi hành động và cách thực hiện hành động của mọi người.

Nếu chỉ đơn thuần nói rằng công ty đang chuyển sang thực hành "sống xanh" thì chưa đủ để thu hút nhiều khách hàng quan tâm đến khái niệm này. Đôi khi, chính những công ty quảng bá các sáng kiến sống xanh trên trang web của họ lại không tái chế lượng lớn giấy và bìa cứng mà họ sử dụng hằng ngày, tạo ra các sản phẩm độc hại hay để lại lượng khí thải carbon theo cách cực kỳ vô trách nhiệm.

Lời nói chỉ có giá trị khi chúng là lời thật. Văn hóa doanh nghiệp không được xác định dựa trên những lời doanh nghiệp tự mô tả, mà dựa trên những gì mọi người trong doanh nghiệp làm hằng ngày. Tôi gọi tình trạng một doanh nghiệp không thể hiện đầy đủ các giá trị tự đặt ra là tình trạng thiếu nhất quán. Nếu ta không hoạt động phù hợp với các giá trị đặt ra, điều này sẽ ảnh hưởng đến văn hóa tổ chức, các nhóm trong tổ chức và mối quan hệ giữa các nhà lãnh đạo. Tôi đã tận mắt chứng kiến sự thiếu nhất quán này có thể đe dọa ngay cả những ngành trông có vẻ ổn định như thế nào.

Gần đây, tôi khai vấn cho một công ty khởi nghiệp, giúp họ hình thành mục đích, sứ mệnh và các giá trị của đội ngũ. Cả công ty gồm mười người đã phối hợp cùng nhau để xác định các khía cạnh quan trọng trong doanh nghiệp. Hầu hết đều phấn khởi vì đã xác định rõ được bản sắc thương hiệu sau khi hoàn thành bài tập.

Sau buổi khai vấn ban đầu đó, tôi nói chuyện với những người sáng lập và nhắc họ rằng khi số lượng nhân viên tăng lên một trăm người, không phải ai trong chín mươi người kia cũng sẽ đồng thuận với sứ mệnh do nhóm mười người ban đầu đặt ra. Hơn nữa, khi những người mới gia nhập công ty, văn hóa công ty có thể sẽ thay đổi.

Chúng tôi cũng thêm một số lưu ý văn hóa nhằm ghi lại cảm xúc và suy nghĩ của đội ngũ hiện tại để các nhân viên tương lai hiểu rõ hơn. Khi doanh nghiệp không chuẩn bị và quản lý những thay đổi về văn hóa, họ sẽ có nhiều mục tiêu và phương hướng khác nhau, tức là chúng không đi theo Mũi tên lớn. Ví dụ như khi những người quản lý tuyển dụng tìm kiếm những kiểu người khác nhau để đưa vào nhóm của mình, hoặc khi một trưởng nhóm cổ cổ động một văn hóa làm việc khác thì khi đó, các nhà điều hành bắt đầu gặp vấn đề.

Thay vào đó, nếu chúng ta lập kế hoạch phát triển và đưa ra mọi quyết định theo hướng phù hợp với sứ mệnh, tầm nhìn và mục đích của mình thì từng bộ phận trong doanh nghiệp sẽ tiến lên theo cùng một hướng, ngay cả khi doanh nghiệp cần chuyển hướng cho phù hợp với hoàn cảnh trong thời kỳ đại dịch toàn cầu.

## Văn hóa đang thay đổi

*Văn hóa không phải là thứ được phát minh ra. Văn hóa liên tục phát triển nên nó cần được nuôi dưỡng.*

*Simon Sinek*

Trong kinh doanh vốn dĩ luôn có những sự thay đổi, và rồi lại thêm một đại dịch bất ngờ ập tới. Nhiều doanh nghiệp chao đảo, sụp đổ và một số vẫn còn đang tiếp tục chuyển đổi. Nền kinh tế và văn hóa thế giới vẫn đang thay đổi để thích ứng với những điều kiện chưa từng có này. Với rất nhiều sự kiện bất ngờ và đầy thử thách trước mắt, các tổ chức cần phải xem xét hết sức kỹ càng cách kiểm soát văn hóa công ty của mình.

Văn hóa nghĩa là cách cư xử bất thành văn của mọi người. Tuy nhiên, khi các mô hình kinh doanh thay đổi, rõ ràng là các tổ chức đang phải vật lộn để theo kịp tác động văn hóa do những thay đổi này dẫn đến. Thay vì đào thải các hệ thống cũ và thử hệ thống mới nào đó, họ đang thực hiện những bước chuyển mình 180 độ nhằm áp dụng các giải pháp xoa dịu cho các vấn đề văn hóa.

Bây giờ là lúc chúng ta cần các nhà lãnh đạo đảm nhận vai trò khai vấn viên – những người tích cực lắng nghe với sự thấu cảm, giúp truyền đạt và làm rõ định hướng của tổ chức, củng cố những hành vi quan trọng của các nhóm có hiệu suất cao. Chúng ta cần những nhà lãnh đạo – những người khai vấn cho người khác – thể hiện các giá trị của công ty, cố gắng duy trì sự kết nối cởi mở, bền chặt và hòa nhập với nhân viên của mình. Đã đến lúc mở những cánh cửa ra thay vì đóng lại, và hãy đón nhận những ý tưởng (bạn còn nhớ "Feedforward" chứ?) để cải thiện tình hình.

Nói như thế không có nghĩa rằng duy trì quyền kiểm soát văn hóa doanh nghiệp trong thời đại họp qua Zoom là điều dễ dàng. Không dễ – và tôi không hề có ý chỉ trích khả năng lãnh đạo về mặt này. Thực tế đơn giản là bất kỳ nhóm người nào cũng có thể định hình văn hóa nhóm dựa trên những gì họ nghĩ, những gì họ tin và cách họ cư xử. Điều này có nghĩa là bạn – đúng vậy, chính bạn – là người định hình văn hóa.

Nếu một nhóm hoạt động thoải mái tùy tiện thì bất cứ điều gì cũng có thể xảy ra. Nếu có đủ người trong nhóm thì nhiều giá trị khác nhau sẽ xuất hiện và người ta sẽ hình thành bè phái. Loại mô hình này sẽ dẫn đến sự hỗn loạn trong hệ thống hiện tại. Để đảm bảo doanh nghiệp đang đi theo hướng thống nhất, ta cần phải đưa văn hóa vào mọi khía cạnh công việc của chính mình và nhân viên.

## Coi chừng lỗ hổng

*Coi chừng lỗ hổng – khoảng cách giữa cuộc sống trong mơ và*
*cuộc sống hiện tại.*

*Cate Blanchett*

Các doanh nghiệp đang có một điểm yếu lớn, đó là hầu hết đều chuyển sang mô hình làm việc hybrid (kết hợp làm việc tại chỗ và từ xa) trong khi mọi người lại không biết hybrid đúng nghĩa là như thế nào. Nan giải hơn, họ không nhận ra là mình không biết. Để chuyển đổi văn hóa doanh nghiệp, doanh nghiệp phải xác định những điểm yếu trong văn hóa hiện tại và cung cấp các công cụ, kỹ năng cần thiết để lấp lỗ hổng đó.

Khi các nhà lãnh đạo doanh nghiệp không biết cách giao tiếp trên không gian mạng thì các thông điệp sẽ bị mất ý và các đội nhóm sẽ không đi cùng một hướng. Khi người quản lý không biết cách quản lý đội nhóm trong thế giới trực tuyến và thiếu hướng dẫn rõ ràng, các nhóm sẽ bắt đầu tự quản. Chỉ sửa đổi cách thức cũ thôi thì chưa đủ; chúng ta cần loại bỏ nó và tạo một phương pháp mới từ đầu.

Trước đây, giao tiếp trong doanh nghiệp chủ yếu dựa vào tín hiệu phi ngôn ngữ và bản năng. Chúng ta nhìn thấy mọi người, vẫy tay với họ, mỉm cười với họ và chào hỏi khi đi ngang qua họ ngoài hành lang. Tất cả những tín hiệu bên ngoài này đều hỗ trợ việc giao tiếp, và chúng ta xem những điều này là hiển nhiên cho đến khi chúng không còn nữa.

Trong môi trường làm việc hybrid, chúng ta chỉ có một vài cơ hội trong tuần để tương tác một cách có ý nghĩa với những người khác. Các cuộc trò chuyện nhanh và thân mật mà chúng ta thường sử dụng để xây dựng mối quan hệ hầu như đã không còn nữa. Theo thời gian, chúng ta nhận thấy rằng những sự kết nối giữa mình với đồng nghiệp và các thành viên trong nhóm bị yếu đi do giao tiếp yếu kém.

Giao tiếp yếu kém có thể dẫn đến tình trạng các cá nhân, đội nhóm và đồng nghiệp không biết rõ về những kỳ vọng cần đáp ứng. Bởi số lượng các kênh truyền thông gia tăng nhanh chóng, điều này có thể dẫn đến nhầm lẫn và hiểu lầm vì không biết sử dụng kênh nào. Do vậy, đôi khi một thông điệp có thể được lặp lại trên nhiều kênh, khiến mọi người càng rối. Hơn nữa, nhận được thông điệp không có nghĩa là người ta hiểu thông điệp. Vì vậy, khi giao tiếp, chúng ta cần hiểu rõ mình muốn gì.

Những thử thách cụ thể này có xảy ra với cá nhân bạn, đội nhóm hoặc doanh nghiệp của bạn không? Có lẽ bạn cần xem xét để biết vị trí lỗ hổng giao tiếp của mình. Ví dụ như doanh nghiệp của bạn không có đủ người nói được làm được, hoặc có thể các giá trị của cá nhân, đội nhóm và tổ chức không thống nhất với nhau. Dù lỗ hổng là gì thì trước tiên, hãy xác định lỗ hổng, lưu ý đến nó rồi quyết định có cải tạo nó hay không.

## Định hình Văn hóa tổ chức

*Nếu ta không phát triển văn hóa doanh nghiệp của mình*
*thì nó sẽ tự phát triển.*

*Monique Winston*

Chúng ta cần thận trọng khi đưa ra các giả định về văn hóa của một tổ chức. Người ta cho rằng các doanh nghiệp tạo ra văn hóa và giá trị, dán chúng lên tường và rồi kỳ vọng mọi người đón nhận. Trong kiểu môi trường này, các doanh nghiệp giả định rằng mọi người sẽ tiếp tục hiểu và tin những giá trị ban đầu đó, ngay cả khi các đội nhóm mở rộng quy mô, vị trí lãnh đạo bị thay đổi và suy nghĩ về văn hóa thay đổi.

Các doanh nghiệp đôi khi có thể bỏ qua thực tế là nhân sự sẽ đến và đi. Đội ngũ sẽ thay đổi theo thời gian và doanh nghiệp có trách nhiệm lường trước những thay đổi đó. Vì vậy, vấn đề không phải chỉ là tạo ra một nền văn hóa cho hiện tại mà còn cho năm, mười hoặc nhiều năm nữa.

Các doanh nghiệp có thể sử dụng mười đặc điểm của các nhóm hiệu suất cao (được nêu bên dưới) làm đòn bẩy để thay đổi mạnh mẽ văn hóa công ty trong hoạt động kinh doanh hiện tại, hoặc để thiết lập nền tảng vững chắc nhằm xây dựng văn hóa khi tham gia trong một lĩnh vực mới. Những đặc điểm này không phải là những kỹ năng quản lý điển hình mà đúng hơn là những giá trị và ưu tiên mà ta có thể sử dụng để chủ động định hướng văn hóa công ty. Bằng cách áp dụng những giá trị này và thiết lập các chính sách thi hành, các lãnh đạo trong doanh nghiệp cũng có thể chuyển hướng tập trung, thay đổi tư duy và hành động của mình theo những giá trị này.

Chúng ta chú ý đến và dốc sức cho điều gì thì điều đó sẽ phát triển. Dưới đây là mười đặc điểm tích cực của các nhóm hiệu suất cao mà chúng ta sẽ khám phá, và đồng thời, chúng ta cũng có thể sử dụng chúng để thay đổi văn hóa doanh nghiệp.

1. Đoàn kết

2. Rõ ràng

3. Tích cực

4. Kết nối

5. Chính trực

6. An toàn

7. Đa dạng

8. Phản ứng nhanh

9. Chịu trách nhiệm

10. Đáng tin cậy

**1. Đoàn kết**

Đoàn kết là đặc điểm số một trong danh sách các đặc điểm văn hóa của chúng ta bởi vì nếu không có sự đoàn kết thì ngay cả một nhóm làm việc cật lực cũng không thể thúc đẩy doanh nghiệp phát triển. Nhóm của chúng ta có thống nhất về các giá trị, tầm nhìn, sứ mệnh, chiến lược, định hướng và quyết định không? Những người trong nhóm có những giá trị giống như giá trị của doanh nghiệp không?

*Đoàn kết là sức mạnh. Ở đâu có tinh thần đồng đội và sự hợp tác thì ở đó có thể có những thành tựu tuyệt vời.*

*Mattie J.T. Stepanek*

Tính đoàn kết không chỉ giúp củng cố tinh thần đồng đội mà còn biểu thị sự liên kết trong doanh nghiệp. Mỗi cá nhân hiểu vai trò cụ thể của mình trong bối cảnh bao quát của công ty và mọi người được hợp nhất bởi sứ mệnh, tầm nhìn và những giá trị rõ ràng. Những điều này giúp xây dựng cộng đồng. Khi người lãnh đạo kết nối mọi việc mình làm với những sợi dây gắn kết công ty lại với nhau, điều này sẽ giúp tạo ra sự đoàn kết bất kể địa điểm làm việc thực tế của mọi người.

*Đoàn kết thì mạnh, chia rẽ thì yếu.*

*J. K. Rowling*

Giao tiếp cũng đóng vai trò là cầu nối quan trọng đem đến sự đoàn kết. Ta có thường xuyên giao tiếp với những người ngoài nhóm của mình không? Những người từ các đội nhóm khác nhau có bao giờ có cơ hội gặp gỡ và tương tác không? Ta có thường xuyên thúc đẩy sự đoàn kết và giao tiếp giữa các cấp lãnh đạo cũng như các dự án khác nhau không?

Nếu không có sự đoàn kết và tin cậy, các thành viên trong nhóm có thể cảm thấy khó dựa vào nhau, giao tiếp có thể bị gián đoạn, năng suất có thể bị đình trệ, mức độ gắn kết có thể mất đi, hành trình đổi mới có thể dừng lại và toàn bộ nơi làm việc có thể bắt đầu dần tan rã. Ta có thể cải thiện sự đoàn kết và tin cậy bằng cách làm gương và thể hiện sự tin tưởng của mình vào những người khác. Hãy thúc đẩy giao tiếp cởi mở, hãy là người dễ gần và tích cực liên kết với nhóm của mình.

Khi xem xét sự đoàn kết theo cách toàn diện, ta sẽ thay đổi đáng kể quan điểm: từ "cá nhân tôi" sang "tập thể chúng ta".

## 2. Rõ ràng

*Tầm nhìn rõ ràng tạo ra những thứ tự ưu tiên rõ ràng.*

*John C. Maxwell*

Trước đây, công việc lãnh đạo và hoạt động kinh doanh chủ yếu tập trung vào đầu ra. Các sếp vốn thường chú ý vào lợi nhuận và kết quả kinh doanh; tuy nhiên, đạt được những kết quả ấy hay không thì phần lớn là do những người làm việc ở công ty quyết định.

May mắn thay, chúng ta ngày nay hiểu biết hơn nhiều. Chúng ta biết rằng mặc dù các hệ thống và kết quả vẫn quan trọng đối với bất kỳ doanh nghiệp nào nhưng để đạt được chúng thì sự rõ ràng là rất cần thiết. Nếu không có sự rõ ràng, dù mọi người có làm việc rất cật lực thì cũng không đạt được kết quả hữu hình. Các thành viên trong nhóm có hiểu rõ về những mục tiêu, vai trò, trách nhiệm và kỳ vọng không? Mỗi thành viên trong nhóm có biết rõ mục tiêu cho vai trò của mình cũng như của những người khác không?

Trong cuốn *21 Irrefutable Laws of Leadership* (*21 Nguyên tắc Vàng của Nghệ thuật Lãnh đạo*), John Maxwell đã viết rằng khi các nhà lãnh đạo có một tầm nhìn rõ ràng, kết quả trong kinh doanh của họ sẽ tự nhiên cải thiện.[80] Nói cách khác, ta càng có thể làm rõ vai trò và mục tiêu của một người thì các hoạt động hằng ngày của người đó sẽ càng được xác định cụ thể hơn. Sự rõ ràng trong chiến lược, chiến thuật, mục tiêu, hành động và những kết quả then chốt sẽ thúc đẩy mỗi người hướng tới mục tiêu của mình.

Bằng cách sử dụng câu hỏi *Tại sao* và kế hoạch hành động được xác định rõ ràng, mỗi cá nhân có thể tập trung vào trách nhiệm cụ thể của mình mà không cần phải đoán mò. Khi tập trung vào các mục tiêu, xây dựng những thói quen tốt và sức bền trong công việc, ta ắt hẳn sẽ đạt được kết quả. Khi mọi người biết vai trò và mục tiêu của mình thì họ sẽ thực hiện các công việc hằng ngày dễ dàng hơn.

Việc đến phòng tập thể dục hằng ngày sẽ trở nên đơn giản hơn nhiều nếu ta không phải suy nghĩ lên kế hoạch tập luyện (đặt mức tạ và thời lượng cho mỗi động tác). Ví dụ như khi ta đến phòng tập CrossFit®, các huấn luyện viên sẽ giải thích rõ mọi thứ trước khi bắt đầu.[xix] Sau đó, họ viết ra một kế hoạch, ấn định khối lượng tập luyện cụ thể, theo dõi thời gian và kết quả tập luyện. Theo cách này, ta chỉ cần tập trung đến phòng tập và làm theo chương trình của họ là có thể nâng cao thể lực.

Nguyên tắc này cũng áp dụng cho các nhà kinh doanh. Sự rõ ràng giúp đội nhóm cải thiện khả năng thực hiện và thay đổi hướng đi một

---

xix. CrossFit® là nhãn hiệu đã đăng ký của CrossFit, LLC.

cách tự tin, từ đó mang đến mức độ thỏa mãn chung cao hơn. Các cá nhân tin rằng họ đang làm công việc quan trọng nhất có thể và hiểu tại sao công việc của mình lại quan trọng đối với công ty nói chung. Sự rõ ràng giúp nâng cao trải nghiệm cho nhân viên. Mọi người sẽ vui hơn và gắn kết hơn với vai trò của mình.

### 3. Tích cực

*Lối sống tích cực và thái độ biết ơn sẽ định hình*
*hướng đi cho cuộc đời ta.*

꠵

*Joel Osteen*

Tính tích cực là không thể thiếu trong văn hóa doanh nghiệp, đặc biệt là trong bối cảnh hậu đại dịch. Thế giới đã trải qua vài năm ảm đạm với những vấn đề về sức khỏe tinh thần ngày càng gia tăng do tình trạng liên tục mất kết nối với xã hội. Đội nhóm của ta có giao tiếp tích cực, đều đặn và hiệu quả theo cách hài hước, vui vẻ không? Mọi người có đang giao tiếp tích cực với nhau không? Tính tiêu cực có đang ảnh hưởng đến sự sôi nổi của nhóm không?

Khi con người ta có thành kiến tiêu cực, họ thấy sự tích cực là có vấn đề. Theo định nghĩa khoa học, thành kiến tiêu cực là xu hướng của não người và xu hướng này nghiêng về những kết cục tiêu cực hoặc những tình huống xấu nhất.[81] Do đó, để sinh tồn trong thế giới hoang dã (và trong thế giới hiện tại), con người phải cảnh giác với bất cứ điều gì đe dọa đến sự an toàn về mặt cảm xúc và thể chất của mình. Thành kiến này định hình cách chúng ta nhìn thế giới để bảo vệ mình khỏi nguy hiểm. Ta đã bao giờ lẳng lặng và không lên tiếng khi bị đồng nghiệp chỉ trích chưa? Người đồng nghiệp hay chỉ trích này giống như một con linh cẩu đang rình rập, chờ đợi để được phập lấy và cười nhạo ta.

Chúng ta không thể làm ngơ những tin tức về tình trạng suy thoái kinh tế, cũng không thể không đọc những bài báo nói về việc ngành của mình đang yếu đi. Chúng ta muốn bảo vệ mình khỏi thất bại và do đó, khi nắm được kiến thức và tin tức, chúng ta có thể dự đoán và ngăn chặn khả năng thất bại. Thành kiến tiêu cực là nguyên nhân khiến chúng ta rơi vào trạng thái bi quan khi phải đối mặt với sự thay đổi, và là nguyên nhân khiến chúng ta không thể thấy điều gì hay ho trong một bài thuyết trình mà theo tiêu chuẩn của chúng ta là dở tệ.

*Hạnh phúc là khi những điều ta nghĩ, những lời ta nói và những việc ta làm đều hòa hợp với nhau.*

*Mahatma Gandhi*

Sẽ thật vui khi được là thành viên của một đội nhóm tích cực, đầy nhiệt huyết. Những đội nhóm như vậy có thể đạt được nhiều thành tựu hơn so với những đội nhóm tiêu cực và thiếu nhiệt huyết. Để các thành viên trong đội nhóm vui thích với công việc của mình thì trước tiên, ta phải loại bỏ các nguyên nhân gây bất mãn và sau đó thêm các "nhân tố tạo động lực" để thúc đẩy sự thỏa mãn (xem thuyết hai nhân tố của Herzberg trong Chương 4).

Sự tích cực giúp tăng khả năng suy nghĩ sáng tạo, tăng khả năng thăng tiến trong sự nghiệp, khả năng đương đầu với thử thách cũng như khả năng làm việc với người khác. Ngoài ra, sự tích cực cũng có thể giúp làm giảm tỷ lệ vắng mặt và giảm số lượng nhân viên nghỉ việc, nhờ đó các nhóm thấy mãn nguyện và làm việc hiệu quả hơn. Nói ngắn gọn, sự tích cực là một thành phần thiết yếu để thành công!

Hãy nuôi dưỡng văn hóa tích cực bằng cách tán dương những nhân viên làm việc chăm chỉ, tạo cơ hội cho những người đồng cấp công khai ghi nhận và cảm ơn lẫn nhau, cũng như tin rằng nhân viên của mình có những khả năng tốt nhất. Ta có thể rèn luyện tính tích cực thông qua khai vấn, cố vấn và đào tạo.

Trên đây chỉ mới là một vài phương pháp mà ta có thể dùng để bắt đầu tăng tính tích cực trong văn hóa tổ chức của mình. Ngoài ra, có rất nhiều cách để ta sáng tạo và đồng sáng tạo với nhân viên, thu hút họ tham gia vào quá trình này.

### 4. Kết nối

*Mỗi người là một giọt nước. Nhiều người hợp lại là một đại dương.*

❧

*Ryunosuke Satoro*

Bởi vì thế giới hybrid là một thế giới khác với trước đây, mỗi người trong chúng ta phải thay đổi cách làm việc và phải xác định vị trí của mình trong bối cảnh mới này. Để duy trì kết nối với những người đồng cấp, công việc và mục tiêu của mình, chúng ta cần phải trải qua một sự thay đổi từ bên trong.

Điều quan trọng trước hết là chúng ta cần thay đổi cách kết nối với nhau. Chúng ta không còn ở bên nhau trong đời thực như trước kia nữa. Chúng ta đã chuyển sang một thế giới lai ghép giữa ảo và thật. Giờ đây, thay vì làm việc chung trong một văn phòng, chúng ta lại tứ tán. Cách chúng ta làm việc đã thay đổi và do đó, chúng ta buộc phải học hoặc học lại cách kết nối. Nếu ta gia nhập một tổ chức mới và đến văn phòng, ta sẽ thấy xung quanh mình toàn là những gương mặt xa lạ.

Những nhân viên mới có thể chỉ biết người phụ trách bộ phận Nhân sự và những người đã phỏng vấn họ. Ngoài ra, có lẽ họ không biết ai khác. Trước đây, khi làm việc ở văn phòng trong đời thực, chúng ta có thể trải qua các quy trình giới thiệu bao gồm bộ phận Nhân sự hoặc những người đồng nghiệp mới mời nhân viên mới đi ăn trưa hoặc uống cà phê. Chẳng bao lâu sau, chỉ trong tuần đầu tiên, nhân viên mới này đã kết nối với nhiều người. Bây giờ, chuyện này đã thành dĩ vãng bởi có ít người đến văn phòng ngoài đời thực hơn. Thay vào đó, người ta được tuyển dụng qua cuộc gọi video và ngày đầu làm việc của họ hoàn toàn diễn ra trên mạng. Sau đó, họ có thể tiếp tục làm việc trên mạng nếu văn phòng vẫn đóng cửa hoặc vẫn cho nhân viên làm việc từ xa. Sự thay đổi này khiến ta như sống trong một lãnh thổ mới. Chắc chắn rằng, nếu không quen ăn trưa trước máy tính thì ta sẽ cảm thấy thật lạ lẫm, mong mọi người được kết nối như trong môi trường thực tế trước đây. Vậy thì làm thế nào để đạt được điều đó? Có thể thực hiện trong môi trường hybrid này không? Những thay đổi nào là cần thiết? Cách tốt nhất là tích hợp sự kết nối và giao tiếp vào cốt lõi của văn hóa làm việc hiện đại.

Nhìn chung, con người thường không thích thay đổi, và đặc biệt là không thích sự thay đổi nhanh xảy ra ngoài tầm kiểm soát của mình. Ví dụ như người ta có thể phản đối lịch họp hoặc chính sách mới yêu cầu mọi người mở camera trong các cuộc họp Zoom. Đối với các cá nhân và các mối quan hệ kết nối, sự phản đối này nghĩa là gì?

Có thể người ta không thoải mái bật camera vì tóc tai bù xù hoặc vì chưa tắm, chưa cạo râu hay chưa trang điểm. Dù người ta có phản đối thế nào, chúng ta cũng phải tìm cách khuyến khích họ xuất hiện trước ống kính và nói chuyện. Tất nhiên, ta có thể mặc áo phông tham gia cuộc họp nội bộ. Chúng ta phải nỗ lực hơn nữa để tìm hiểu, vận dụng cũng như sử dụng thành thạo những phương tiện kết nối và giao tiếp mới này, bởi chúng đang trở thành những công cụ thiết yếu trong công việc. Chúng ta phải tìm ra cách để thích ứng và thành công.

Chúng ta đã không còn cơ hội tình cờ gặp gỡ đồng nghiệp ở hành lang hoặc trong phòng nghỉ, bởi vì giờ đây, chúng ta nghỉ giải lao tại nhà, trong gian bếp của mình. Các tổ chức phải suy nghĩ lại về cách con người kết nối ở nhiều cấp độ trong doanh nghiệp. Cách tối ưu để tiếp cận thứ gì đó mới lạ là gì? Có vẻ như vẫn chưa ai biết. Tình cảnh này vốn dĩ chưa từng có và do đó vẫn chưa có cách làm chuẩn.

### 5. Chính trực

*Nếu ta có lòng chính trực thì chẳng có gì thành vấn đề.*
*Nếu ta không có lòng chính trực thì chẳng điều gì còn quan trọng.*

*Alan K. Simpson*

Tính chính trực của mọi thành viên trong đội ngũ là yếu tố cơ bản ảnh hưởng đến văn hóa của đội ngũ. Ta có duy trì mức độ tin cậy và tính chính trực cao giữa người với người thông qua ý định, lời nói và hành động của mình không? Nhân viên của ta có làm đúng như những gì họ nói và nói những gì họ sẽ làm không?

Sự thiếu chính trực có thể biểu hiện qua những điều thường thấy như chờ đến giờ chót rồi mới cho người giám sát biết rằng mình không thể hoàn thành bài thuyết trình quan trọng đúng thời hạn, hoặc qua những việc nhỏ như tình nguyện chủ trì cuộc họp tiếp theo và rồi quên chuẩn bị chương trình họp.

Có tính chính trực nghĩa là có những nguyên tắc đạo đức và phẩm hạnh vững vàng, từ đó giúp thúc đẩy một nền văn hóa chuyên nghiệp. Trong nền văn hóa chuyên nghiệp đó, các cá nhân có thể phụ thuộc lẫn nhau và tôn trọng lẫn nhau. Kết quả là, người ta thường làm việc hiệu quả hơn và có động lực hơn.

*Khi có thể duy trì những tiêu chuẩn cao nhất về sự chính trực –*
*bất kể người khác có làm gì – ta nhất định sẽ đạt được điều tuyệt vời.*

*Napoleon Hill*

Ta có thể cải thiện tính chính trực bằng cách hạn chế chia sẻ thông tin mật với người khác, luôn trung thực, tránh buôn chuyện, giữ đúng lời hứa và biết nhận lỗi. Những người có các phẩm chất như lịch sự, lễ phép, thẳng thắn, có trách nhiệm và chăm chỉ thường là những người có tính chính trực cao và là những thành viên tuyệt vời trong nhóm.

Tính chính trực bao gồm khả năng luôn làm đúng như cam kết bất kể có ai giám sát hay không. Rõ ràng, khi xây dựng được văn hóa chính trực, ta sẽ giúp thúc đẩy doanh nghiệp tiến xa hơn so với kỳ vọng. Duy trì tính chính trực trong văn hóa doanh nghiệp có nghĩa là luôn hoàn thành trách nhiệm của mình với tư cách là người lãnh đạo và khai vấn, đồng thời yêu cầu những người khác cũng có trách nhiệm theo những tiêu chuẩn cao mà ta đã tự đặt ra cho mình.

## 6. An toàn

*Cảm giác an toàn đến từ niềm tin rằng một môi trường*
*xung quanh đủ an toàn để chấp nhận rủi ro giữa các cá nhân –*
*các ý tưởng, thắc mắc, quan ngại hoặc sai phạm mà ta*

*nêu ra sẽ được hoan nghênh và trân trọng ngay cả khi ta nói sai.*
*Đây là cảm giác được phép sống ngay thẳng.*

~☙~

*Amy Edmondson*

Cảm giác an toàn là một nhu cầu tâm lý. Khi được đáp ứng, nhu cầu này sẽ khuyến khích chúng ta hướng tới hoàn thành mục tiêu của mình. Mặc dù từ "an toàn" thường đề cập đến sự an toàn về thể chất và có nghĩa là giữ cho bản thân không bị tổn hại, nhưng thực ra, khái niệm an toàn không chỉ giới hạn ở các vấn đề thể chất.

Mọi người có cảm thấy an toàn khi giao tiếp không? Tổ chức của ta có luôn tôn trọng sự khác biệt và thấu hiểu khi giải quyết xung đột không? Mọi người có cảm thấy an toàn ngay cả khi mỗi người mỗi khác không? Họ có thể lên tiếng về vấn đề của mình không?

Amy Edmondson – Giáo sư Novartis về Lãnh đạo và Quản lý tại Trường Kinh doanh Harvard đã đưa ra lý thuyết về sự an toàn về mặt tâm lý của đội nhóm vào năm 2021. Bà định nghĩa đó là "niềm tin chung của các thành viên trong đội nhóm rằng nhóm của họ là nơi an toàn để chấp nhận rủi ro trong các mối quan hệ cá nhân."[82] Tâm lý an toàn là cảm giác chung rằng mọi người có thể cởi mở và thành thật trong đội nhóm.

Khi ta xây dựng cảm giác an toàn trong một đội nhóm, hãy khuyến khích, thậm chí tuyên dương mọi người lên tiếng và rút ra bài học từ những sai lầm. Những nhân viên cảm thấy mình được tạo điều kiện tương tác với người khác sẽ có nhiều khả năng hành động hơn. Trong một môi trường an toàn, ý kiến cá nhân được lắng nghe, đánh giá cao và được xem xét thấu đáo. Mức độ an toàn cao có thể tác động tích cực đến khả năng đổi mới của đội nhóm nhờ việc gom góp các ý tưởng đa dạng.

*Các câu hỏi thực sự rất hiệu quả trong việc tạo ra sự an toàn –*
*chúng cho ai đó biết rằng ta thực sự muốn nghe ý kiến của họ.*

~☙~

*Amy Edmondson*

Edmondson đưa ra năm bước dành cho các nhà lãnh đạo muốn xây dựng cảm giác an toàn trong thế giới WFA hybrid.

**Bước 1: Thiết lập bối cảnh.** Là lãnh đạo, ta cần làm cho đội nhóm của mình nhận biết những thử thách và giúp họ nhận ra mọi thử thách chung. Chúng ta cần thảo luận để chia sẻ trách nhiệm đối với vấn đề và khuyến khích mọi người cùng tìm ra giải pháp.

**Bước 2: Dẫn đường.** Rất nhiều nhà quản lý yêu cầu các thành viên trong nhóm phải cởi mở chia sẻ và trung thực hơn về mặt cảm xúc nhưng lại không bảo vệ họ, cũng không cho họ cảm giác thoải mái khi họ chia sẻ. Hãy làm gương bằng cách tự áp dụng những giá trị mà ta muốn đưa vào văn hóa tổ chức của mình, và những người khác sẽ đi theo sự dẫn dắt này. Hãy thẳng thắn về những thử thách mà mình gặp phải từ thực tế mới này, nhưng hãy thật nhẹ nhàng từ tốn.

**Bước 3: Thực hiện từng bước ngắn.** Ta phải biết bò và biết đi trước thì sau đó mới có thể chạy. Hãy dành thời gian xây dựng lòng tin thực sự, và đừng ngạc nhiên nếu ban đầu nhân viên còn ngần ngại chia sẻ những thử thách lớn nhất của họ. Hãy bắt đầu bằng cách tự mình thẳng thắn tiết lộ một số chuyện vụn vặt và khuyến khích người khác chia sẻ. Làm như vậy, ta sẽ xây dựng được lòng tin nơi mọi người, bởi họ hiểu rằng sẽ chẳng ai bị phạt vì chia sẻ cởi mở. Việc thiết lập môi trường tạo cảm giác an toàn có thể cần nhiều thời gian. Khi từng bước làm việc với nhân viên theo cách có chủ ý, ta sẽ đạt được những thay đổi lâu dài trong văn hóa công ty của mình.

**Bước 4: Chia sẻ những ví dụ tích cực.** Một số người trong công ty cần phải được thuyết phục thì mới có thể cảm thấy an toàn về mặt tâm lý. Bởi chúng ta không biết hoàn cảnh trước đây của mọi người, cũng không biết họ có thể thẳng thắn đến mức nào nên hãy chứng minh lợi ích của cảm giác an toàn bằng cách đưa ra bằng chứng xã hội về tác động tích cực và tính minh bạch của nó. Tuy nhiên, đừng buộc người khác phải tuân theo tiêu chuẩn mới.

**Bước 5: Theo dõi chặt chẽ.** Xây dựng môi trường tạo cảm giác an toàn thì mất nhiều thời gian nhưng phá hủy thì chỉ trong chốc lát. Hãy chú ý đến ngôn ngữ mà ta sử dụng với đội ngũ của mình và khuyến khích mọi người đóng góp mà không bị áp lực. Ví dụ như thay vì nói "Chúng tôi thực sự có thể sử dụng anh", "Chúng tôi muốn anh tham gia thường xuyên hơn" hay "Họp lúc sáu giờ sáng lần nữa được chứ?" thì hãy thử nói "Chúng tôi mong lại được nghe quan điểm thấu đáo của anh nhưng chúng tôi hiểu anh đang gặp khó khăn. Nếu chúng tôi có thể giúp được gì đó thì nhớ cho chúng tôi biết nhé." Bạn nghĩ cách nói nào có nhiều khả năng khuyến khích người ta gắn kết hoặc phản hồi hơn?

Tóm lại, hãy biết nhận lỗi, tham khảo ý kiến của nhóm, phản hồi tích cực với những thắc mắc và nghi ngại, đồng thời bỏ qua cho những sai phạm của nhân viên mà không xét đoán cảm tính. Sự an toàn giúp tăng niềm tin trong các đội nhóm và giúp các nhà điều hành nhìn ra những vấn đề tiềm ẩn. Trong một môi trường an toàn, các nhà điều hành có thể xử lý hiệu quả những phương diện phức tạp của môi trường tập thể mới này, bởi vì họ biết rằng nếu có vấn đề nào đó nảy sinh, họ sẽ được nghe nói về vấn đề ấy trước khi nó tác động tiêu cực đến sự an vui và lành mạnh của nơi làm việc.

## 7. Đa dạng

*Thế mạnh nằm ở những điểm khác biệt chứ không phải ở những điểm tương đồng.*

⬧

*Stephen R. Covey*

Chúng ta sống trong một thế giới mà mọi người được kết nối với nhau bằng internet. Điều này mở ra cho chúng ta cơ hội tiếp cận những ứng viên tiềm năng mới với nhiều trải nghiệm sống và nghề nghiệp đa dạng. Nhưng tại sao chúng ta lại phải thúc đẩy sự đa dạng? Như Covey đã viết trong sách *The 7 Habits of Highly Effective People (7 Thói quen hiệu quả)*: "Chúng ta nghĩ rằng mình nhìn thế giới theo đúng thực tế của thế giới, trong khi thật ra, chúng ta nhìn thế giới theo cách của riêng mình."[83]

Nếu đúng là như vậy thì góc nhìn hạn hẹp của chúng ta chỉ có thể nhìn các vấn đề hoặc thử thách từ một góc độ – góc độ của chính mình.

Đội ngũ của ta có tận dụng những chuyên môn và thế mạnh đa dạng hiện có để sáng tạo, tạo ra giá trị cao hay đạt được lợi thế cạnh tranh không? Chúng ta cần tận dụng sự đa dạng bởi vì những điểm khác biệt của chúng ta giúp thúc đẩy sự đổi mới! Sự đa dạng xoay quanh những điểm khác biệt giữa các cá nhân, chẳng hạn như tuổi tác, quốc tịch, tôn giáo, chuyên môn hoặc kỹ năng làm việc, xu hướng tính dục, mối quan tâm chính trị, cùng nhiều yếu tố khác. Các loại đa dạng khác nhau bao gồm đa dạng nhân khẩu học, tính cách và kỹ năng.

Khi đưa những người có kinh nghiệm, có cách nhìn nhận vấn đề và giải pháp độc đáo vào đội ngũ của mình thì nhiều khả năng, chúng ta sẽ có được một nhóm người giải quyết đa dạng vấn đề cùng nỗ lực tìm kiếm giải pháp tốt nhất. Điều này cũng giống như khi ta yêu cầu một nhóm họa sĩ vẽ cùng một đĩa trái cây thì mỗi người sẽ vẽ từ một góc nhìn khác nhau, tùy vào vị trí họ ngồi và cảm nhận riêng của họ về các loại trái cây đó. Sự đa dạng trong kinh doanh cũng hoạt động theo cách tương tự.

Chúng ta có thể nâng tầm văn hóa đa dạng bằng cách thuê những cá nhân đa dạng! Thứ nhất, hãy tìm kiếm những cá nhân có thế giới quan khác với thế giới quan của ta. Thứ hai, hãy liên tục đánh giá và xem xét lại sự ưu tiên về tính đa dạng trong văn hóa công ty. Thứ ba, hãy xét lại những thành kiến của mình và đào tạo cho nhân viên cách xác định cũng như tích cực vượt qua những thành kiến của họ. Cuối cùng, hãy thúc đẩy sự hòa nhập bằng cách tìm kiếm và trân trọng những con người cũng như quan điểm đa dạng.

*Đa dạng là được mời dự tiệc; hòa nhập là được mời khiêu vũ.*

⁓

*Verna Meyers*

Khi có một đội ngũ nhân viên đa dạng, các nhà lãnh đạo sẽ có được những góc nhìn khác nhau giúp dẫn đến giải pháp mới cho một vấn đề cũ. Ngoài ra, khi các nhà lãnh đạo ở mọi cấp bậc được khuyến khích phát huy kinh nghiệm cá nhân và chuyên môn của mình trong vai trò hiện tại, họ sẽ có điều kiện cống hiến hết mình. Hãy nuôi dưỡng quan điểm cá nhân độc đáo của họ bằng cách tích cực tìm kiếm ý kiến thẳng thắn từ họ.

Sự đa dạng về nhân sự dẫn đến sự đa dạng trong suy nghĩ và ý tưởng, giúp cải thiện tính sáng tạo và đổi mới, từ đó mang lại mức lợi tức đầu tư tốt hơn.

### 8. Linh lợi

*Linh lợi là khả năng thích ứng và phản ứng với sự thay đổi. Một tổ chức linh lợi sẽ xem sự thay đổi là cơ hội chứ không phải là mối đe dọa.*

*Jim Highsmith*

Khi còn trẻ, tôi chẳng bao giờ là người có tinh thần thể thao. Tôi thấp bé, vóc dáng nhỏ thó hơn hầu hết những đứa trẻ khác. Tôi chẳng bao giờ cảm thấy thú vị khi nghĩ đến cảnh mình chạy rón rén quanh những cầu thủ to gấp đôi mình và rồi va chạm với họ khi họ đang chạy hết tốc lực. Tuy nhiên, may mắn là tôi đã có thể học cách trở nên linh lợi ở những môi trường không liên quan đến bóng đá.

Linh lợi trong thế giới BAUU có nghĩa là lường trước hoặc đối mặt với những sự gián đoạn về mặt cá nhân, xã hội, môi trường hoặc công việc bằng cách điều hướng cẩn thận, đồng thời duy trì quyết tâm ngoan cường. Linh lợi tức là có khả năng vượt qua những thử thách trong văn hóa doanh nghiệp mà không làm ảnh hưởng đến sứ mệnh, tầm nhìn và mục tiêu của mình. Nói một cách đơn giản, khi có tính linh lợi, ta có thể di chuyển nhanh chóng và dễ dàng qua các chướng ngại vật. Sự linh lợi cũng là một khái niệm liên quan đến năng lực tư duy của chúng ta, tức là khả năng đưa ra kết luận nhanh chóng và chính xác trong những tình huống căng thẳng.

Đội ngũ của ta có đủ linh lợi để cải thiện liên tục và học hỏi nhanh không? Ta có khả năng thay đổi khi những điều mới lạ xuất hiện không? Ta có chủ động thúc đẩy kết quả không?

*Ngày nay, để thành công thì ta phải linh lợi và liên tục cân nhắc lại,*
*tái nạp năng lượng, phản ứng và tái tạo.*

*Bill Gates*

Chúng ta phải công nhận rằng con người ta chắc chắn sẽ cảm thấy lo lắng về tương lai với những thử thách và bất định về kinh tế. Một số người thậm chí có thể hoang mang sợ hãi. Trong khi đó, những người linh lợi thì sẽ ưu tiên tìm giải pháp thay vì tập trung vào vấn đề hay thử thách.

Việc tạo ra sự linh lợi trong văn hóa công ty có thể bao gồm khuyến khích đổi mới và xem những sự điều chỉnh trong tương lai là câu đố thú vị để giải quyết. Hãy bắt đầu đặt ra những câu hỏi giả định để thực hành suy nghĩ và cảm nhận khi gặp những những thử thách có thể nảy sinh trong tương lai.

Hãy khuyến khích mọi người trở nên linh lợi bằng cách công nhận mỗi khi trông thấy ai đó biểu hiện phẩm chất này. Hầu hết chúng ta đều cần phải linh lợi để giải quyết những vấn đề nhỏ và thực hiện những điều chỉnh nhỏ hằng ngày. Hãy đảm bảo rằng những khoảnh khắc như thế không bị bỏ qua trong đội ngũ của mình. Mọi người có xu hướng sử dụng các kỹ năng được người khác khen ngợi, vì vậy hãy khen ngợi tính linh lợi để động viên mọi người thể hiện phẩm chất này thường xuyên hơn.

## 9. Trách nhiệm

*Trách nhiệm là chất keo kết nối cam kết với kết quả.*

*Will Craig*, tác giả sách *Living the Hero's Journey*

Không biết bạn thì sao chứ tôi chưa bao giờ chính thức học về tính chịu trách nhiệm trong các khóa học kinh doanh. Chắc chắn là cũng không có "sổ tay đào tạo tính chịu trách nhiệm" trong hồ sơ công ty của tôi luôn.

Biết chịu trách nhiệm là nghĩa vụ của một cá nhân hoặc tổ chức đối với các hoạt động của mình, nhận trách nhiệm liên quan đến các hoạt động đó và minh bạch công bố kết quả. Nói đơn giản, để chịu trách nhiệm trước một nhóm, ta cần phải nắm rõ những việc mình dự định làm, sau đó thực hiện những việc này và cho những người khác cũng như cả nhóm biết khi đã hoàn thành. Tổ chức của ta có văn hóa chịu trách nhiệm giống như vậy không?

Những đội nhóm không có tính trách nhiệm thì có khả năng bị trễ hạn, chấp nhận hiệu suất ở mức trung bình và rốt cuộc tạo ra sự bất bình giữa các thành viên có tiêu chuẩn khác về hiệu suất. Chịu trách nhiệm nghĩa là mọi người cần duy trì một tiêu chuẩn nhất định về tính chính trực và đảm bảo tuân thủ. Chúng ta cần chịu trách nhiệm bởi vì nếu chỉ dựa vào tính chính trực thôi thì chưa đủ để thúc đẩy hành động.

Đã bao nhiêu lần bạn tự nhủ rằng sẽ dậy trước bình minh để tập thể dục hoặc thề rằng sẽ ăn nhiều rau hơn? Nếu bạn cũng giống như tôi thì có lẽ bạn đã nhiều lần có những cuộc độc thoại nội tâm tương tự. Chúng ta cam kết thực hiện hoạt động đặt ra trong một vài ngày, nhưng rồi ngay khi các yếu tố bên ngoài cản trở tiến trình thì ta bị mất đà. Ta nhấn nút "snooze" (hoãn báo thức) thêm vài lần và rồi bỏ quên buổi tập thể dục. Sau đó, ta quyết định đi ăn chút gì đó ở tiệm bánh mì kẹp gần chỗ làm với đồng nghiệp sau giờ làm việc. Khi không ai bắt ta phải tuân theo những cam kết của mình, ta rất dễ buông trôi.

Những đội ngũ có trách nhiệm sẽ luôn đảm bảo các thành viên cảm thấy áp lực – để cải thiện, để nhanh chóng xác định vấn đề bằng cách đặt câu hỏi cho nhau, để xây dựng sự tôn trọng giữa các thành viên có cùng tiêu chuẩn cao, để tránh quan liêu quá mức trong quản lý và các hành động khắc phục, v.v. Tính trách nhiệm không có nghĩa là ta phải nhắn tin cho nhân viên để nhắc họ tập thể dục lúc 5 giờ sáng, nhưng sẽ kiểm tra bài thuyết trình của nhân viên một tuần trước khi đến hạn để đảm bảo họ đã đưa vào đó mọi thông tin cần thiết. Trách nhiệm có nghĩa là trao quyền để các cá nhân thực hiện những dự án cho họ cảm hứng, đảm bảo họ thực hiện đúng hạn và thường xuyên kiểm tra tiến độ của họ.

Trách nhiệm không có nghĩa là ta phải gọi nhân viên vào văn phòng của mình để thẩm vấn họ về lý do gửi báo cáo muộn nhằm ngăn chặn việc đó tái diễn. Chúng ta cần kêu gọi các cá nhân tiến lên phía trước (xin nhắc lại rằng "Feedforward" rất quan trọng!) thay vì bắt lỗi họ.

Trong một nền văn hóa coi trọng tính trách nhiệm, bản thân các nhà lãnh đạo cũng phải nhận trách nhiệm về phần mình. Tất nhiên, vị trí lãnh đạo không bảo vệ ta khỏi sự trì hoãn, cầu toàn hoặc cảm giác quá tải trước các dự án. Khi để người khác quy trách nhiệm cho mình theo cách tích cực, ta chứng minh rằng mình sẵn sàng chấp nhận những phản hồi khó nghe miễn sao chúng giúp bản thân ta và doanh nghiệp cải thiện – và sự chứng minh này được ghi nhận.

## 10. Đáng tin cậy

*Trong hành trình tìm kiếm thành công, khả năng đóng vai trò quan trọng, còn chữ tín thì đóng vai trò tối quan trọng.*

*Zig Ziglar*

Công ty của ta có thể có một đội ngũ gồm những người xuất sắc nhất và giàu kinh nghiệm nhất, nhưng nếu ta không thể trông cậy rằng họ sẽ đứng ra đối mặt với những khó khăn và thử thách thì điều này có thể là dấu hiệu cho thấy doanh nghiệp có khả năng đi xuống.

Ta có thể tin cậy đội ngũ của mình sẽ mang lại kết quả nhất quán, sự hỗ trợ, công nhận cũng như tuyên dương lẫn nhau không? Mọi người có thể dựa vào nhau và tán dương thành tựu của nhau không?

Tính đáng tin cậy không phải là điều ta có thể nhìn ra trong một cuộc phỏng vấn. Nói thẳng ra, người ta thường đánh giá quá cao mức độ đáng tin cậy của mình. Vì vậy, đây cần phải là một giá trị được tích hợp vào văn hóa doanh nghiệp.

Khi một thành viên trong đội ngũ không đáng tin cậy, họ sẽ không thể nào được cả nhóm tin tưởng hoặc đón nhận nồng nhiệt. Một thành viên không đáng tin cậy trong nhóm có thể phá vỡ sự năng động của toàn nhóm, khiến những người khác phải gánh thêm trách nhiệm để bù đắp vào. Điều này thường dẫn đến việc mọi người phải làm thêm giờ và rốt cuộc là cảm thấy bất mãn.

Những nhân viên đáng tin cậy có đạo đức làm việc tốt, có động lực hoàn thành nhiệm vụ được giao một cách thỏa đáng, và tự hào khi hoàn thành công việc được giao. Hơn nữa, sự tin cậy đảm bảo rằng các thành viên trong nhóm có thể dựa vào nhau để thực hiện công việc. Phòng Kinh doanh tin tưởng phòng Nhân sự sẽ trả lương đúng hạn. Công ty tin tưởng phòng Công nghệ thông tin sẽ đảm bảo trang web của công ty trông chuyên nghiệp. Sự tin cậy đòi hỏi mọi người phải tập trung vào vai trò và trách nhiệm của riêng mình, đồng thời tin tưởng rằng đồng nghiệp của mình cũng sẽ thực hiện vai trò và trách nhiệm của họ.

Mười đặc điểm này của văn hóa doanh nghiệp sẽ giúp thay đổi các giá trị cốt lõi của tổ chức nhằm tăng sự hài lòng và cam kết của nhân viên. Những giá trị và đặc điểm này sẽ có phát huy tốt nhất khi từng cá nhân cam kết áp dụng chúng, từ đó tạo ra hiệu ứng lan tỏa trong toàn bộ tổ chức.

## Tỷ lệ Losada

Tỷ lệ Losada là một công cụ được dùng để đánh giá chất lượng tương tác của chúng ta với người khác. Cụ thể, công cụ này giúp chúng ta đảm bảo bù đắp cho mọi tương tác tiêu cực trong quá khứ bằng cách tạo ra tỷ lệ tương tác tích cực cao hơn trong tương lai.

Khen ngợi bộ trang phục mới của đồng nghiệp là một ví dụ về *tương tác tích cực*. Lời khen có thể sẽ khiến đồng nghiệp mỉm cười một lúc, thậm chí suốt buổi sáng. Đây là một điều tích cực.

Cười nhạo bộ trang phục mới của đồng nghiệp là một ví dụ về *tương tác tiêu cực*. Khi bị cười nhạo, người đồng nghiệp này sẽ trở nên cau có, và cảm giác bị xúc phạm có thể khiến họ cảm thấy khó chịu suốt nhiều ngày, thậm chí lâu hơn. Đây là một điều tiêu cực.

Những lời châm chọc thoáng qua được ngụy trang dưới dạng nói vui hay châm biếm đều bị coi là tiêu cực. Ngoài ra, một số loại thông điệp khác cũng có thể bị cho là tiêu cực, tùy thuộc vào giọng điệu của người nói khi truyền tải thông điệp và trạng thái nội tâm của người nhận thông điệp đó.

Vào năm 2005, Barbara Fredrickson và Marcial Losada đã đề xuất tỷ lệ tích cực tới hạn sau khi nghiên cứu cách tương tác của các đội nhóm.[84] Đầu tiên, khi nghiên cứu các nhóm nhỏ gồm tám người, họ xây dựng các kế hoạch và lập danh mục mọi tương tác của những người này. Sau đó, họ phân loại từng tương tác là tích cực hay tiêu cực và phát hiện rằng có thể dự đoán sự thành công của mỗi nhóm dựa trên tỷ lệ tương tác tích cực và tiêu cực. Sách *The Happiness Advantage (Lợi thế Hạnh phúc)* của Shawn Achor đã phổ biến khái niệm này. Ngày nay, khái niệm này thường được gọi là Tỷ lệ Losada hay Đường Losada.[85] Tỷ lệ Losada được tính bằng cách chia tổng số tương tác tích cực cho tổng số tương tác tiêu cực trong một tình huống. Điểm số trong khoảng từ 3,0 đến 6,0 được coi là tối ưu để có hiệu suất cao, và đây là khoảng điểm cần nhắm tới. Tỷ lệ nhỏ hơn 3 chứng tỏ ta đang ở trong một môi trường độc hại, trong khi tỷ lệ từ 3 đến 6 thì là dấu hiệu cho thấy một bầu không khí làm việc phấn chấn. Tỷ lệ này cũng có thể cao hơn 6. Mặc dù về lý thuyết thì không có giới hạn cho tỷ lệ này nhưng tôi rất tò mò muốn biết "cõi niết bàn" ấy có tồn tại hay không.

Chúng ta cần nhiều hành động tích cực để bù đắp cho một trạng thái tiêu cực. Nếu đã từng bị ai đó chế nhạo bộ trang phục mới của mình, ta biết rằng phải mất rất lâu mới có thể cải thiện tâm trạng. Đôi khi, ta cần một lời xin lỗi từ người đã xúc phạm mình thì mới cảm thấy được xoa dịu.

Tỷ lệ Losada giúp đảm bảo chúng ta có nhiều tương tác tích cực hơn tương tác tiêu cực. Lý tưởng nhất, tỷ lệ giữa tích cực và tiêu cực phải là 3:1 hay thậm chí là 6:1.

## Văn hoá từ cấp cao nhất

*Quyền lực càng cao, trách nhiệm càng nhiều.*

*Winston Churchill*

Những nhà lãnh đạo tài giỏi nhất là những người thể hiện rất rõ nét các giá trị của doanh nghiệp mình. Ví dụ như Ed Catmull trân trọng tính sáng tạo đến mức ông để cho mọi nhân viên Pixar (và tôi chắc chắn là cả các nhân viên Walt Disney Animation Studio hiện tại của ông nữa) tự trang trí bàn làm việc tùy ý thích của họ. Kết quả có được không có gì quá lập dị hay cá nhân, chỉ là đèn chùm, ghế túi đậu, gỗ ốp tường *shiplap* và Lego.

Trong các cuộc họp, Steve Jobs luôn coi trọng sự quả cảm và ông nổi tiếng là người hay công khai đối chọi mọi người, thậm chí và đặc biệt là với nhân viên của mình. Tại sao lại như vậy? Tại vì ông muốn xem liệu họ có giữ vững lập trường khi bị ông thử thách hay không. Chính mong muốn của Jobs về việc được làm cùng những người dũng cảm và tự tin đã góp phần tạo nên sự đổi mới và dũng khí của Apple trong ngành công nghệ.

Các nhà lãnh đạo và những giá trị mà họ thể hiện rất quan trọng đối với bất kỳ sự thay đổi văn hóa nào. Giọng điệu và văn hóa được thiết lập ở cấp cao nhất và lan dần xuống khắp tổ chức. Nếu chúng ta, những nhà lãnh đạo, không nắm rõ văn hóa nơi làm việc của mình trong thế giới hybrid này thì làm sao bất kỳ ai khác có thể nắm rõ cho được? Khi đã xác định được văn hóa và giá trị của công ty, chúng ta phải có được sự đồng tình của nhân viên. Nếu mọi người không đầu tư vào những thay đổi văn hóa thì những thói quen cũ sẽ quay trở lại.

Để ngăn chặn tình trạng suy thoái văn hóa trước khi nó bắt đầu, chúng ta cần sự hưởng ứng của những người dẫn dắt tư tưởng (Key Opinion Leader - KOL) trong doanh nghiệp. Người dẫn dắt tư tưởng là người có những ý kiến mà người khác cho là quan trọng, và lời nói cũng như việc làm của họ được những người khác chú ý. Người dẫn dắt tư tưởng càng kết nối với những người khác thì tầm ảnh hưởng của họ càng lớn và mọi người càng nhiều khả năng noi gương họ.

Trong tiếp thị, KOL được gọi là người có ảnh hưởng (influencers). Chúng ta có thể thấy họ ở khắp nơi bởi số lượng người kiếm tiền từ tầm ảnh hưởng của họ trên mạng xã hội ngày càng tăng. Trong thế giới BAUU, chúng ta xét tầm ảnh hưởng của KOL trong môi trường làm việc và dựa trên những đặc điểm mà họ sở hữu, do đó ta có thể xác định họ trong tổ chức của mình.

Không phải người dẫn dắt tư tưởng nào cũng đều tác động đến người khác theo cách có chủ ý (nhưng những người có ảnh hưởng trong ngành tiếp thị thì đúng là như vậy). Tuy nhiên, dù họ có chủ ý hay không chủ ý thì kết quả vẫn như nhau. Theo suy nghĩ của tôi, nếu một cá nhân nào đó giúp ích cho mọi người, đáng tin cậy và đưa ra những lựa chọn sáng suốt thì họ có thể sẽ được coi là KOL.

Bởi vì những người dẫn dắt tư tưởng đáng tin cậy và có uy tín nên họ ảnh hưởng đến người khác bằng cách khơi dậy lòng tin. KOL có xu hướng trở thành những người được tin tưởng và được chọn để hợp tác, được mọi người tìm đến khi cần giải quyết vấn đề hay cần ứng phó với những thử thách, bởi vì ý kiến của họ được đánh giá cao. Tuy nhiên, quyền lực càng lớn thì trách nhiệm càng cao. Khi một cá nhân trở thành KOL, họ cần nhận thức được cái tôi của mình để đảm bảo duy trì tính chính trực thay vì trở nên quá tôn cao bản thân.

Trong một tổ chức, KOL có thể thuộc mọi cấp bậc. Họ không nhất thiết phải là những người có chức lớn. Trong bất kỳ môi trường nào, dù là nơi làm việc hay ngoài công sở, người được mọi người tìm đến chính là KOL. Tuy nhiên, KOL vừa có thể thúc đẩy vừa có thể cản trở văn hóa, chiến lược, chiến thuật và hoạt động của doanh nghiệp. Họ giống như con dao hai lưỡi có thể cắt bằng cả hai bên.

Bất cứ khi nào các nhà lãnh đạo muốn thay đổi điều gì đó trong doanh nghiệp, chẳng hạn như thay đổi văn hóa doanh nghiệp, thì điều quan trọng là họ phải nhận được sự đồng tình từ ai đó ngay lập tức. Đây được gọi là Hiệu ứng Người Ủng hộ Đầu tiên (First Follower Effect[86]). Sau khi đã có Người Ủng hộ Đầu tiên thì nhiều khả năng, những người khác sẽ ủng hộ theo vì họ biết không phải chỉ mình họ ủng hộ.

*Ai can đảm mới có thể là Người Ủng hộ Đầu tiên! Họ đứng lên và đối mặt với nguy cơ bị chế giễu. Người Ủng hộ Đầu tiên là một kiểu người lãnh đạo nhưng ít được ghi nhận.*

*Người Ủng hộ Đầu tiên biến một kẻ đơn độc thành một nhà lãnh đạo. Nếu nhà lãnh đạo là viên đá lửa thì Người Ủng hộ Đầu tiên là tia lửa tạo nên ngọn lửa.*

⁓

*Derek Sivers*

Khi Người Ủng hộ Đầu tiên là KOL thì họ thậm chí có thể thu hút những người ủng hộ khác nhanh hơn và các chính sách mới sẽ được ủng hộ nhiều hơn trong tổ chức. Khi Người Ủng hộ Đầu tiên không phải là KOL thì việc thuyết phục người khác sẽ tốn nhiều công sức hơn. Tôi không phải là người thích dành sự quan tâm đặc biệt đến bất kỳ cá nhân KOL nào bởi vì tôi tin vào sự đa dạng và hòa nhập. Đối với tôi, ý tưởng và ý kiến của mọi người đều đáng được lắng nghe và cân nhắc.

Để trở thành một nhà lãnh đạo mà mọi người muốn đi theo, ta phải là người truyền cảm hứng và tập trung vào một tầm nhìn rõ ràng. Chúng ta phải mô tả rõ hướng đi mà mình đang hướng tới và giải thích hướng đi này phù hợp với mục đích của tổ chức/đội nhóm/cá nhân như thế nào. Điều này làm tăng sự gắn kết và thân thuộc, đồng thời mang lại cho mọi người quyền tự trị và ý thức tự chủ. Ủng hộ hay không là do nhân viên quyết định và chọn lựa, vì vậy hãy đảm bảo rằng họ có những kỹ năng phù hợp cho công việc này. Nếu không, hãy giúp họ có được những kỹ năng cần thiết ấy và hãy giao tiếp với những nhân viên theo cách họ thích để họ hiểu được. Khi ấy, mọi người sẽ ủng hộ mọi việc ta làm.

## Văn hóa Khai vấn

*Khai vấn viên là người nói với ta những điều ta không muốn nghe,*
*là người phải thấy những điều ta không muốn thấy, để giúp ta*
*đạt đến tiềm năng mà ta luôn biết mình có.*

Tom Landry

Để nâng cao hiệu suất, chúng ta cần những nhóm có hiệu suất cao. Nếu chúng ta có những nhóm như thế thì các cá nhân trong nhóm cũng sẽ có hiệu suất tương tự. Nếu tất cả các nhóm trong công ty của chúng ta đều có hiệu suất cao thì cả tổ chức sẽ có hiệu suất cao. Chúng ta sẽ cần đến văn hóa khai vấn để giúp các nhóm phát huy hết tiềm năng và hoạt động ở mức cao nhất có thể.

Một cách để thiết lập văn hóa khai vấn là mặc định sử dụng mô hình giao tiếp Feedforward (xem phần Feedforward trong Chương 5). Cho dù ta thuộc kiểu lãnh đạo nào, ta cũng sẽ không thể lãnh đạo hoặc khai vấn mọi người một cách hiệu quả nếu không biết cách giao tiếp với họ.

Trong các mối quan hệ công việc truyền thống, ta có thể nhận được feedback (phản hồi) về những lĩnh vực cần cải thiện để có thể tiếp tục thăng tiến trong công ty. Đôi khi, những phản hồi ấy liên quan đến tiêu chuẩn mà ta cần phải đáp ứng hoặc liên quan đến mục tiêu cắt giảm chi phí sản xuất. Nếu đang gặp khó khăn khi thực hiện công việc, ta có thể được thông báo rằng mình chưa đủ khả năng ở một lĩnh vực cụ thể nào đó và được cử đi tham dự đào tạo, hoặc được yêu cầu đi theo một nhân viên khác để học hỏi. Tệ hơn nữa, ta có thể bị dọa đuổi việc. Tất cả những hành vi và phản hồi như thế này có thể được xử lý theo cách khác và mang tính hỗ trợ hơn. Mô hình Feedforward (Đề xuất cho tương lai) giúp mọi người trở thành khai vấn viên và hỗ trợ người khác theo cách không xét đoán.

Mô hình Feedforward khuyến khích đối thoại cởi mở thay vì đưa ra những lời chỉ trích. Ví dụ như: "Chúng ta cùng thực hành Feedforward nhé. Steve, mời anh nói trước. Hãy cho tôi một hoặc hai ý tưởng về cách thu hút nhiều khách hàng hơn để đạt chỉ tiêu." Sau đó, tôi sẽ ghi nhận ý tưởng của Steve và yêu cầu từng thành viên khác trong nhóm đưa ra một hoặc hai ý tưởng. Chúng ta có thể thu thập ý tưởng mỗi tháng và thực hiện một chiến lược mỗi tuần để xem có chiến lược nào hiệu quả không. Khi một ý tưởng nào đó không hiệu quả, chúng ta sẽ chuyển sang ý tưởng tiếp theo. Khi một ý tưởng hoạt động hiệu quả, chúng ta có thể triển khai sáng kiến đó trên toàn công ty. Làm như vậy, chúng ta vừa thay đổi hành vi vừa định hình tương lai.

Về cơ bản, người ta có được cảm giác tin tưởng khi có thể nói chuyện với nhau mà không sợ bị xét đoán. Đây là lý do tại sao tôi nói Feedforward là yếu tố nền tảng để cải thiện khả năng giao tiếp, cộng tác, kết nối và, vâng, cả khả năng khai vấn nữa.

Mô hình Feedforward là công cụ tuyệt vời giúp các nhà lãnh đạo mới xây dựng khả năng khai vấn của mình. Mô hình này loại bỏ các rào cản như chức vị cấp trên – cấp dưới, cho phép mọi người thoải mái trao đổi các ý tưởng thẳng thắn mà không cần phải phòng thủ. Đây là một cách để khuyến khích tư duy độc lập mà không cần trực tiếp giúp đỡ nhân viên và sửa sai cho họ (là điều thường khiến họ không thể thực sự học hỏi).

Các lãnh đạo ngày nay cần có kỹ năng khai vấn, lắng nghe tích cực và thúc đẩy sự kết nối. Những kỹ năng này quan trọng không kém so với những kỹ năng cần có khác khi điều hành doanh nghiệp. Đây là nền tảng để ta trở thành một khai vấn viên giỏi và để thiết lập văn hóa khai vấn trong công ty của mình.

Tôi tích cực ủng hộ và quảng bá Feedforward. Tại TRG International, chúng tôi tích hợp Feedforward vào hoạt động hằng ngày và các nhân viên mới được hướng dẫn tham dự hội thảo trực tuyến Feedforward hằng tháng – hiện nay, bất kỳ ai cũng có thể tham dự hội thảo này.[xx] Tôi cũng dạy về Feedforward tại Đại học RMIT (Học viện Công nghệ

---

xx. Các hội thảo Feedforward hiện có tại trginternational.com/events-overview/, dưới dạng Masterclass và trên trang RickYvanovich.com/BAUU/.

Hoàng gia Melbourne), cơ sở tại Việt Nam,[xxi] cho các cộng đồng kinh doanh và cho bất kỳ ai khác quan tâm.

## Khả năng lãnh đạo

Tôi muốn nói rõ rằng không phải khai vấn viên nào cũng là lãnh đạo giỏi, và không phải lãnh đạo nào cũng là khai vấn viên giỏi. Tuy nhiên, để điều hành một doanh nghiệp thành công và hỗ trợ nhân viên có được cảm giác hài lòng cũng như động lực cao nhất có thể, ta cần vừa là khai vấn viên vừa là người lãnh đạo.

Một số nhà quản lý doanh nghiệp nghĩ rằng họ đang khai vấn cho nhân viên trong khi thực ra, họ đang ra lệnh mọi người phải làm gì. Có khả năng lãnh đạo mà không biết cách khai vấn thì cũng giống như một người quản lý chỉ tập trung vào việc đạt được kết quả – tức là một ông sếp chỉ biết ra chỉ thị mà không lắng nghe nhân viên. Ngược lại, có khả năng khai vấn mà không có khả năng lãnh đạo thì nghĩa là có ý tưởng hay nhưng lại thiếu sức ảnh hưởng cần thiết để thực hiện ý tưởng một cách hiệu quả. Kỹ năng lãnh đạo giúp ta nhận được sự ủng hộ. Cho dù là khai vấn viên giỏi nhất, ta cũng sẽ không thể tiến xa nếu không có mục đích và sứ mệnh rõ ràng mà mọi người muốn ủng hộ.

Để có được một doanh nghiệp toàn diện và hiệp lực, ta cần có cả kỹ năng khai vấn lẫn kỹ năng lãnh đạo trong hộp công cụ văn hóa doanh nghiệp. Như thế, ta được trang bị đầy đủ để có thể hiểu và giải quyết hiệu quả những thử thách nảy sinh.

## 5 Cấp độ Lãnh đạo

Theo John C. Maxwell, khả năng lãnh đạo đích thực không liên quan đến chức danh hay chức vụ. Trong cuốn *The 5 Levels of Leadership (5 Cấp độ Lãnh đạo)*, Maxwell đã phân tích tỉ mỉ về các cấp độ để phân định các nhà lãnh đạo và phạm vi ảnh hưởng của họ.[87] *Hình 16* dưới đây minh họa 5 Cấp độ Lãnh đạo của Maxwell. Mỗi cấp độ sẽ được mô tả chi tiết hơn trong các phần tiếp theo.

---

xxi. Trường đại học RMIT Việt Nam: https://www.rmit.edu.vn/.

*Hình 16. 5 cấp độ lạnh4 đạo của Maxwell*

## Cấp độ 1 – Chức vị

Chức vị là thứ khiến người khác đi theo ta bởi vì họ phải đi theo. Ta là người giám sát/quản lý/lãnh đạo của họ, là người phê duyệt các yêu cầu thanh toán, trả lương cho họ, v.v. Chức danh công việc mang đến cho ta sức ảnh hưởng đối với người khác. Có một chức danh cao quý thì không có gì sai; chỉ khi ai đó lợi dụng chức vị của mình để buộc người khác phải tuân theo thì mới là sai. Khi ta sử dụng chức vị của mình để gây ảnh hưởng đến mọi người trong doanh nghiệp thì ta chỉ là sếp chứ không phải nhà lãnh đạo, và do đó nhân viên trở thành cấp dưới chứ không phải là thành viên trong đội ngũ của ta.

Dưới đây là một số cách để giúp các nhà lãnh đạo ở cấp độ này phát triển và cải thiện:

- Thấu cảm với nhân viên để chứng tỏ mình quan tâm đến họ chứ không chỉ tập trung vào vai trò của họ trong công ty.

- Khuyến khích và động viên nhân viên bằng cách hỗ trợ các ý tưởng của họ, đưa chúng lên cấp trên hoặc khen ngợi khi họ làm tốt.

- Tập trung vào Feedforward và đưa ra phản hồi mà không xét đoán.

- Trao đổi với các cá nhân về việc mục tiêu cá nhân của họ phù hợp với công ty như thế nào.

## Cấp độ 2 – Sự chấp thuận

Cấp độ lãnh đạo từ "sự chấp thuận" này hoàn toàn dựa trên các mối quan hệ. Khi các nhà lãnh đạo coi các cá nhân như những thành viên quan trọng trong đội nhóm, họ sẽ xây dựng được lòng tin và sức ảnh hưởng. Tất nhiên, mọi người có thể thích ta mà không để ta lãnh đạo họ, nhưng ta không thể lãnh đạo họ nếu họ không thích ta. Tuy nhiên, mối quan hệ khai vấn tối ưu là mối quan hệ được vun đắp khi người khai vấn và người được khai vấn thích và tin tưởng lẫn nhau.

Các KOL thường bắt đầu hành trình lãnh đạo ở cấp độ này bởi vì họ có tính cách nồng hậu và thân thiện, cũng như kiến thức về công ty và năng lực đảm nhiệm vai trò.

Để phát triển ở cấp độ lãnh đạo này, hãy ghi nhớ những điều sau:

- Cân nhắc cả mục đích lẫn tác động của bất kỳ quyết định nào ảnh hưởng đến nhân viên.
- Khuyến khích nhân viên khởi xướng các dự án mới.
- Khuyến khích các cuộc thảo luận nhóm tập trung vào giải pháp và hợp tác.
- Thực hành trách nhiệm giải trình trong đội nhóm.
- Học cách giao tiếp và động viên các thành viên trong đội nhóm.

## Cấp độ 3 – Kết quả

Ngoài những lý do như chức vị hay sự chấp thuận ở hai cấp độ trước, người ta còn ủng hộ những lãnh đạo vì họ đã đóng góp cho tổ chức. Các nhà lãnh đạo hiệu quả tạo ra tác động bằng cách thúc đẩy tiến độ của các dự án và đạt được các mục tiêu có ý nghĩa.

Các nhà lãnh đạo ở cấp độ Kết quả này có thể nhanh chóng giải quyết những vấn đề phức tạp một cách tự tin và quyết đoán. Họ đưa ra những quyết định khó và cam kết thực hiện chúng. Hành động của họ có tác động đối với những người làm việc trong công ty, bởi vì không ai muốn đi theo một nhà lãnh đạo thiếu quyết đoán cả.

Các nhà lãnh đạo ở cấp độ này không nên quá cố chấp khi đối mặt với những hoàn cảnh thay đổi hoặc thông tin mới. Họ nên cân nhắc thấu đáo về việc ra quyết định và thực hiện kế hoạch.

Các nhà lãnh đạo ở cấp độ này có thể tận dụng các kỹ năng của mình bằng cách làm những việc như:

- Kết nối với mọi người để hiểu điều gì khiến họ cảm thấy gắn kết và được trao quyền.

- Tích cực lắng nghe và đặt câu hỏi để suy ngẫm.

- Hoan nghênh ý kiến đóng góp của mọi người trong quá trình ra quyết định.

- Chia sẻ về tính cách, uy tín và chuyên môn kỹ thuật của mình để giúp người khác học hỏi và phát triển.

## Cấp độ 4 – Giúp người khác phát triển

Ở cấp độ lãnh đạo Giúp người khác phát triển, người ta ủng hộ nhà lãnh đạo ở cấp này vì những gì lãnh đạo đã làm cho họ. Các nhà lãnh đạo trở nên tuyệt vời không phải nhờ quyền lực mà là nhờ khả năng trao quyền cho người khác.

Trong 5 Cấp độ Lãnh đạo, mục tiêu của chúng ta là làm cho các nhà lãnh đạo phát triển lên tới Cấp độ 4 (tối thiểu) bởi vì Cấp độ 4 là giai đoạn mà khả năng lãnh đạo đích thực tạo tác động nhiều nhất.

Khi hiệu suất tăng lên và có nhiều lãnh đạo nhóm giúp cải thiện hiệu suất của mọi người, sự đầu tư vào con người như vậy đã mang đến kết quả là tinh thần đồng đội và mức độ hợp tác cũng sẽ tăng lên. Sự đầu tư vào con người giúp các mối quan hệ trở nên sâu sắc hơn, củng cố lòng trung thành và giúp các đội nhóm hiểu nhau hơn. Các nhà lãnh đạo cấp độ 4 giúp thay đổi cuộc sống của những người mà họ lãnh đạo và do đó những người này ủng hộ họ. Những mối quan hệ được xây dựng trên cơ sở này có thể rất lâu bền.

Các nhà lãnh đạo cấp độ 4 có thể tiếp tục phát triển bằng cách tập trung vào những khía cạnh sau:

- Tự mình thực hành Mười Đặc điểm của Văn hóa Doanh nghiệp và làm gương cho mọi người.

- Truyền đạt những kỳ vọng thật rõ ràng và đảm bảo mọi người có trách nhiệm giải trình.

- Áp dụng phương pháp khai vấn đặt con người lên trên hết.

- Cung cấp các công cụ và kiến thức mà mọi người cần có để thăng tiến trong vai trò lãnh đạo.

## Cấp độ 5 – Đỉnh cao

Ở cấp độ lãnh đạo Đỉnh cao, người ta ủng hộ lãnh đạo này vì tính cách của họ và những giá trị mà họ thể hiện. Lãnh đạo đỉnh cao là cấp độ có mức độ ảnh hưởng cao nhất và nhiều thử thách nhất mà một nhà lãnh đạo có thể đạt tới. Thông qua học hỏi, ta có thể thăng tiến từ Cấp độ 1 lên Cấp độ 4, nhưng để đạt đến Cấp độ 5 thì ta phải có tài năng đặc biệt.

Các nhà lãnh đạo đỉnh cao giúp các lãnh đạo cấp dưới họ đạt đến Cấp độ 4. Nhiệm vụ khắt khe nhất trong vai trò lãnh đạo chính là thúc đẩy sự phát triển và truyền cảm hứng cho các cá nhân trở thành những nhà lãnh đạo có năng lực, những người luôn mong muốn giúp người khác phát triển và trở nên vững vàng.

Chúng ta đạt đến lãnh đạo Cấp độ 5 khi tất cả các nhà lãnh đạo trong công ty có các công cụ, vốn kiến thức cũng như sự hỗ trợ cần thiết để thay đổi thói quen và tư duy lâu ngày giữa các nhân viên, giúp mọi người đạt được mục tiêu của mình. Các nhà lãnh đạo Cấp độ 5 ưu tiên hỗ trợ những người cần được hỗ trợ và tập trung phát triển những tài năng mới nổi cho đến khi những người học trò này đủ tự tin để hỗ trợ người khác và xây dựng đội ngũ của mình.

Các nhà lãnh đạo đỉnh cao làm những điều như:

- Nâng cao năng suất bằng cách sử dụng nhiều phương pháp tạo động lực để thúc đẩy thành công của nhóm.

- Tạo ra những môi trường thúc đẩy sự thành công của cả cá nhân lẫn đội nhóm.

- Tôn trọng, đánh giá cao và tìm kiếm phản hồi của mọi người trong tổ chức.

- Dẫn dắt văn hóa doanh nghiệp bằng cách đảm bảo các quyết định kinh doanh phù hợp với sứ mệnh, tầm nhìn và giá trị của công ty.

- Cho phép các nhà lãnh đạo khác được chủ động và đưa ra quyết định độc lập bất cứ khi nào có thể.

- Giao tiếp hiệu quả và có sức ảnh hưởng.

## Phong cách lãnh đạo VUCA

VUCA là từ viết tắt của Volatility (Biến động), Uncertainty (Bất định), Complexity (Phức tạp), Ambiguity (Mơ hồ) – đã trở thành thuật ngữ rất thời thượng trong giới lãnh đạo doanh nghiệp. Xuất hiện từ những năm cuối thập niên 1980, gần đây, thuật ngữ này nổi lên nhờ sự phát triển của văn hóa khai vấn doanh nghiệp và nhu cầu có thêm phương pháp tiếp cận mới phù hợp với văn hóa khai vấn. *Hình 17* bên dưới miêu tả ý nghĩa từng thành phần của VUCA.

*Hình 17. Định nghĩa VUCA*

Bạn có cảm thấy đầy sinh lực khi làm việc cho một công ty đang chật vật và bên bờ sụp đổ không? Tôi thì không. Tôi muốn trở thành thành viên của một tổ chức giải quyết những thử thách một cách hiệu quả, khai thác trí tuệ và năng lượng tập thể của toàn công ty.

Trong thế giới hãy còn hỗn loạn do virus Corona, ta có thể cảm thấy như đang bơi ngược dòng khi cố gắng đưa ra một chiến lược kinh doanh hiệu quả với tư cách là người lãnh đạo. Khi hoạt động kinh doanh bình thường bị gián đoạn, chúng ta nhận thấy các doanh nghiệp gặp khó khăn là các doanh nghiệp có ít nhất một trong bốn vấn đề VUCA.

Lãnh đạo VUCA là khả năng chuyển đổi/thay đổi (linh lợi) cho dù mọi thứ xung quanh có biến động, bất định, phức tạp và mơ hồ (VUCA).

*Ngày nay, vai trò của lãnh đạo là mang lại sự rõ ràng trong những lúc bất định. Mọi thứ càng bất định thì ta càng cần tới năng lực lãnh đạo. Không có mô tả công việc nào, không có quy tắc nào để hướng dẫn về những gì ta đang phải đối mặt. Các nhà lãnh đạo ngày nay cần phải thể hiện xuất sắc khi đối mặt với tình trạng bất định này.*

*Satya Nadella (CEO, Microsoft)*

Lãnh đạo VUCA rất phù hợp với thế giới BAUU bởi vì đây là mô hình định hướng tư duy cần có để đối phó với những điều chưa biết. Hãy tự vấn: "Chúng ta có thể nhìn thấy gì ở đường chân trời? Bên kia góc quanh ấy có gì? Cái gì sẽ tấn công chúng ta?" Khi có thể dự đoán các tình huống trong tương lai, chúng ta sẽ trở nên giỏi hơn trong việc lãnh đạo người khác một cách đơn giản và thẳng thắn. Miguel de Cervantes có nói: "Được cảnh báo trước, được vũ trang trước; có chuẩn bị là đã có một nửa chiến thắng."

Hãy tưởng tượng ta đang lái xe và đang nhìn đường. Nếu đây là con đường quanh co ngoằn ngoèo, ta cần tập trung vào những gì ở ngay trước mắt. Khi tập trung như vậy, ta không cần phải thắc mắc cái gì đang tiến về phía mình. Ta có thể nhìn thấy hoặc cảm nhận được khi có thứ gì đó đang đến gần, nhờ quan sát và tập trung mà ta được chuẩn bị cho những điều bất ngờ. Ngược lại, nếu không chú ý đến đường đi thì cũng không có gì bất ngờ nếu ta bị tạt ngang hoặc rẽ nhầm xuống mương.

Bởi trong kinh doanh nói riêng và trên thế giới nói chung thường xuyên có những sự phát triển mới nên chúng ta thường không dành thời gian để tìm hiểu chúng. Chúng ta cần phải nắm được những gì đang xảy ra trong hiện tại và những gì sắp xảy ra. Hãy xem xét từng sự phát triển và những hệ quả đi cùng để chuẩn bị kế hoạch, đồng thời chú ý đến các cơ hội và lỗ hổng.

Do tính phức tạp của công việc dự báo và chuẩn bị cho những tình huống bất ngờ trong kinh doanh, chúng ta cần nắm rõ tình hình. Sự rõ ràng giúp chúng ta nhận thức, và từ đó hiểu rõ sự việc. Tình hình kinh doanh càng trở nên bất định và phức tạp thì chúng ta càng cần áp dụng phong cách lãnh đạo đáng tin cậy. Là nhà lãnh đạo, ta phải làm gương về thái độ và hành vi mà mình kỳ vọng ở nhân viên. Ta cần duy trì thái độ bình tĩnh để hướng dẫn mọi người vượt qua những thử thách bất định thay vì để nỗi sợ hãi tấn công chính mình và công ty.

Khi những tiến bộ công nghệ mới mang đến những cách thức mới để làm kinh doanh và tự động hóa các quy trình, sự xuất hiện của AI và robot đã khiến giới kinh doanh phát hoảng. Người ta đã sợ robot sẽ cướp mất việc của mình! Tình cảnh đã từng rất bất định và vô cùng phức tạp. Vậy, ta xử lý sự bất định và phức tạp đó như thế nào? Ta có kế hoạch gì?

Chúng ta có thể nghĩ rằng mình biết những sự phát triển nào sẽ tác động xấu đến mình và biết nó sẽ xảy đến khi nào, nhưng chúng ta không bao giờ có thể chắc chắn 100%. Tình hình có thể thế này hoặc có thể thế kia, nhưng điều quan trọng nhất là cả nhà lãnh đạo lẫn nhân viên đều phải linh lợi và chuẩn bị cho những gì sắp xảy ra. Nếu lãnh đạo không biết làm thế nào thì nhân viên cũng không biết làm thế nào, và cứ vậy, những làn sóng bất định và biến động lan tỏa trong văn hóa công ty.

Lãnh đạo theo mô hình VUCA cần hiểu và cảm thấy thoải mái với việc chuyển hướng hoạt động kinh doanh và chiến lược. Ta phải có tư duy linh lợi thì mới có thể coi thử thách là cơ hội và nhìn sự việc từ những góc độ khác nhau. Góc nhìn của ta có thể không phải là góc nhìn duy nhất, thậm chí không phải là góc nhìn chính xác, và có thể có những điều rất hữu ích ngoài tầm nhìn của mình. Vì vậy, hãy chuyển sang góc nhìn rộng hơn thay vì góc nhìn hạn hẹp ban đầu để đảm bảo không bỏ lỡ những cơ hội quan trọng khi chúng xuất hiện.

Tin vui cho các nhà lãnh đạo là ta có thể thay đổi cách nhìn nhận về những khó khăn để đạt được những kết quả thuận lợi hơn. Đây giống như biện pháp khắc phục cho từng yếu tố VUCA để giúp các nhà lãnh đạo "vén mây mù" xung quanh những thử thách này.

- Ta thay đổi cách nhìn và vượt qua **Volatility** (Biến động) bằng **Vision** (Tầm nhìn).

- Ta thay đổi cách nhìn và vượt qua **Uncertainty** (Sự bất định) bằng **Understanding** (Hiểu biết).

- Ta thay đổi cách nhìn và vượt qua **Complexity** (Sự phức tạp) bằng **Clarity** (Sự rõ ràng).

- Ta thay đổi cách nhìn và vượt qua **Ambiguity** (Mơ hồ) bằng **Agility** (Sự linh lợi).

Sau khi VUCA được tái nhìn nhận như vậy, tôi gọi đây là "VUCA biến đổi". Tôi phải nhấn mạnh rằng điều này sẽ không xảy ra trong một sớm một chiều mà chúng ta phải nỗ lực rất nhiều, kiên trì và nhất quán để biến nó thành hiện thực. *Hình 18* bên dưới thể hiện VUCA biến đổi dưới dạng hình ảnh, với từng chữ cái trong thuật ngữ VUCA đã được thay đổi. Đây giống như một vòng tuần hoàn với các yếu tố được liên kết và tác động lẫn nhau. Ví dụ như Vision (Tầm nhìn) sẽ đưa đến Understanding (Hiểu biết), nhờ đó có được Clarity (Sự rõ ràng) và giúp chúng ta trở nên Agile (Linh hoạt).

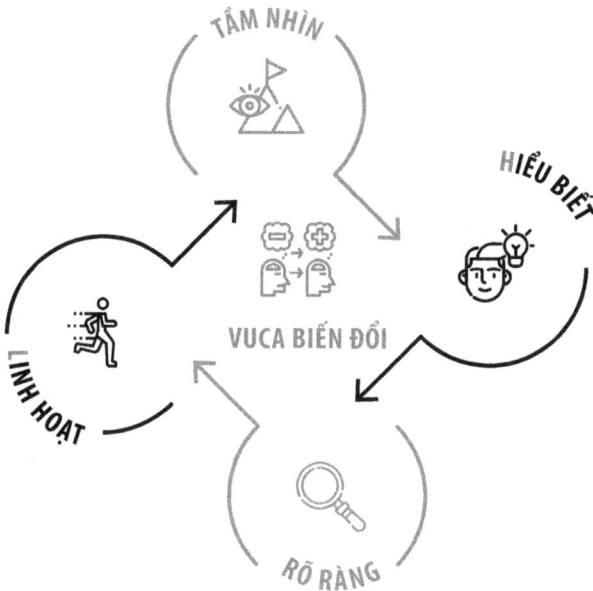

*Hình 18. VUCA biến đổi*

## Lãnh đạo Chuyển đổi và Lãnh đạo Giao dịch

Lãnh đạo chuyển đổi là một phương pháp thúc đẩy sự thay đổi thông qua cảm hứng, động lực và sự khích lệ. Lãnh đạo chuyển đổi tạo ra những sự thay đổi có giá trị và tích cực ở con người, từ đó đem đến thành công cho công ty. Khái niệm VUCA khuyến khích các nhà lãnh đạo áp dụng phong cách lãnh đạo chuyển đổi để cải thiện công ty và nhân viên.

Lãnh đạo chuyển đổi khác với lãnh đạo giao dịch – là kiểu mang tính truyền thống hơn. Các nhà lãnh đạo giao dịch tạo động lực cho người khác bằng cách khen thưởng, trừng phạt, giám sát và trông coi. Các nhà lãnh đạo này coi trọng tính nhất quán, sự dễ đoán, lề thói và cơ cấu. Họ tin rằng nếu có thể kiểm soát con người, lịch trình hoạt động và cơ cấu tổ chức của doanh nghiệp thì họ sẽ giải quyết được tình trạng hỗn loạn và kém hiệu quả. Họ cũng tập trung vào quy trình nhiều hơn là con người, do đó hệ thống quản lý của họ mang tính tập trung hơn. Các nhà lãnh đạo giao dịch thường phân loại các cá nhân, xem họ hoặc là người trong cuộc hoặc người ngoài cuộc.

Bạn có nghĩ rằng mình sẽ cảm thấy hào hứng và tràn đầy năng lượng khi làm việc cho một nhà lãnh đạo giao dịch không? Nếu bạn giống tôi thì câu trả lời hiển nhiên là "không", bởi vì các nhà lãnh đạo giao dịch tập trung vào kết quả và phân tích kinh doanh hơn là xây dựng lòng tin, khuyến khích nhân viên thử những cái mới và thúc đẩy đội nhóm thành công.

Phong cách lãnh đạo giao dịch đối lập với phong cách lãnh đạo chuyển đổi. Các điểm được đánh số từ 1–7 sau đây làm rõ sự tương phản giữa hai phong cách lãnh đạo này. Các điểm này cũng được biểu thị trong *Hình 19* bên dưới.

- 1 – Các nhà lãnh đạo giao dịch sử dụng phương pháp "củ cà rốt và cây gậy". Các nhà lãnh đạo chuyển đổi thì đầu tư vào việc khai vấn và cố vấn cho nhân viên.

- 2 – Các nhà lãnh đạo giao dịch có xu hướng quản lý vi mô. Các nhà lãnh đạo chuyển đổi coi trọng sự độc lập và đa dạng, bởi họ biết rằng đối với những vấn đề phức tạp thì các đội nhóm đa dạng có thể đưa ra giải pháp tốt hơn.

- 3-4 – Thay vì trừng phạt mọi người khi họ sai phạm, nhà lãnh đạo chuyển đổi sẽ khuyến khích sự đổi mới bằng cách chú trọng vào sự cải thiện ở lần thực hiện tiếp theo. Phương pháp này giúp các cá nhân học hỏi được nhiều hơn, tìm hiểu về bản thân, tìm hiểu quy trình nào hiệu quả, quy trình nào không hiệu quả và tại sao. Sự học hỏi như vậy là không thể thiếu để người ta trau dồi tiềm năng và có được sự tự tin để xử lý các thử thách theo cách hiệu quả hơn trong tương lai.

- 5 – Khai vấn chuyển đổi không cho rằng những thất bại có tác động quá tiêu cực đối với cá nhân và doanh nghiệp vì họ tin rằng nhờ thất bại mà chúng ta rút ra được bài học. Các bài học giúp người ta tìm ra căn nguyên vấn đề, đồng thời cho họ những công cụ và sự khích lệ cần thiết để thử lại lần nữa.

- 6 – Khai vấn chuyển đổi là dạng khai vấn tập trung vào con người. Những nhà lãnh đạo giỏi nhất luôn hiểu rằng nhân viên chính là huyết mạch của công ty. Nếu không có nhân viên, hầu hết các công ty Fortune 500 sẽ không còn tồn tại. Một nhà lãnh đạo ưu tiên con người sẽ luôn hiểu rằng khi một doanh nghiệp vận hành suôn sẻ thì nhân viên sẽ hài lòng, viên mãn và làm việc có mục đích. Đây là điều mà một khai vấn viên chuyển đổi tập trung vào và điều này giải thích tại sao doanh nghiệp của họ bền vững hơn, tồn tại lâu dài hơn trong bất kỳ ngành hoặc lĩnh vực cụ thể nào.

- 7 – Các nhà lãnh đạo chuyển đổi biết rằng mình không phải là chuyên gia trong mọi lĩnh vực liên quan đến doanh nghiệp. Để hỗ trợ nhân viên và bản thân một cách hiệu quả nhất, họ tạo ra một nhóm lãnh đạo, phân tán nhóm này để mọi người đều có thể tiếp cận. Mỗi nhà lãnh đạo sẽ chuyên về một lĩnh vực hoặc kỹ năng nhất định, và nhân viên có thể tìm đến họ để được hỗ trợ khi cảm thấy bế tắc hoặc không gắn kết. Khi chúng ta có các nhà lãnh đạo ở các nhóm và địa điểm khác nhau, điều này sẽ thúc đẩy sự hợp tác giữa các công ty và khuyến khích một nền văn hóa tích cực.

| LÃNH ĐẠO CHUYỂN ĐỔI | VS. | LÃNH ĐẠO GIAO DỊCH |
|---|:---:|---|
| Khai vấn & Cố vấn | 1 | Củ cà rốt & cây gậy |
| Coi trọng sự độc lập | 2 | Giám sát/quản lý vi mô |
| Khuyến khích sự đổi mới | 3 | Kỳ vọng sự tương thích nhất quán/ có thể dự đoán |
| Nhạy bén/nhanh chóng điều chỉnh | 4 | Hình thành thói quen, lề thói |
| Lảng tránh thất bại | 5 | Chấp nhận thất bại |
| Con người thúc đẩy | 6 | Quy trình thúc đẩy |
| Lãnh đạo phân tán | 7 | Quản lý tập trung |

*Hình 19. Lãnh đạo Chuyển đổi & Lãnh đạo Giao dịch*

## Lãnh đạo Chuyển đổi và VUCA

Chúng ta đã thảo luận về ý nghĩa của lãnh đạo chuyển đổi và VUCA. Bây giờ, tôi muốn đưa ra một góc nhìn khác về VUCA để chúng ta cùng suy ngẫm. Sau đây là một cách nhìn tâm lý ngược/tiêu cực về từng yếu tố của VUCA:

- Ta có muốn bị coi là một **nhà lãnh đạo Volatile** (không kiên định) với cách hành xử hay thay đổi và thất thường, khiến những người giỏi bỏ đi không?

- Ta có muốn bị coi là một **nhà lãnh đạo Uncertain** (Bất định) với những phương hướng thay đổi liên tục, khiến mọi người thất vọng và khiến họ nghi ngờ khả năng của ta không?

- Ta có muốn bị coi là một **nhà lãnh đạo Complex** (Phức tạp) đến mức không ai hiểu được ta hay những kỳ vọng của ta không? Ta có tỏ ra xa cách không?

- Ta có muốn bị coi là một **nhà lãnh đạo Ambiguous** (Mơ hồ) luôn trì hoãn hành động, khiến mọi người không thể gắn kết không?

Chính ta là người chọn lựa để cho người khác nhìn thấy mình như thế nào. Nếu mong muốn chuyển hóa bản thân, ta phải thật lòng trả lời "có" cho hai câu hỏi sau đây thì mới có thể bắt đầu thay đổi:

- Ta có muốn làm tốt hơn không?

- Ta có sẵn lòng chấp nhận cảm giác khó chịu khi phải nỗ lực nhiều hơn cũng như thử những điều khác thường và có thể không hiệu quả ngay lập tức không?

Hẳn là sâu bướm rất muốn được bay nên nó mới chấp nhận từ bỏ hình hài sâu bướm để trở thành bươm bướm.

## Chuyển hướng

*Chuyển hướng là thay đổi về chiến lược mà không thay đổi tầm nhìn.*

❧

*Eric Ries*

Con đường dẫn đến thành công lâu dài không bao giờ là một con đường thẳng tắp. Khi các doanh nhân đầy hoài bão tiến vào những lĩnh vực xa lạ và đầy thử thách, doanh nghiệp thường cần phải chuyển hướng. Thay đổi hướng đi có thể là một việc tốt bởi điều này có thể cho ta sự rõ ràng và điểm tập trung cần thiết để thu hút các nhà đầu tư và thúc đẩy doanh số bán hàng. Tuy nhiên, sự chuyển hướng đôi khi có thể dẫn đến kết quả không như mong đợi nếu không được quản lý hiệu quả.

Trong thế giới BAUU, chúng ta nhận thấy rằng để có thể tiếp tục tiến về phía trước, chúng ta rất cần phải chuyển hướng, linh lợi và linh hoạt khi xử lý những điều chưa biết, áp dụng VUCA và tư duy vô hạn, cũng như khả năng lãnh đạo khai vấn.

Chuyển hướng là thay đổi hướng đi, và điều này có thể có nghĩa là ta cần thay đổi tư duy hoặc cách lãnh đạo, cũng như cần khai vấn cho người khác để giúp họ thay đổi tư duy.

## Chuyển hướng sang WFA

*Sự chuyển hướng không phải là sự kết thúc quá trình gián đoạn,*
*mà là sự khởi đầu cho chặng tiếp theo trong hành trình.*

*Jay Samit*

Những năm gần đây, nhiều người trong chúng ta đã chuyển hướng từ đi làm ở văn phòng hằng ngày sang làm việc tại nhà (Work From Home – WFH) bởi bất thình lình, chúng ta không thể đến văn phòng do đại dịch.

Nhiều năm trước đại dịch, chúng tôi đã có chính sách làm việc từ bất cứ đâu (Work From Anywhere – WFA). Bởi số lượng các chuyên gia trên không gian mạng rải rác trên toàn cầu liên tục tăng, chúng tôi đã đóng cửa hầu hết các văn phòng trên khắp thế giới. Chúng tôi vẫn giữ lại một số văn phòng, và cho dù có chính sách WFA, một số người (có thể rất nhiều người) vẫn cảm thấy mình phải đến văn phòng, và nhiều lãnh đạo cũng kỳ vọng (dù không nói ra nhưng khá rõ ràng) nhóm của mình sẽ có mặt ở văn phòng. Có thể cho rằng chúng tôi đã không hoàn toàn đón nhận chính sách WFA.

Đại dịch đã thay đổi cách nhìn của tất cả chúng tôi về WFA. Vào năm 2020, chúng tôi đã đóng cửa mọi văn phòng của TRG tại Việt Nam chỉ để thử nghiệm xem sẽ thế nào nếu như có lệnh đóng cửa. Một tuần sau thử nghiệm đó, Việt Nam ban bố tình trạng đóng cửa, và thử nghiệm một tuần ấy đã kéo dài nhiều tuần, nhiều tháng. Sau nhiều năm không đồng tình với WFH và WFA, mọi người – bao gồm cả tôi – đã bắt đầu thay đổi cách suy nghĩ. Tôi đã thử WFH một vài lần khi sống ở Thụy Sĩ và Singapore nhưng thấy cách này không hợp với mình. Có lẽ đó là vì khi ấy, tôi có con nhỏ ở nhà và trẻ con thì không tuân theo chính sách của công ty.

Ngày hôm nay, khi đại dịch đã qua đi được hai năm, chúng tôi đang trong chế độ WFA toàn thời gian. WFA thực sự có nghĩa là từ bất cứ đâu – có thể là ở nhà, bãi biển, quán cà phê và dĩ nhiên, WFA cũng có thể bao gồm văn phòng thực tế.

Tôi nhận thấy rằng bản thân mình, TRG, cũng như hầu hết các công ty và doanh nhân mà tôi tiếp xúc, đều phải tiếp tục thay đổi tư duy và phương pháp làm việc, tập trung cụ thể vào sự kết nối. Trong một thế giới mà một số cá nhân làm việc tại văn phòng trong khi những người khác thì làm việc từ xa, chúng ta sẽ khó xây dựng sự kết nối trực tuyến với những người lạ (có thể là đồng nghiệp mới) so với khi xây dựng sự kết nối trực tiếp. Ngoài ra, nếu các kỹ thuật mà chúng ta sử dụng trong môi trường gặp gỡ trực tiếp không hiệu quả lắm trong thế giới hybrid này, chúng ta cần tìm ra những cách mới.

Chúng tôi đã học được một cách để ứng phó với việc chuyển sang WFA: chuyển hướng từ thực tập tại chỗ 100% sang thực tập trực tuyến 100% trên quy mô lớn. Tôi khuyên các bạn nên thử cách này nếu chưa từng thử qua. Trước đại dịch, vào bất cứ thời điểm nào trong năm, chúng tôi thường có từ sáu đến mười hai thực tập sinh đến từ khắp nơi trên thế giới. Các thực tập sinh này thường tìm đến văn phòng của chúng tôi tại Việt Nam, bởi vì Việt Nam là một nơi thú vị để các bạn trẻ khám phá, trải nghiệm và du lịch (và có thể tha hồ tiệc tùng). Đây là một phần trong chương trình đa dạng và hòa nhập của chúng tôi, với mong muốn giúp các bạn trẻ nâng cao kỹ năng để thành công khi bước vào thị trường lao động.

Trước đại dịch, chúng tôi hầu như chưa bao giờ thực hiện các đợt thực tập trực tuyến. Hóa ra, chúng cũng giúp chúng tôi học cách xây dựng các mối quan hệ, sự kết nối và xây dựng đội ngũ. Vì vậy, chúng tôi đã mở rộng quy mô, tiếp nhận bốn mươi đến năm mươi thực tập sinh cùng lúc, và kết quả là đã tiếp nhận hàng trăm thực tập sinh từ hàng chục quốc gia trong vòng mười tám tháng qua. Khi các văn phòng thực tế được phép mở cửa trở lại, chúng tôi đã áp dụng cả chương trình thực tập tại văn phòng lẫn chương trình thực tập hybrid. Tuy quá trình thích ứng này cho chúng tôi cảm giác như đi trên tàu lượn siêu tốc nhưng giờ đây, chúng tôi có được một phương pháp hiệu quả hơn cho các chương trình thực tập, WFA và hybrid. Chúng tôi đã mắc nhiều sai phạm và đã rút ra được bài học từ những sai phạm đó. Xuyên suốt quá trình, chúng tôi nói rõ rằng đang khám phá những lĩnh vực chưa biết và do đó, chúng tôi mong liên tục nhận được phản hồi và đề xuất từ các thực tập sinh cũng như nhân viên để biết cách cải thiện. Chúng tôi đã may mắn tận dụng được hàng trăm ý tưởng, nhiều đến mức tôi đoán rằng hơn 50% chương trình thực tập hiện tại được định hình hoàn toàn dựa trên ý tưởng từ các thực tập sinh.

## Chuyển hướng doanh nghiệp

*Nếu không thay đổi các yếu tố thúc đẩy mô hình kinh doanh*
*của mình thì chúng ta sẽ không thể tiến bộ. Đây là dấu hiệu*
*cho thấy chắc chắn phải chuyển hướng.*

*Eric Ries*

Nghiên cứu Khảo sát Global Reinvention năm 2018 tiết lộ rằng 79,7% doanh nghiệp cần làm mới sau mỗi hai đến năm năm nếu họ muốn sinh tồn. Nói cách khác, doanh nghiệp hôm nay không phải (không thể) là doanh nghiệp của ba năm nữa.[88] Ta cần phải thích nghi hoặc tìm một nơi hoàn toàn mới để nương náu.

Bất cứ khi nào các nhà lãnh đạo cần chuyển hướng doanh nghiệp, họ sẽ ít có khả năng bị các bên liên quan phản đối nếu sự thay đổi có vẻ phù hợp với những mục tiêu bao quát hơn. Tuy nhiên, mối liên hệ giữa định hướng chiến lược mới và tầm nhìn ban đầu không phải lúc nào cũng rõ ràng; vì vậy, để tiếp tục được mọi người ủng hộ và tỏ ra là một nhà lãnh đạo có năng lực, ta cần làm rõ mối liên hệ này.

Ngoài việc duy trì tính nhất quán trong mục tiêu và thông điệp, các nhà lãnh đạo phải thể hiện sự thấu cảm với các bên liên quan trong doanh nghiệp. Các doanh nhân rất thường cho rằng thấu cảm là dấu hiệu của sự yếu đuối, lo rằng các bên liên quan sẽ mất lòng tin nếu lãnh đạo xin lỗi vì phải chuyển hướng và do đó họ trì hoãn, chần chừ hoặc không chịu chuyển hướng. Tuy nhiên, sự thấu cảm và áy náy là một phần trong vai trò của người lãnh đạo khi thông báo cho nhân viên về những thay đổi, đặc biệt là khi những thay đổi đó không được hoan nghênh. Mọi người sẽ sẵn lòng ủng hộ hơn rất nhiều khi biết những thay đổi sẽ ảnh hưởng đến mình như thế nào và khi thấy các nhà lãnh đạo thực sự quan tâm đến tình hình của mình. Khi các nhà lãnh đạo nói rõ về mục đích, sứ mệnh, giá trị và tầm nhìn trong quá trình chuyển hướng, họ sẽ xây dựng được sự tín nhiệm, sự tin cậy và sự rõ ràng, ngay cả khi đối mặt với những điều bất định đi kèm với sự thay đổi đó.

## NHỮNG ĐIỂM CHÍNH CẦN GHI NHỚ
## TRONG CHƯƠNG 6

- Các nhà lãnh đạo có thể thay đổi văn hóa công ty chỉ bằng cách đích thân sống theo những kỳ vọng văn hóa và thể hiện chúng trong mọi tương tác với người khác.

- Sau đại dịch toàn cầu, văn hóa doanh nghiệp đã thay đổi. Văn hóa cũ không thể thích ứng với môi trường mới và phải được xem xét lại toàn diện.

- Làm thế nào để thay đổi văn hóa doanh nghiệp?

  □ Tìm cách có được sự ủng hộ của các lãnh đạo chủ chốt trong công ty.

  □ Đảm bảo mọi kỳ vọng mới về văn hóa phải phù hợp với sứ mệnh, tầm nhìn và giá trị của công ty.

  □ Tích cực động viên mọi người mỗi khi cần phải điều chỉnh hoặc thay đổi gì đó.

  □ Chúng ta có thể sử dụng mười đặc điểm (Đoàn kết, Rõ ràng, Tích cực, Kết nối, Chính trực, An toàn, Đa dạng, Linh lợi, Trách nhiệm, Đáng tin cậy) của các đội nhóm có hiệu suất cao để giúp thay đổi văn hóa.

- Duy trì tỷ lệ Losada trong khoảng từ 3 đến 6.

- Thiết lập văn hóa khai vấn có nghĩa là loại bỏ các phương pháp kinh doanh truyền thống coi trọng kết quả hơn con người. Việc áp dụng văn hóa ưu tiên con người sẽ giúp thay đổi toàn bộ huyết mạch của một tổ chức.

- Các hội thảo Feedforward hiện có tại trginternational.com/ events-overview/ dưới dạng Masterclass, và cũng có tại RickYvanovich.com/BAUU/.

- Lãnh đạo VUCA là khả năng chuyển đổi/thay đổi (linh lợi) cho dù mọi thứ có "VUCA" (biến động, bất định, phức tạp và mơ hồ).

- Chú trọng lãnh đạo chuyển đổi hơn là lãnh đạo giao dịch.
  - Lãnh đạo chuyển đổi là một phương pháp thúc đẩy sự thay đổi thông qua cảm hứng, động lực và sự khích lệ.
  - Các nhà lãnh đạo giao dịch tạo động lực cho người khác bằng cách khen thưởng, trừng phạt, giám sát và trông coi.
- Doanh nghiệp cần phải tự làm mới, vì vậy đừng ngại chuyển hướng doanh nghiệp hay chuyển hướng văn hóa doanh nghiệp.
  - Sự chuyển hướng sẽ diễn ra thành công nhất khi các nhà lãnh đạo có thể liên kết những thay đổi vào sứ mệnh, tầm nhìn và giá trị của công ty.
  - Khi các nhà lãnh đạo thể hiện sự thấu cảm mà không phải xin lỗi vì chuyển hướng, họ duy trì quyền lực và tầm ảnh hưởng trong quá trình chuyển hướng.
- Tải xuống tư liệu Chương 6 từ trang RickYvanovich.com/ BAUU/.

## GỢI Ý SUY NGẪM CHƯƠNG 6

**Một** điểm chính cần nhớ từ chương này là gì?

_____

_____

_____

Còn gì khác nữa?

_____

_____

_____

Vì đã đọc chương này, ta sẽ thực hiện hành động gì ngay lập tức?

_____

_____

_____

Còn gì khác nữa?

_____

_____

_____

# CHƯƠNG 7
# CHUỒNG NGỰA VÀ KHO BẠC

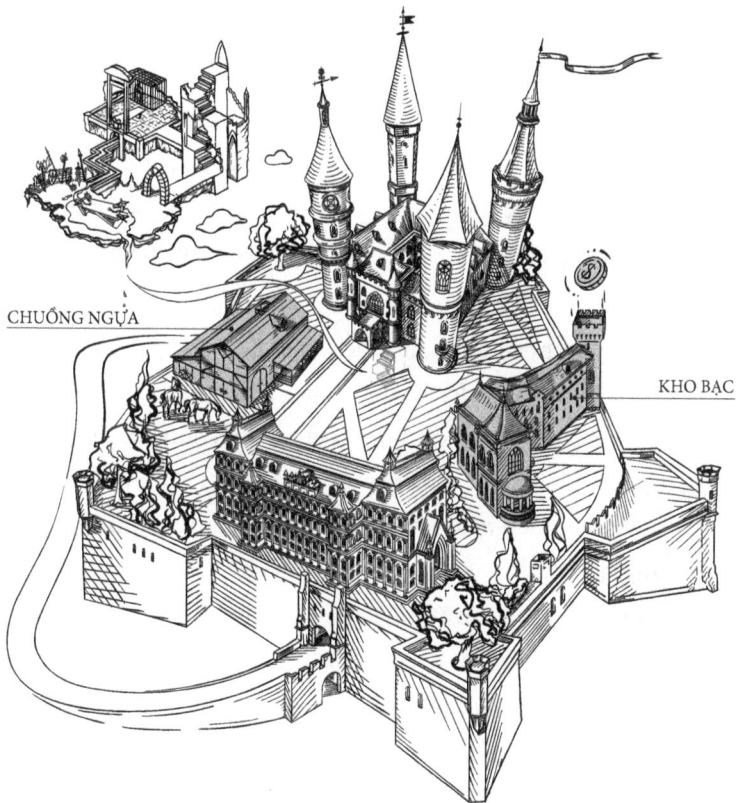

*Chúng ta cứ tiến về phía trước, mở ra những cánh cửa mới và làm những điều mới, bởi vì chúng ta tò mò và sự tò mò luôn đưa chúng ta đến những con đường mới.*

*Walt Disney*

Chuồng ngựa tượng trưng cho sự hướng tới tương lai, phát triển, chuyển đổi và tìm kiếm sự thỏa mãn. Kho bạc tượng trưng cho tài chính, bao gồm cả cách ta tạo ra thu nhập lẫn cách ta duy trì. Kho bạc rất cần thiết bởi đây là nơi hỗ trợ tài chính cho các mục tiêu của ta.

Thuyết tiến hóa của Darwin là một chủ đề phổ biến đối với học sinh vì nó khơi dậy sự tò mò về nguồn gốc của chúng ta. Ngày nay, Netflix, BBC, National Geographic và Discovery Channel còn kích thích sự tò mò này nhiều hơn bằng các bộ phim tài liệu chẳng hạn như Planet Earth (Hành tinh Trái đất) do Sir David Attenborough dẫn chương trình. Khi biết được nguồn gốc tiến hóa của hành tinh hay giống loài, chúng ta có thể dự đoán tương lai và nhu cầu ngày càng phát triển của mình.[89]

Tất cả chúng ta đều hiểu rằng trái đất đang thay đổi và loài người chúng ta phải tiến hóa cũng như thích nghi để tiếp tục tồn tại. Trong khoa học, quá trình thay đổi này được gọi là chọn lọc tự nhiên. Khái niệm này không có gì khó hiểu, bởi vì con người chúng ta tự nhiên trải qua những thay đổi liên tục – đang sống và thở trên hành tinh này tức là chúng ta hiện đang tiến hóa. Khoa học tiến hóa chứng minh rằng động vật có những sự thay đổi về mặt sinh học và xã hội để đáp ứng với những thay đổi của môi trường. Những loài động vật có khả năng thích nghi tốt thường sống lâu hơn và phát triển mạng lưới xã hội rộng hơn.

Tuy nhiên, hầu hết mọi người đều cố tình chống lại sự thay đổi. Khả năng suy nghĩ có lý trí, suy nghĩ có hệ thống và diễn giải môi trường xung quanh thường khiến chúng ta có xu hướng suy nghĩ quá nhiều về sự thay đổi. Chúng ta bám riết lấy những thứ lỗi thời bởi vì "trước đây chúng hoạt động tốt" hay "trước giờ chúng tôi luôn làm vậy". Chúng ta sợ phải từ bỏ những thứ quen thuộc, ngay cả khi chúng không còn hiệu quả nữa. Bạn đã từng nghe câu: "Ma quen hơn quỷ lạ" chưa? Hừm, câu này hoàn toàn vô nghĩa. Để phát triển, chúng ta cũng phải thay đổi; hai điều này không thể tách rời nhau.

Nếu bạn giống như hầu hết những người đã gặt hái nhiều thành tựu, bạn sẽ thấy rằng khó khăn của sự thay đổi không nằm ở khả năng thay đổi. Bạn đi xa được đến chừng này là nhờ bổ sung các kỹ năng, thói quen và thiết lập những lề thói để tạo điều kiện cho mình phát triển. Cái khó nằm ở khả năng xác định những gì cần thay đổi, và quan trọng hơn nữa là khả năng hiểu cách thực hiện thay đổi đó. Hai khía cạnh này đôi khi có thể khiến ta thoái chí, nhưng xin nhớ rằng sự thay đổi không nhất thiết phải quá phức tạp.

Để nhận biết và thích nghi với tương lai, bước đầu tiên là đánh giá vị trí hiện tại của mình và hình dung ra vị trí mà mình mong muốn sẽ đạt được trong tương lai. Tiếp theo, chúng ta điều chỉnh bộ kỹ năng cho phù hợp với những kết quả sau cùng ấy.

## Mong chờ đến Đó

*Sống trên đời cũng giống như chạy xe đạp; muốn giữ thăng bằng thì ta phải cho xe tiếp tục chạy.*

*Albert Einstein*

Nhiều phương thức kinh doanh mà các nhà lãnh đạo áp dụng đã lỗi thời và không còn phù hợp trong thế giới đại dịch (hoặc hậu đại dịch) ngày nay. Trong cuốn *What Got You Here Won't Get You There: How Success People Become Even More Success* (*Thành công hôm nay chưa chắc thành đạt ngày mai: Cách những người thành công trở nên thành công hơn nữa*), Marshall Goldsmith chỉ ra rằng: "người ta thường thành công vì họ bất chấp những thói quen nhất định chứ không phải thành công vì họ có những thói quen nhất định; và người ta cần một danh sách những việc 'dừng' làm hơn là danh sách những việc phải làm."[90] Chúng ta có xu hướng bám lấy một số thói quen có thể cản trở ta thành công. Những thói quen này có thể được chia thành hai loại: thói quen liên quan đến thông tin và thói quen liên quan đến cảm xúc. Thói quen liên quan đến thông tin bao gồm chia sẻ quá nhiều khi không cần thiết (quá dư) hoặc chia sẻ quá ít, dẫn đến việc giấu thông tin. Thói quen liên quan đến cảm xúc bao gồm chia sẻ khi không phù hợp và truyền đạt ý quá nhiều hoặc quá ít trong thông điệp của mình. Do đó, để đạt được mục tiêu, ta phải xác định được mọi sai sót hiện có và khắc phục chúng từng bước một.

Tương tự, ta phải xem xét cẩn thận vị trí hiện tại của mình và vị trí mình hướng tới nếu muốn điều chỉnh hoạt động kinh doanh để đạt được thành công trong tương lai. Ta không được đưa ra những phỏng đoán ngẫu nhiên về tương lai để rồi lập một kế hoạch cho những điều kiện có thể không tồn tại – và có thể không bao giờ tồn tại. Cách làm này giống như một con gà không đầu chạy vòng quanh mà không nhìn thấy gì, không có phương hướng gì. Thay vào đó, chúng ta cần phải chủ động, dự đoán và tránh phản ứng tức thời. Mục tiêu là dự báo tương lai mà không cần phải đại tu hoàn toàn các quy trình kinh doanh, từ đó tránh nguy cơ chúng trở nên vô dụng sau chưa đầy một năm.

Để xây dựng khả năng phục hồi, tính bền vững và tính linh lợi trong kinh doanh, chúng ta cần có tư duy hoạch định và phân tích cho tương lai thay vì chỉ tập trung vào hiện tại. Cho dù đang là lãnh đạo của chính mình, đội nhóm hay doanh nghiệp, chúng ta cũng cần phải xác định các cơ hội đang phát triển trong ngành của mình và luôn mong chờ vào tương lai.

## Công nghiệp 4.0

*Ta không thể ngăn chặn Cách mạng Công nghiệp lần thứ tư nhưng ta có thể tác động đến hướng đi và ảnh hưởng của nó đối với cuộc sống của mình.*

*Nicky Verd*

Cách mạng Công nghiệp lần thứ nhất (1760–1840) đã đưa hơi nước và sức nước vào sản xuất cơ khí. Cách mạng Công nghiệp lần thứ hai (1870–1914) đã cho chúng ta điện. Cách mạng Công nghiệp lần thứ ba (1970–2000) hay Cách mạng Kỹ thuật số thì cho chúng ta đồ điện tử.

Hiện nay, chúng ta đang ở trong cuộc Cách mạng Công nghiệp lần thứ tư (2011), cách mạng công nghiệp 4.0 hay Công nghiệp 4.0. Klaus Schwab, chủ tịch điều hành của Diễn đàn Kinh tế Thế giới (World Economic Forum - WEF) đã làm rõ vấn đề hơn trong một bài viết năm 2015, và cuốn sách *Mastering the Fourth Industrial Revolution (Làm chủ cuộc Cách mạng Công nghiệp lần thứ tư)* là chủ đề cuộc họp thường niên của Diễn đàn Kinh tế Thế giới 2016 tại Davos-Klosters, Thụy Sĩ.[91]

Trong thế giới BAUU, đại dịch đã đẩy nhanh đáng kể quá trình chuyển đổi kỹ thuật số, làm cho nhu cầu thay đổi tăng vọt lên. Công nghiệp 4.0 chủ yếu liên quan đến chuyển đổi kỹ thuật số, bao gồm các công nghệ như Trí tuệ Nhân tạo (Artificial Intelligence - AI) và tương tác giữa máy móc với nhau. Điều này đã làm dấy lên các cuộc tranh luận về khả năng máy móc hoặc robot có thể thay thế công việc của con người.

Tôi là một "Baby Boomer" (những người sinh ra trong khoảng 1946 – 1964). Tôi học xong phổ thông ở Anh vào năm 1980, cùng năm máy vi tính để bàn ra đời. Trường học của những người lớn lên trước thập niên 80 không có máy tính. Vào thời chúng tôi, máy tính điện tử bỏ túi đã là công nghệ cao và không phải lúc nào chúng tôi cũng được phép mang máy tính vào phòng thi. Những ai không giỏi dùng bàn tính thì dùng thước trượt, còn ai không có cả hai thứ đó thì phải giơ ngón chân ra mà đếm (đùa thôi). Nói chung, tôi hầu như không lớn lên cùng công nghệ và tôi có thể đồng cảm với những ai phải chật vật làm quen với công nghệ.

May thay, ngay cả khi công nghệ là tương lai của kinh doanh thì ta cũng không nhất thiết phải ghi danh học lại đại học để lấy bằng công nghệ kinh doanh. Vậy thì ta cần phải thay đổi điều gì?

Bởi vì Công nghiệp 4.0 báo trước những công nghệ kỹ thuật số mới, chúng ta cần học những kỹ năng mới và đào tạo lại kỹ năng cho những người có thể sớm bị thay thế bởi máy móc. Mặc dù không ai bắt ta phải là chuyên gia trong mọi loại công nghệ mới nhưng ta có thể cần phải thuê một chuyên gia công nghệ thật lành nghề. Là lãnh đạo, hiểu biết về công nghệ và hoạt động kinh doanh là điều tốt, nhưng lãnh đạo không cần phải là chuyên gia duy nhất của công ty.

Công nghiệp 4.0 đã đặt ra nhu cầu rằng chúng ta phải tìm hiểu nhiều loại công nghệ kỹ thuật số sẽ có ảnh hưởng đến cách thực hiện công việc và cách con người chúng ta làm việc. Ví dụ như do những thay đổi công nghệ ảnh hưởng đến hoạt động kinh doanh, chúng ta cần trau dồi những kỹ năng xã hội nào? Những hệ thống nào (công nghệ, kinh doanh và quy trình) cần được thay đổi để tiếp tục hỗ trợ những người quản lý công nghệ cho chúng ta?

Trong sách *Mindset: The New Psychology of Success (Tư duy: Tâm lý học thành công)* năm 2006, Tiến sĩ Carol Dweck đã làm sáng tỏ rằng tất cả những gì chúng ta làm đều bị chi phối bởi một trong hai tư duy – tư duy cố định hoặc tư duy cầu tiến. Tư duy ấy tác động đến sự thành công của chúng ta. Chúng ta có thể khiến mình thành công hơn nếu có tư duy cầu tiến, và những nỗ lực phối hợp có thể đem lại sự thay đổi về tư duy.[92]

Đối với tôi, tư duy cầu tiến giúp khơi dậy và củng cố mong muốn học hỏi và phát triển.

Những sự thay đổi đối với hệ thống, kỹ năng và lực lượng lao động của chúng ta cần phải được cân nhắc kỹ. Chúng ta cần theo dõi sát sao các xu hướng để có thể dự đoán những gì có thể xảy ra – không chỉ trong năm nay hoặc năm tới – và đảm bảo luôn hoạt động phù hợp với tình hình.

## Người lãnh đạo sẵn sàng cho tương lai

Báo cáo của Diễn đàn Kinh tế Thế giới (WEF) mang tên *Jobs of Tomorrow: Mapping opportunity in the new economy (Việc làm trong tương lai: Vạch ra cơ hội trong nền kinh tế mới)* đã xác định các công việc mới nổi và những kỹ năng chính liên quan đến chúng.[93] Khi nhận thức của mọi người về các yêu cầu công việc hiện tại ngày càng tăng và các tổ chức đánh giá xem các công việc cũng như kỹ năng nào là cần thiết, chúng ta nhận thấy ngày càng rõ rằng những lỗ hổng về kỹ năng là đáng quan ngại như thế nào. Ví dụ như theo *Future of Jobs Report 2020 (Báo cáo về tương lai việc làm năm 2020)* của WEF, 50% trong tổng số nhân viên sẽ cần được đào tạo lại kỹ năng vào năm 2025. Đối với những người lao động vẫn sẽ giữ vai trò hiện tại thì dự kiến là 40% kỹ năng cốt lõi hiện tại của họ sẽ thay đổi trong vòng 5 năm tới.[94] Vì vậy, bất kể thuộc thế hệ nào thì với những con số cao như vậy, ta cũng có khả năng bị ảnh hưởng.

Các nhà lãnh đạo ở Cấp độ 4 trên thang phát triển năng lực lãnh đạo (Phát triển Con người) đang chuẩn bị để thế hệ tiếp theo tiếp quản các phòng ban và đảm nhận nhiều trách nhiệm hơn trong một doanh nghiệp đang phát triển. Tuy nhiên, nếu chỉ trao tặng họ kiến thức và kỹ năng của chúng ta thôi thì chưa đủ. Chúng ta cũng rất cần trang bị cho các nhà lãnh đạo kinh doanh mới nổi những kỹ năng mà họ sẽ cần trong tương lai.

Chúng ta cần một tư duy khác để xây dựng khả năng phục hồi, tính bền vững và tính linh lợi, vì vậy chúng ta không ngừng cải thiện và luôn nâng cao kỹ năng. Làm như vậy, chúng ta sẽ thu hẹp được mọi khoảng cách.

Chúng ta thường tranh luận về việc kỹ năng nào là quan trọng hơn – kỹ năng cứng hay kỹ năng mềm. Kỹ năng cứng bao gồm kỹ thuật và kiến thức chuyên môn mà ta có được thông qua học tập, thực hành và thông qua việc thực hiện lặp đi lặp lại. Kỹ năng mềm là những đặc điểm và hành vi thường gắn liền với đặc điểm tính cách. Báo cáo của WEF chỉ nói về các kỹ năng mà không phân loại kỹ năng cứng và kỹ năng mềm. Điều này nhấn mạnh rằng các cá nhân cần một bộ kỹ năng kết hợp giữa kỹ năng cứng và kỹ năng mềm.

Kỹ năng mềm là loại kỹ năng được săn đón nhiều trong bối cảnh kinh doanh đang phát triển nhanh ngày nay. Kỹ năng mềm đóng vai trò then chốt trong việc chuẩn bị cho thành công trong tương lai, bởi vì các kỹ năng cứng có thể thay đổi liên tục. Dưới đây là năm kỹ năng hàng đầu mà tôi khuyên nên ưu tiên:

*Tò mò.* Các nhà lãnh đạo tương lai cần có thái độ tò mò và khả năng đi sâu vào trọng tâm của vấn đề bằng cách đặt câu hỏi "tại sao?". Vào thập niên 80, khi có sự cố xảy ra trên dây chuyền sản xuất, người quản lý thường đi đi lại lại, tìm người để đổ lỗi. Ai đã làm sai cách? Ai đã phạm lỗi và chúng ta có thể kỷ luật họ như thế nào?

Các nhà lãnh đạo nên biết rằng dù có đổ lỗi cho nhân viên sai phạm thì cũng không thể khiến người ta ngừng sai phạm mà thay vào đó, điều này chỉ tạo ra sự ngờ vực giữa các nhà lãnh đạo và đội nhóm. Khi có thái độ tò mò, chúng ta sẽ tìm cách hiểu tại sao sự cố lại xảy ra thay vì đổ lỗi. Bằng cách lắng nghe và thấu hiểu nguyên nhân đằng sau những sai phạm và thử thách, các nhà lãnh đạo có thể giải quyết nguyên nhân gốc rễ thay vì chỉ xử lý các triệu chứng.

***Kaizen – Liên tục cải tiến.*** Chúng ta đã đề cập đến Kaizen rất nhiều trong sách này (xem Chương 3) bởi vì Kaizen phản ánh chân thực tiềm năng lãnh đạo xuất sắc. Kaizen có nghĩa là học tập cả đời và không ngừng tự hoàn thiện. Các nhà lãnh đạo nên liên tục theo đuổi kiến thức và sự cải thiện, bởi vì ngay khi chúng ta ngừng phát triển, doanh nghiệp của chúng ta bắt đầu lụi tàn. Do vậy, sự phát triển và kiến thức là chìa khóa để đạt được thành công bền vững và duy trì sự phù hợp.

***Tư duy phản biện.*** Năng lực lãnh đạo được xác định qua những lựa chọn mà người lãnh đạo đưa ra, đồng thời cũng dựa trên mức độ nhanh chóng và tự tin của họ khi đưa ra những lựa chọn đó. Người có tư duy phản biện sẽ đưa ra những xét đoán hợp lý, được suy nghĩ thấu đáo. Đây là một thái độ khiến người ta đặt câu hỏi về mọi thứ. Ví dụ như một y tá lâm sàng ở Khoa Cấp cứu trong một bệnh viện thể hiện tư duy phản biện bằng cách xác định thứ tự ưu tiên điều trị cho bệnh nhân.

> *Thà tranh luận một vấn đề mà không giải quyết còn hơn là giải quyết một vấn đề mà không tranh luận.*

*Joseph Joubert*

***Tư duy thiết kế.*** Khi xây dựng thế hệ lãnh đạo tiếp theo, hãy tìm kiếm những người có tư duy thiết kế xuất sắc (giải quyết vấn đề một cách sáng tạo). Hãy tìm kiếm những nhà lãnh đạo có các kỹ năng đa dạng và có cách nhìn khác biệt đối với những thử thách. Những người có tư duy giải quyết vấn đề một cách sáng tạo có thể xử lý các vấn đề phức tạp, ứng dụng kiến thức hoặc kinh nghiệm từ lĩnh vực chuyên môn này sang lĩnh vực chuyên môn khác. Những người có tư duy thiết kế tiếp cận vấn đề bằng tư duy của người mới bắt đầu.

*Theo tư duy của người mới bắt đầu thì có rất nhiều khả năng,*
*theo tư duy của chuyên gia thì có rất ít khả năng.*

*Shunryu Suzuki*

**Giao tiếp.** Những nhà lãnh đạo mong muốn giúp người khác phát triển cần trau dồi kỹ năng giao tiếp xã hội rõ ràng và hiệu quả. Thú vị thay, bất kể có vô số công cụ kỹ thuật số phục vụ việc liên lạc, khả năng giao tiếp và kết nối hiệu quả của chúng ta lại có vẻ suy yếu và do đó chúng ta thấy khó cộng tác hơn. Có một vài nguyên nhân gây ra tình trạng này:

- Khi phải giao tiếp qua mạng nhiều hơn, chúng ta bị mất các tín hiệu phi ngôn ngữ quan trọng của giao tiếp mặt đối mặt. Tình hình này càng trở nên tồi tệ hơn trong thời kỳ đại dịch khi chúng ta phải mang khẩu trang hoặc khi tắt camera.

- Công nghệ đang xóa bỏ nhu cầu giao tiếp với con người. Khi đi siêu thị, bạn sử dụng quầy tự thanh toán và nói chuyện với cái máy hay xếp hàng chờ nhân viên phục vụ?

Trong sách *Digital Body Language: How to Build Trust and Connection (Ngôn ngữ cơ thể kỹ thuật số: Cách xây dựng lòng tin và sự kết nối)*, tác giả Erica Dhawan nói rằng khi giao tiếp qua mạng, không quan trọng khoảng cách, chúng ta cần một ngôn ngữ cơ thể dạng kỹ thuật số để khắc phục tình trạng ông nói gà, bà hiểu vịt do thiếu ngôn ngữ cơ thể – loại mà chúng ta thường sử dụng trong giao tiếp mặt đối mặt.[95]

Một kỹ năng khác mà ta cần có chính là kỹ năng khai vấn – cũng không có gì đáng ngạc nhiên. Hãy đích thân trải nghiệm để biết cuộc sống sẽ thay đổi kinh ngạc như thế nào khi ta có một nhà khai vấn ở bên mình. Khả năng khai vấn người khác (và chính mình cũng được khai vấn) – dù là để giúp giải quyết các vấn đề trong cuộc sống hay công việc – là một dấu hiệu tuyệt vời cho thấy một nhà lãnh đạo tương lai đã sẵn sàng cho bước tiếp theo trong sự nghiệp.

Tôi gọi quá trình chuẩn bị cho các nhà lãnh đạo tương lai là quá trình chia sẻ kiến thức. Đây là quá trình chuyển giao kiến thức từ người này sang người khác. Một phương pháp hay để áp dụng cho bất kỳ đội nhóm nào là mỗi thành viên trong nhóm tập trung vào một mảng kiến thức mới, tiếp thu mảng kiến thức ấy và sau đó tổ chức một buổi chia sẻ kiến thức với những người khác. Tiếp đến, những người còn lại trong nhóm cũng có thể làm như vậy. Mỗi người sẽ học hỏi, dạy lại cho người khác và cũng có cơ hội được người khác dạy. Tôi nhận thấy đây là một thói quen tốt giúp các cá nhân và đội nhóm tiếp thu được nhiều kiến thức nhanh hơn.

Quá trình chuẩn bị cho các nhà lãnh đạo tương lai cũng bao gồm việc lập danh mục và lưu giữ kiến thức về tổ chức. Một tổ chức cần chuyển tất cả những kiến thức mà mọi người đều biết vào chương trình học trực tuyến để giúp đảm bảo kiến thức (của tổ chức) không bị mất đi, cũng như giúp mọi người trong tổ chức có cơ hội tiếp cận toàn bộ những kiến thức đó.

## Sự thay đổi đưa ta đến đâu?

Khi nhìn vào danh sách mười công việc và vị trí đang trên đà suy yếu nhất, chúng ta thấy phần nhiều trong số này là những việc nhập dữ liệu – có thể được tự động hóa bằng các công nghệ mới. Những người đang đảm nhận các vai trò này phải được nâng cao kỹ năng và chuyển sang các vai trò mới.

Nhiều doanh nghiệp đang hướng tới các kỹ năng mềm. Các nhà lãnh đạo và nhà đổi mới biết rằng các kỹ năng mềm trang bị cho chúng ta tính linh lợi và khả năng ứng phó với sự thay đổi. Ngoài ra, kỹ năng mềm khuyến khích các nhà lãnh đạo tiến bộ hơn, tự chủ hơn và tự nhận thức hơn về sự phát triển của bản thân. Điều này rất quan trọng, bởi vì khi áp dụng mô hình này, chúng ta có thể đạt được nhiều thành tựu hơn nữa và góp phần xây dựng một thế giới tốt đẹp hơn.

## Cần có những kỹ năng gì?

*Tương lai thuộc về những người học được nhiều kỹ năng và kết hợp kỹ năng theo cách sáng tạo.*

~⚮~

*Robert Greene*

Vậy, ta đã hiểu rằng con người phải liên tục tiến bộ và tiến hóa, nhưng vấn đề là chúng ta không tài nào biết chắc doanh nghiệp hoặc ngành nghề sẽ đưa mình đến đâu trong tương lai. Ta có thể cảm thấy khó mà dự đoán mọi kết quả hoặc tình huống có thể xảy ra, cũng như dự đoán chúng có tiến triển theo thời gian cùng với sự phát triển của chúng ta hay không.

Một cách để xác định những kỹ năng cần thiết cho tương lai là tham khảo báo cáo *Future of Jobs Report 2020 (Báo cáo Tương lai việc làm năm 2020)* của WEF. Họ đã thực hiện nghiên cứu cũng như phân tích và đưa ra 15 kỹ năng hàng đầu cho năm 2025:[96]

1. Tư duy phân tích và đổi mới

2. Học tập tích cực và chiến lược học tập

3. Giải quyết vấn đề phức tạp

4. Tư duy phản biện và phân tích

5. Tính sáng tạo, nguyên bản và óc sáng kiến

6. Khả năng lãnh đạo và ảnh hưởng đến xã hội

7. Sử dụng, giám sát và kiểm soát công nghệ

8. Thiết kế và lập trình công nghệ

9. Tính kiên cường, chịu được căng thẳng và linh hoạt

10. Khả năng lý luận, giải quyết vấn đề và lên ý tưởng

11. Trí tuệ cảm xúc

12. Khắc phục sự cố và trải nghiệm người dùng

13. Đề cao sự phục vụ

14. Phân tích và đánh giá hệ thống

15. Thuyết phục và đàm phán

Tất cả các kỹ năng được liệt kê bên trên đều có thể được phân loại là kỹ năng mềm. Sở dĩ các kỹ năng mềm này có giá trị là vì chúng có thể được chuyển giao dễ dàng. Người sở hữu những đặc điểm và khả năng này có thể thành công trong nhiều lĩnh vực kinh doanh hoặc ngành nghề khác nhau, bởi vì những kỹ năng này có thể được ứng dụng rộng rãi và rất được cần đến.

Nếu cảm thấy những kỹ năng được liệt kê bên trên chưa đủ thuyết phục, ta có thể nghĩ tới các kỹ năng và lĩnh vực trong kinh doanh hoặc trong cuộc sống mà mình quan tâm nhất. Sau đó, hãy tự hỏi: nếu có kỹ năng này thì mình có thể làm gì? Kỹ năng này có thể đưa mình đến đâu? Mình sẽ cảm thấy thế nào khi đến được vị trí đó hoặc đạt được mục tiêu đó? Cách tự vấn này có thể giúp mọi người nhìn về tương lai theo cách phù hợp với những mối quan tâm cá nhân và nguyện vọng của họ. Như chúng ta đều hiểu, sự phù hợp như thế là tối quan trọng nếu chúng ta muốn tiếp thu kiến thức và kỹ năng cần thiết để đạt được mục tiêu của mình.

Một cách khác để bắt đầu nghĩ đến các kỹ năng và kiến thức mà ta có thể cần đến trong tương lai chính là mường tượng. Hãy nhắm mắt lại và tưởng tượng ra mình của tương lai. Ta muốn đạt được điều gì vào năm tới và vào năm năm nữa? Hãy tự vấn xem mình sẽ cần học những kỹ năng gì để đạt được những mục tiêu ấy. Sau đó, hãy tự hỏi bản thân: Nếu mình có kỹ năng đó trong năm năm tới thì mình sẽ làm gì và sẽ cảm thấy thế nào?

Hãy duy trì cảm nhận tích cực về tương lai như thế. Hãy mường tượng ra tương lai đó. Bây giờ, khi đối mặt với thử thách và thấy mình khó mà tìm được động lực cũng như cam kết học hỏi những điều mới, hãy nhớ lại lúc mường tượng về tương lai ấy và tưởng tượng ra mọi lợi ích mà các kỹ năng mới sẽ mang đến cho cuộc sống, các mối quan hệ và doanh nghiệp của mình.

Trong quá trình xem xét tiếp thu các kỹ năng mới, ta thấy mình hứng thú đến mức nào khi nghĩ đến những kỹ năng như trở thành nhà khai vấn, đối tác, nhà lãnh đạo và doanh nhân giỏi hơn? Hãy nghĩ xem nếu ta học những kỹ năng mới này, chúng sẽ tác động đến triển vọng việc làm trong tương lai của ta như thế nào? Tuy nhiên, mặc dù cần suy xét tương lai và các kế hoạch của mình nhưng chúng ta cũng đừng chỉ biết sống trong tương lai. Nếu tập trung quá nhiều năng lượng vào các khả năng trong tương lai, chúng ta có thể cảm thấy quá tải. Để duy trì khả năng tiến tới, tôi khuyên bạn nên theo dõi các kỹ năng của mình. Dưới đây là một số lời khuyên để thực hiện việc này một cách hiệu quả:

- Liệt kê những kỹ năng mình muốn học được.
- Ở mỗi kỹ năng, hãy xác định theo thang điểm từ 1 (thấp) đến 10 (cao):
  - Vị trí hiện tại của mình.
  - Vị trí mình muốn đến.
- Có những lỗ hổng nào không?
  - Lỗ hổng nào là lớn nhất?
- Từng kỹ năng có tác động gì đối với mình?
- Sau đó, hãy xếp thứ tự ưu tiên những kỹ năng mà mình sẽ nỗ lực học hỏi và rồi lập kế hoạch hành động.

Con người là những sinh vật thích sự thoải mái và vì vậy, học hỏi những điều mới lạ không chỉ là cách kiểm tra kỹ năng, mà còn kiểm tra cả cái tôi của chúng ta nữa. Chúng ta không thích thay đổi, và chắc chắn rằng cũng không thích cảm giác mình là người mới bắt đầu, đặc biệt là khi chúng ta đã đạt được thành tựu cao trong các lĩnh vực khác. Tuy nhiên, nếu không chịu tiếp thu kiến thức thì chẳng mấy chốc, chúng ta sẽ gặp khó khăn – còn nghiêm trọng hơn những khó khăn mà ta phải đối mặt khi chấp nhận là người mới bắt đầu. Vì vậy, hãy suy xét xem nếu mình tiếp thu và phát triển các kỹ năng mới thì triển vọng công việc trong tương lai của mình có bị/được ảnh hưởng hay không.

Đọc đến đây, bạn đã hiểu tầm quan trọng của mục đích sống và mục tiêu sống, đồng thời cũng hiểu rằng mình có thể hỗ trợ cho mục đích và mục tiêu bằng cách học các kỹ năng mới.

## Việc làm trong tương lai

*The Future of Jobs Report 2020 (Báo cáo tương lai việc làm năm 2020)* dự đoán rằng trong vài năm tới, nhu cầu sẽ tăng cao đối với Top 10 công việc dưới đây.[97] Theo WEF, những công việc đang phát triển nhanh nhất và được dự kiến sẽ tiếp tục phát triển là:

1. Nhà Phân tích và Nhà Khoa học Dữ liệu

2. Chuyên gia AI và Máy học

3. Chuyên gia Dữ liệu lớn

4. Chuyên gia Chiến lược và Tiếp thị Kỹ thuật số

5. Chuyên gia Tự động hóa Quy trình

6. Chuyên gia Phát triển Kinh doanh

7. Chuyên gia Chuyển đổi Kỹ thuật số

8. Chuyên gia Phân tích Bảo mật Thông tin

9. Lập trình viên Phần mềm và Ứng dụng

10. Chuyên gia Internet Vạn vật

Tôi muốn thêm công việc thứ 11 vào danh sách trên, đó là Quản lý Dự án. Hiện tại, nhu cầu tìm người quản lý dự án linh lợi đã rất cao. Ngoài ra, cũng không có gì ngạc nhiên khi chúng ta có nhu cầu tìm Quản lý Dự án nói chung, bởi chúng ta phải trải qua rất nhiều sự thay đổi và chúng cần được quản lý hiệu quả.

Mặc dù một vài công việc trong số này này đòi hỏi kỹ năng cứng và trình độ học vấn nhưng hầu hết đều yêu cầu sự kết hợp giữa kỹ năng cứng và mềm trong tương lai. Ví dụ như thoạt nhìn, ta có thể nghĩ rằng các chuyên gia nghiên cứu AI sẽ không cần những kỹ năng xã hội đáng kể; tuy nhiên, khi là thành viên của đội ngũ, họ sẽ cần giao tiếp rõ ràng và hiệu quả để giải thích cách hoạt động của AI hoặc khi khắc phục sự cố.

Các kỹ năng mềm, chẳng hạn như giao tiếp hiệu quả, vẫn là các kỹ năng thiết yếu mà nhà tuyển dụng ở mọi ngành nghề và thể loại công việc đòi hỏi ứng viên phải có, cho dù các kỹ năng này đã được dạy ở nhiều trường học. Tôi đề cập cụ thể đến kỹ năng này là vì khi hỏi các thực tập sinh và sinh viên mới ra trường để biết họ muốn được đào tạo những kỹ năng nào, tôi nhận thấy rằng "giao tiếp hiệu quả" luôn là một trong những kỹ năng hàng đầu mà các em để cập. Khi tôi nói chuyện với các nhà quản lý tuyển dụng thực tập sinh và sinh viên mới tốt nghiệp, đây cũng thường là kỹ năng số 1.

## Top 10 công việc đang suy yếu

Phân tích để biết những công việc nào đang có nhu cầu ngày càng tăng là rất quan trọng, nhưng xem xét những công việc nào đang suy yếu cũng quan trọng không kém. Khi đánh giá các ngành đang mở rộng và đang thu hẹp, ta có thể xác định các xu hướng theo thời gian và dự đoán những gì có thể xảy ra trong tương lai.

Khi xem xét cả hai thái cực đối lập, ta có thể biết lĩnh vực kinh doanh hoặc ngành nào đang bị đào thải và đang bị thay thế bằng những ngành nào. Các ngành nghề và vị trí hiếm khi biến mất; thay vào đó, các vai trò công việc và ngành nghề cũ được thay thế bằng những vai trò công việc và ngành nghề mới hơn, do đó đòi hỏi chúng ta phải cập nhật kỹ năng.

*The Future of Jobs Report 2020 (Báo cáo Tương lai việc làm năm 2020)* đưa ra Top 10 vị trí công việc đang suy yếu trong năm 2020:[98]

1. Nhân viên nhập liệu

2. Thư ký Hành chính và Trợ lý

3. Nhân viên Kế toán, Sổ sách và Tính lương

4. Kế toán và Kiểm toán

5. Công nhân Lắp ráp và Công nhân Nhà máy

6. Quản lý Dịch vụ và Quản trị Kinh doanh

7. Nhân viên Quản lý Thông tin Khách hàng và Hỗ trợ Khách hàng

8. Tổng quản và Giám sát Vận hành

9. Thợ Cơ khí và Sửa chữa Máy móc

10. Thư ký Ghi chép và Văn thư

Như có thể thấy, nhiều vai trò nêu trên liên quan đến việc nhập dữ liệu. Ngày nay, nhiều nhiệm vụ nhập dữ liệu đang dần được tự động hóa thông qua các hệ thống kỹ thuật số. Với việc các hệ thống được cập nhật và tích hợp liên tục, nhu cầu nhập dữ liệu thủ công đang giảm dần. Mặc dù quan điểm này có thể không được một số người đồng tình, nhưng tôi khuyên nên giao việc nhập dữ liệu cho các hệ thống máy tính và để con người làm việc với con người. Chắc chắn rằng những người hiện đảm nhận những vai trò đang suy giảm này sẽ cần phải được nâng cao kỹ năng để có thể chuyển sang những vai trò mới và khám phá lại vị trí của mình trong công ty cũng như trong môi trường kinh doanh đang chuyển đổi.

Chẳng phải sử dụng AI để giúp con người và các ngành tập trung vào yếu tố con người của doanh nghiệp là một điều nghịch lý thú vị sao? Khi một số khía cạnh của doanh nghiệp được tự động hóa, con người có thể được giao nhiều trách nhiệm cần đến yếu tố con người hơn, chẳng hạn như hỗ trợ khách hàng, làm việc với đội nhóm và giải quyết vấn đề một cách sáng tạo – những hoạt động giúp con người cảm thấy vui vẻ hơn, tự tin hơn và viên mãn hơn. Vì vậy, thay vì cạnh tranh với AI, chúng ta có thể chấp nhận vai trò ngày càng quan trọng của AI trong doanh nghiệp và sử dụng AI để thúc đẩy sự tiến bộ cá nhân của mình. Ta nhất định sẽ thích được AI trợ giúp!

## "Đó" là đâu?

Đến phần này của Chương 7, chúng ta đã và đang nhìn về tương lai. Bạn cảm thấy thế nào? Bạn có cảm thấy mình cần phải học được một số kỹ năng nào đó không? Bạn có cảm thấy mình đang đi theo một hướng cụ thể không? Bạn có cảm thấy mình đang đi đúng hướng không? Bạn có cảm thấy mình cần phải thay đổi vị trí "đó" không?

Bây giờ là lúc tạm dừng và suy ngẫm. Cũng giống như khi ta đang đọc sơ đồ trung tâm mua sắm, hãy biết rõ nơi mình đang muốn tới và xác định "đó" là ở đâu.

## Chuyển đổi (từ Đây đến Đó)

*Mỗi câu chuyện thành công đều bao gồm sự thích nghi,
sửa đổi và thay đổi không ngừng.*

Richard Branson

Khi xem bản đồ trung tâm mua sắm, ta cần biết mình đang ở đâu. Dấu chấm màu đỏ trên bản đồ cho biết ta đang ở "đây" và nơi ta cần đến là ở "đó". Đầu tiên, ta biết rằng có một khoảng cách giữa hai vị trí này. Tiếp theo, ta cần tìm cách để băng qua khoảng cách đó. Cuối cùng, ta cần phải cam kết đi hết khoảng cách đó. Tương tự, trong kinh doanh, dù bắt gặp những lỗ hổng ở đâu, ta cũng phải có kế hoạch thu hẹp chúng. Nếu ta thấy bế tắc và quá tải, hãy tự hỏi hôm nay mình có thể làm việc gì để thu hẹp khoảng cách, và rồi thực hiện việc đó. Ngày mai, cũng hãy tự hỏi mình câu hỏi này, và rồi tiếp tục hỏi vào tới, ngày kia... Nếu ta cần giúp đỡ, hãy tìm một người bạn đồng hành đáng tin cậy hoặc một khai vấn viên!

## KASH

KASH là từ viết tắt của **K**nowledge (Kiến thức), **A**ttitude (Thái độ), **S**kills (Kỹ năng) và **H**abits (Thói quen). Khi xem xét hiệu suất hiện tại và tương lai bằng công cụ KASH, ta có thể thấy được mình cần phát triển ở những lĩnh vực nào để lấp lỗ hổng và đổi mới trong ngành. Nói cách khác, chúng ta có thể thấy rõ điểm mạnh và điểm yếu của mình là gì.

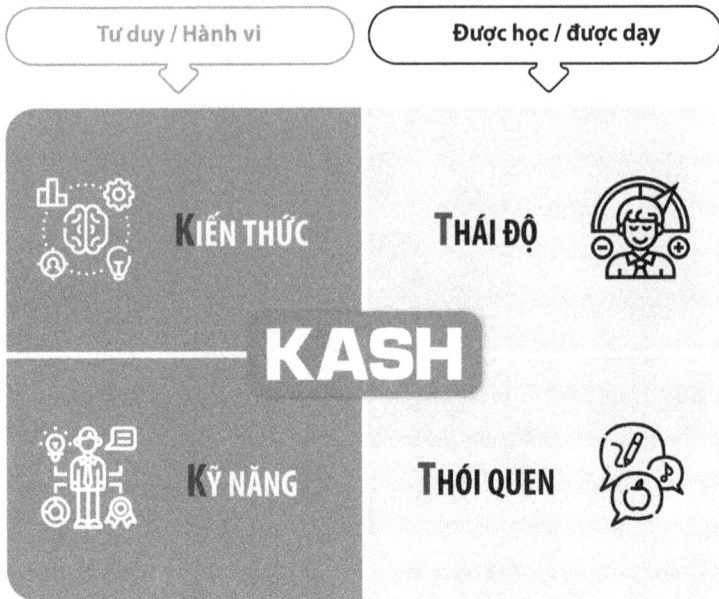

*Hình 20. Mô hình KASH*

**Kiến thức.** Chúng ta phải đầu tư để có được kiến thức. Cho dù là kiến thức về bản thân, về ngành nghề hay về một sở thích mới, chúng ta cần tập trung học hỏi và mở mang đầu óc.

**Thái độ.** Ta có tư duy vô hạn hay tư duy cố định? Khi có tư duy vô hạn, chúng ta không ngừng chuyển hóa và phát triển. Hãy nhận thức rõ thái độ của mình trong mọi việc mình làm và hãy cân nhắc thận trọng.

**Kỹ năng.** Việc có các kỹ năng cứng về công nghệ và kinh doanh, cùng với các kỹ năng mềm chẳng hạn như quản lý con người và lãnh đạo, là rất thiết yếu cho tương lai. Nếu thiếu kỹ năng và tài tháo vát để biến mục tiêu của mình thành hiện thực, chúng ta có nguy cơ thất bại.

**Thói quen.** Thói quen chính là nền tảng của những người thành công. Thói quen là những hành động, cảm xúc và suy nghĩ mà chúng ta có hoặc thực hiện một cách vô thức. Khi thực hành những thói quen tích cực và lành mạnh mỗi ngày, chúng ta sẽ có những hành động tích cực để đạt được mục tiêu. Khi được những thói quen tốt hỗ trợ, chúng ta sẽ thấy bớt nản lòng và bớt mệt mỏi trên con đường dẫn đến thành công. Ngoài ra, chúng ta có được Kiến thức và Kỹ năng thông qua học hỏi (thông qua tự học và được đào tạo), còn Thái độ và Thói quen là tư duy và hành vi. Nếu cần trợ giúp thay đổi chúng, ta có thể sử dụng hoạt động khai vấn và cố vấn.

Ta có thể dùng *Hình 21* bên dưới để ghi lại KASH[xxii] của mình.

|  | Knowledge | Attitude | Skills | Habits |
|---|---|---|---|---|
| **Strengths** | 1–<br>2–<br>3– | 1–<br>2–<br>3– | 1–<br>2–<br>3– | 1–<br>2–<br>3– |
| **Weakness** | 1–<br>2–<br>3– | 1–<br>2–<br>3– | 1–<br>2–<br>3– | 1–<br>2–<br>3– |

*Hình 21. Mẫu KASH*

Chúng ta không phải lúc nào cũng phát triển KASH một cách đồng đều, bởi vì chúng ta có thể ưu tiên lĩnh vực này hơn lĩnh vực khác. Một cách để sắp xếp thứ tự ưu tiên là chấm điểm mục tiêu cho mỗi điểm mạnh/điểm yếu trong KASH (từ 1-thấp đến 10-cao) ở mức mình muốn, đồng thời cũng chấm điểm hiện tại (từ 1-thấp đến 10-cao), sau đó tính khoảng chênh lệch và ưu tiên những khoảng chênh lệch lớn nhất.

*Alice nói chuyện với mèo Cheshire...*
*Alice: "Bạn có thể cho tôi biết, từ đây tôi nên đi theo*
*con đường nào không?"*
*Mèo Cheshire: "Tùy theo ý cô muốn đi đâu."*
*Alice: "Tôi không mấy quan tâm là sẽ đi đâu."*
*Mèo Cheshire: "Thế thì cô đi đường nào cũng vậy thôi."*

*Lewis Carroll, Alice ở xứ sở thần tiên*

xxii. Có thể tải xuống KASH và các biểu mẫu khác từ trang RickYvanovich.com/BAUU/.

Đôi khi, sự phát triển của chúng ta có vẻ ngẫu nhiên nhưng như thế chẳng sao cả. Tôi học bất cứ điều gì khiến tôi hứng thú và tôi tin rằng kiến thức ấy sẽ hữu ích vào một thời điểm nào đó trong tương lai.

## Tâm lý học thành công

*Bạn đã học được gì hôm nay? Bạn đã mắc lỗi gì khiến mình rút ra được bài học? Bạn đã cố gắng làm gì hôm nay?*

*Carol S. Dweck*

Tiến sĩ Carol Dweck đề cập đến tâm lý học thành công trong cuốn *Mindset: The New Psychology of Success (Tư duy: Tâm lý học thành công)*. Cô cho rằng tư duy nội tại của chúng ta quyết định những hành vi mà chúng ta chọn để đạt được thành công.[99] Khi ta nghĩ rằng thành công chỉ dựa vào tài năng mà thôi và ta không tin mình có tài thì nhiều khả năng, ta sẽ từ bỏ những mục tiêu và hoài bão của mình. Thái độ này rất khác so với với niềm tin rằng nỗ lực quyết định thành công. Nếu nghĩ rằng mình có thể đạt được thành công nhờ làm việc chăm chỉ cũng như nhờ áp dụng các kỹ năng và nguồn lực thì ta sẽ có nhiều khả năng thành công hơn. Cách nghĩ thứ nhất thì khiến chúng ta bị giới hạn, bị nhốt bên dưới một tấm kính; trong khi cách nghĩ thứ hai thì khuyến khích tư duy vô hạn. Thật vậy, cách nghĩ này khơi dậy hy vọng và quyết tâm trong tâm và trí của chúng ta, bởi vì những người có tư duy cầu tiến hoặc vô hạn luôn biết rằng nếu họ tiếp tục làm việc thật chăm chỉ và hoàn thiện hệ thống của mình thì thành công rốt cuộc sẽ đến.

Hãy tận dụng tâm lý học thành công bằng cách *đầu tư vào khả năng gặt hái thành tựu thông qua nỗ lực và học hỏi*. Khi ta tin rằng mình có thể cải thiện và phát triển trong bất kỳ lĩnh vực nào mà mình để tâm vào thì khi ấy, không có gì là không thể đạt được cả.

## Tìm kiếm sự thỏa mãn

*Sự thỏa mãn của con người cần phải phát xuất từ*
*chính bản thân con người.*

Đức Đạt-lai Lạt-ma

Khi đại dịch COVID-19 ập đến, nhiều doanh nghiệp và lãnh đạo đã rơi vào trạng thái hoảng loạn. Tôi đã nhận nhiều cuộc gọi từ các vị CXO (Giám đốc Trải nghiệm Doanh nghiệp) và các nhà lãnh đạo doanh nghiệp. Bên kia đầu dây, giọng của họ nghe cộc lốc và lo ngại.

"Chúng tôi không thể để nhân viên làm việc ở nhà được."

"Công ty chúng tôi không sống nổi đâu."

"Ngành này toi rồi."

Quả là một thử thách cực đại cho một người chủ doanh nghiệp và phải có trách nhiệm đưa doanh nghiệp vượt qua những chông gai như đại dịch toàn cầu, lệnh đóng cửa và nền kinh tế toàn cầu gần như ngừng hoạt động; ấy là chưa kể đến những thứ như duy trì tỷ lệ giữ chân và đảm bảo sự thỏa mãn của nhân viên – những người đột nhiên phải thích nghi với điều kiện sống, làm việc và kinh doanh mới.

Những người từng nhận thấy hoặc trải qua sự gián đoạn trong bối cảnh kinh doanh luôn thay đổi đều biết rằng COVID-19 đơn thuần là giọt nước làm tràn ly. Trong vài thập kỷ qua, chúng ta đã trải qua một thời kỳ phục hưng ngầm buộc các nhà lãnh đạo, CXO, quản lý, giám sát và những người ra quyết định kinh doanh phải chia tay với các phương pháp và mô hình kinh doanh truyền thống. Sự thay đổi lần này khuyến khích các nhà lãnh đạo áp dụng điều gì đó hiện đại hơn, mới lạ hơn và khác thường hơn.

Tôi chắc rằng bạn biết văn hóa "cà rốt và cây gậy" thường được tô điểm một cách dị hợm để làm cho có vẻ hấp dẫn hơn. Trước kia, các nhà lãnh đạo thường lãnh đạo độc tài từ cấp cao nhất; họ truyền đạt các quy tắc và kỳ vọng mới từ trên xuống, như thể đang chơi trò tam sao thất bản. Nhân viên trong các tập đoàn lớn thường cảm thấy mất kết nối với lãnh đạo, và các điều kiện bắt buộc của chính phủ mà công ty phải tuân theo càng làm cho mọi người trở nên mất kết nối hơn nữa.

Đại dịch đã khiến chúng ta phải thay đổi phương thức kinh doanh rất nhiều và điều này làm ảnh hưởng đến cuộc sống của chúng ta. Nhiều công ty chao đảo khi mọi người buộc phải tiếp nhận văn hóa làm việc từ bất cứ đâu (WFA). Những người đã quen với cấu trúc và quy định trách nhiệm của nơi công sở giờ đây phải tự quản lý thời gian của mình và làm việc theo thời khóa biểu riêng. Hơn nữa, việc cân bằng giữa trách nhiệm công việc và gia đình ngày càng trở nên khó khăn, khi mọi người cũng phải gánh vác những trách nhiệm gia đình trong lúc làm việc ở nhà. Cả thế giới kinh doanh đều có thể cảm nhận rõ khoảng cách kỹ thuật số được tạo ra giữa các đội nhóm và công ty. Những cá nhân hoặc tổ chức chưa quen với sự thay đổi này vẫn áp đặt các quy tắc kinh doanh cũ và các phương pháp tạo động lực tiêu chuẩn lên những nhân viên vốn bất mãn, mất kết nối và không có động lực. Những cách làm lỗi thời này thậm chí còn kém hiệu quả hơn trong những điều kiện mới.

Hiện tại, sự bất mãn đang lan nhanh như cỏ dại. Các lệnh đóng cửa kéo dài, các quy định liên tục thay đổi và những biến động lớn đối với tất cả các ngành cũng như cộng đồng khiến mọi người có xu hướng tiêu cực. Chúng ta quá bận tâm đến những thứ mình bị mất, đến những sự hy sinh mà mình buộc phải bỏ ra, đến những sự kết nối đang suy yếu, đến mức chúng ta không thể nhìn ra rằng mình đang cố nhồi nhét lối sống cứng nhắc vào những hoàn cảnh luôn thay đổi. Làm như vậy chẳng ý nghĩa gì, bởi lối sống cũ không còn phù hợp với hoàn cảnh nữa.

Nhiều người cảm thấy công việc và cuộc sống cá nhân của mình chẳng còn ý nghĩa gì nữa. Đại dịch buộc nhiều người phải tập trung vào việc sinh tồn thay vì gắn bó với mục đích và đam mê. Vùng não cảm xúc của chúng ta đang phải làm ngoài giờ, cố gắng phân loại hàng loạt tác nhân kích thích để biết chúng là mối đe dọa hay phần thưởng, còn hạch hạnh nhân thì gào lên: "Nguy hiểm, nguy hiểm, nguy hiểm!". Một cách vô thức, hệ thần kinh của chúng ta kích hoạt các phản ứng chiến đấu, bỏ chạy hoặc bất động, và mức độ căng thẳng của chúng ta tự động tăng lên. Hãy thử giải thích quá trình này cho vùng não cảm xúc cổ lỗ sĩ đang kích hoạt chế độ mặc định chiến đấu, bỏ chạy hay bất động mà xem. Trong cuốn *Becoming Bulletproof (Tăng khả năng chống đạn)*, Evy Poumpouras nói: "Nếu gặp một mối đe dọa mà chúng ta nghĩ rằng mình có thể chế ngự được, chúng ta sẽ chuyển sang chế độ Chiến đấu. Nếu gặp một mối đe dọa mà chúng ta nghĩ mình có thể lẩn trốn, chúng ta sẽ chuyển sang chế độ Bỏ chạy. Nếu gặp một mối đe dọa mà chúng ta nghĩ mình không thể chiến đấu hay bỏ chạy – chúng ta sẽ Bất động. Nhiều người có thể có phản ứng khác nhau với cùng một kích thích."[100]

Tất cả chúng ta đều cảm nhận được: sức mạnh không thể cưỡng lại của một cơn thủy triều kéo chúng ta ra xa bờ. Cơn thủy triều ấy cứ bao quanh chúng ta và kéo, đẩy, giật, nhấn chúng ta xuống sâu hơn, khiến chúng ta bị cuốn đi và phải vùng vẫy để sinh tồn. Nó liên tục rút cạn sức lực của chúng ta, khiến chúng ta yếu dần, và liên tục áp đảo chúng ta. Một số người thậm chí bị nó đánh bại.

Những cơn thủy triều như thế không có gì lạ lẫm đối với chúng ta. Để tồn tại trong thế giới mới này, ta cần nhận ra những dấu hiệu cho thấy dòng chảy đang thay đổi. Nghịch lý thay, các nhà lãnh đạo lại cần phải giữ bình tĩnh và thả lỏng. Chúng ta không được dồn hết sức lực để chiến đấu với điều không thể tránh khỏi mà thay vào đó, chúng ta phải học cách đổi hướng và bắt đầu bơi song song với bờ.

Một số người có thể nhận ra sự thay đổi của dòng chảy. Đại dịch bắt đầu vào năm 2020 đã tạo ra cảm giác bất mãn sâu cay hơn về công việc và cuộc sống – hơn những gì chúng ta từng thấy kể từ Đại khủng hoảng (Great Depression). Sự bất mãn đã len lỏi vào mọi khía cạnh trong cuộc sống của chúng ta khi khái niệm cân bằng giữa công việc và cuộc sống trở nên lỗi thời. Mô hình WFA đã kết hợp ngôi nhà của chúng ta với nơi làm việc và đồng thời, các lệnh đóng cửa càng làm mờ đi ranh giới giữa công việc và cuộc sống cá nhân, khiến chúng ta càng khó đạt được sự cân bằng.

*Làm việc ở đâu thì sống ở đó, và sống ở đâu thì làm việc ở đó.*

*Rick Yvanovich*

Làm việc ở đâu thì sống ở đó, và sống ở đâu thì làm việc ở đó. Nếu không có sự kết nối trực tiếp mặt đối mặt với sếp, đồng nghiệp và những người khác thì công việc của chúng ta phải chịu sự chi phối của đứa trẻ ba tuổi ở phòng bên kia và cơn tam bành khó lường của nó. Chúng ta cảm thấy công việc của mình ngày càng trở nên vô nghĩa khi chúng ta trở thành những cái đầu lúc lắc trên Zoom, Teams và nhiều giao diện họp hành khác nhau. Cảm giác bất mãn mà chúng ta cảm thấy hằng ngày đã len lỏi và tràn vào mọi khía cạnh của cuộc sống chúng ta.

Điều khiến chúng ta càng thêm bất mãn chính là niềm hy vọng có thể sớm trở lại trạng thái "bình thường mới". Nhưng trạng thái bình thường mới là gì? Một căn phòng vuông vức theo kiểu truyền thống, mở cửa từ 9 giờ sáng đến 5 giờ chiều với các cuộc họp cập nhật hằng ngày ư? Làm những việc lặp đi lặp lại và chẳng đi đến đâu ư? Nếu bạn cho rằng công việc và doanh nghiệp phải hoạt động như vậy thì tôi rất tiếc phải thông báo rằng không còn trạng thái bình thường nào nữa, cũng không có trạng thái bình thường mới nào và tình hình sẽ mãi tiếp tục như vậy. Chúng ta giờ chỉ còn thế giới Kinh doanh Bất thường (BAUU).

Hy vọng hoạt động kinh doanh trở lại bình thường là hoàn toàn không hợp lý. Ta không thể chống lại dòng chảy đang thay đổi, và các công ty không thể làm lơ những thay đổi cực lớn đã đang xảy ra với lực lượng lao động của mình. Tất cả các ngành đều phải ngừng hoạt động, hàng triệu người mất việc làm, nhiều người buộc phải làm lại từ đầu bằng cách mở công ty mới hoặc định hình lại các tổ chức hiện có cũng như vai trò của chính mình.

Khi những làn sóng thay đổi này ập đến, nhiều công ty chỉ tập trung vào sự sống còn, những con số và kết quả tài chính để duy trì doanh nghiệp và hoạt động kinh doanh. Vì lý do này, những quan ngại về sự thỏa mãn của nhân viên chưa thể được ưu tiên.

*Cuối cùng, sống bao nhiêu năm không quan trọng mà quan trọng là sống thế nào trong bao nhiêu năm đó*

*Abraham Lincoln*

Khi tạo hướng đi mới cho doanh nghiệp, cần xét đến những vấn đề phức tạp để tạo ra một hệ thống hoàn toàn mới và khác biệt nhằm quản lý và thúc đẩy mọi người (nhân viên). Các yếu tố duy trì sự thỏa mãn cho con người liên tục thay đổi. Thế giới số hóa đã khiến chúng ta trở nên thiếu kiên nhẫn hơn, khiến chúng ta muốn cái gì cũng phải sẵn có và muốn mình được đáp ứng ngay lập tức.[101] Thế giới giờ đây nằm trong tầm tay chúng ta: chỉ với vài cú nhấp chuột và một miếng nhựa (thẻ tín dụng/ thẻ ghi nợ), chúng ta có thể nhận hàng giao tận nơi từ bất kỳ đâu. Chúng ta muốn phải có mọi thứ ngay lập tức, và do đó, sự bất mãn của chúng ta tăng lên khi nhu cầu tức thời của chúng ta không được đáp ứng ngay.[102] Tuy nhiên, ngay cả khi nhu cầu của chúng ta được đáp ứng ngay thì những thứ vật chất cũng không mang lại sự thỏa mãn mà chúng ta thực sự khao khát và cần cảm nhận. Sự hưng phấn mà chúng ta nhận được khi vô thức cuộn, chạm, nhấp chuột và nhận được một lượt "thích" trên mạng xã hội sẽ không bao giờ có thể sánh với cảm giác vô cùng thỏa mãn mà chúng ta có được khi làm một công việc đầy ý nghĩa. Công việc mà chúng ta yêu thích, công việc phục vụ mục đích sống của chúng ta, sẽ cho phép chúng ta tự do sống cuộc sống của mình thay vì đơn thuần tồn tại.

Các nhà lãnh đạo và quản lý không thể để nhân viên tự cung tự cấp rồi mong họ biến cảm giác bất mãn trong công việc và cuộc sống thành thỏa mãn. Các nhà lãnh đạo và quản lý phải nỗ lực nhiều hơn nữa để giữ cho nhân viên thỏa mãn, gắn kết với công việc và từ đó nuôi dưỡng văn hóa công ty tích cực.

## Thỏa mãn và Bất mãn

*Có hai lựa chọn chính trong cuộc sống: chấp nhận những điều kiện hiện tại như vốn dĩ hoặc nhận trách nhiệm thay đổi chúng.*

*Denis Waitley*

Tôi là một "Baby Boomer", vì vậy những điều khiến tôi đam mê và phấn khích có thể khác với những điều khiến các bạn trẻ phấn khích. Mục tiêu của cuốn sách này không phải là áp đặt đam mê hay mục đích của tôi lên mọi người – đây không phải là cách thức, phong cách hay triết lý của tôi. Thay vào đó, ta cần phải nhận ra rằng nhân viên là con người và mỗi cá nhân là duy nhất. Mỗi người trong số họ có những nhu cầu khác nhau để có cảm giác thỏa mãn. Khi nắm được mục đích thực sự của mình trong cuộc sống, ta sẽ có thể bắt đầu hành trình đạt được sự thỏa mãn thực sự, đồng thời có thể khai vấn, dẫn dắt mọi người đi theo con đường tương tự.

*Giả định là thứ rất nguy hiểm.*

～※～

*Agatha Christie*

Lực lượng lao động đa thế hệ không phải là một khái niệm mới; tuy nhiên, lần đầu tiên trong lịch sử, lực lượng lao động của chúng ta hiện có năm thế hệ. Điều này có nghĩa là con người hiện có rất nhiều nhu cầu, kỳ vọng cũng như động lực khác nhau cho sự nghiệp của mình. Chúng ta cần phải xử lý những điểm khác nhau này một cách rõ ràng và trực tiếp. Người lao động ngày nay không phải chỉ muốn nghỉ giải lao mười lăm phút hoặc được nhận thưởng hằng năm nữa; họ muốn có mức lương đủ sống ổn định và môi trường làm việc đa dạng. Người lao động thậm chí có muốn được gọi là "người lao động" không? (Starbucks gọi họ là "đối tác".) Khi ta đáp ứng kỳ vọng và nhu cầu của những người đang làm việc cho mình, điều này có nghĩa là ta yêu cầu họ đóng góp ý kiến và ta tích cực lắng nghe. *Hình 22* dưới đây minh họa năm thế hệ hiện đang tham gia lực lượng lao động và những điểm khác nhau của họ.

Là lãnh đạo, ta phải đảm bảo chính mình, doanh nghiệp và nhân viên đặt ra những kỳ vọng rõ ràng và có liên kết với nhau. Những điều có thể được coi là "hiển nhiên" đối với người thuộc thế hệ Boomer (như tôi) nhưng có thể cần được giải thích rõ hơn cho các thế hệ khác trong lực lượng lao động và đội nhóm của bạn. Hãy nhớ câu ngạn ngữ: "When you assume, you make an ass out of you and me!" (Khi anh giả định, anh khiến cho cả anh và tôi trở thành những kẻ ngu ngốc). (Nhắn riêng với Rick: đừng là "kẻ ngu ngốc" nữa.)

## CÁC THẾ HỆ *tại* NƠI LÀM VIỆC

**1928 1945**
**THẾ HỆ IM LẶNG**
Thế hệ truyền thống

Đã trải qua:
Đại suy thoái
Thế chiến thứ II
An sinh xã hội
Đặc điểm:
Đáng tin cậy
Thẳng thắn
Trung thành

Thái độ làm việc:
Theo các quy tắc & chính sách đã được thiết lập
Hoài bão:
Người sử dụng lao động cùng trung thành như mình

Thay đổi công việc?
Không khôn ngoan
Con đường sự nghiệp:
Chậm & chắc

**1946 1964**
**THẾ HỆ BÙNG NỔ DÂN SỐ**
Thế hệ Boomers

Đã trải nghiệm:
Quyền công dân/phụ nữ
Chiến tranh lạnh
Lên mặt trăng
Đặc điểm:
Mạo hiểm
Tham vọng
Tập trung vào công việc

Thái độ làm việc:
Rất ý thức về lòng trung thành với công ty
Hoài bão:
Được coi trọng & được cần đến
**6%** lực lượng lao động*

Thay đổi công việc?
Bước lùi
Con đường sự nghiệp:
Cầu tiến

**1965 1980**
**THẾ HỆ X**
Thế hệ MTV

Đã trải nghiệm:
Bức tường Berlin sụp đổ
Cách mạng máy tính
Sự kiện 11 tháng 9
Đặc điểm:
Linh hoạt
Xuề xòa
Độc lập

Thái độ làm việc:
Thích tự do quản lý công việc
Hoài bão:
Cân bằng giữa công việc - cuộc sống & sự độc lập
**35%** lực lượng lao động*

Thay đổi công việc?
Cần thiết
Con đường sự nghiệp:
Cần biết các phương án trong hiện tại

**1981 1996**
**THẾ HỆ THIÊN NIÊN KỶ**
Thế hệ Y

Đã trải nghiệm:
Thiên niên kỷ mới
Bong bóng dot-com
Suy thoái 2008
Đặc điểm:
Văn minh & cởi mở
Hướng đến thành tựu
Rành về kỹ thuật số

Thái độ làm việc:
Làm việc theo cách cộng tác
Gắn kết xã hội
Hoài bão:
Tìm kiếm trật tự trong thế giới & ý nghĩa trong công việc
**35%** lực lượng lao động*

Thay đổi công việc?
Một phần thói quen
Con đường sự nghiệp:
Thay đổi thường xuyên & nhanh chóng

**1997 2012**
**THẾ HỆ Z**
Thế hệ iGen

Đã trải nghiệm:
COVID-19
Suy thoái 2008
Mạng xã hội
Đặc điểm:
Tiến bộ
Sẵn sàng chịu rủi ro
Dựa vào công nghệ

Thái độ làm việc:
Nghiện công nghệ
Hoài bão:
An ninh & ổn định
**24%** lực lượng lao động*

Thay đổi công việc?
Công việc ổn định là gì?
Tôi thích làm nghề tự do
Con đường sự nghiệp:
Làm nhiều việc cùng lúc

*Nguồn: Nghiên cứu việc làm trên toàn thế giới năm 2020 theo thế hệ, Statista Research Department (2016)

*Hình 22. Lực lượng lao động đa thế hệ*

Một số lĩnh vực của doanh nghiệp có thể không bao giờ thực sự được cải thiện, ví dụ như lĩnh vực đào tạo nội bộ. Nhân viên vẫn sẽ luôn bất mãn với ngày và giờ đã thông báo trước, bất kể chúng ta cho họ bao nhiêu lựa chọn được đào tạo ở đâu và ở bao nhiêu nơi. Thật chẳng thoải mái gì, nhưng dù sao thì tôi cũng không thể tổ chức theo thời gian biểu của từng người. (Tôi đoán đây là một khía cạnh được thừa nhận trong những đội ngũ đa dạng và toàn cầu). Ngay cả khi chúng tôi có thể tổ chức theo thời gian biểu của từng người, tôi chắc chắn rằng một số người vẫn sẽ bất mãn với chương trình giáo dục thường xuyên mà công ty yêu cầu. Kaizen[103] là một trong những giá trị cốt lõi của công ty chúng tôi (xin xem *Hình 5* Kaizen trong Chương 3). Kaizen được diễn dịch là "sự học hỏi suốt đời" – đây cũng là một trong những giá trị cốt lõi của bản thân tôi. Chúng ta cần chấp nhận rằng một số tình trạng, chẳng hạn như tình trạng nhân viên phàn nàn, sẽ không bao giờ cải thiện cho dù chúng ta có thực hiện thay đổi gì đi chăng nữa.

Có sự thỏa mãn nghĩa là có mục đích, và rồi, mục đích trở thành sao Bắc Đẩu hướng dẫn hành động và tiếp thêm động lực cho chúng ta. Khi mất phương hướng, chúng ta nhìn lại mục đích của mình hết lần này đến lần khác để có động lực tiếp tục tiến tới mục tiêu. Hành trình hướng tới mục tiêu giờ đây không phải chỉ liên quan đến cá nhân chúng ta nữa mà liên quan đến điều chúng ta có thể đạt được khi làm việc cùng nhau, liên quan đến vị trí mà chúng ta sẽ có được – với tư cách cá nhân lẫn tập thể – khi đạt được mục đích này.

Tuy nhiên, chỉ mục đích thôi thì chưa đủ để duy trì động lực cho chúng ta, đặc biệt là trong hoàn cảnh hiện tại. Mục đích của chúng ta có thể bị rớt hạng ngay nếu chúng ta mắc một căn bệnh bất ngờ hay phải đảm đương những nhiệm vụ khác trong gia đình. Mục đích cũng có thể trở nên không còn rõ ràng khi có quá nhiều quyết định hoặc quá nhiều người ra quyết định. Chúng ta có thể cảm thấy rối ren và dễ bị choáng ngợp khi có quá nhiều lựa chọn trong tầm tay, và điều này thường dẫn đến việc không hành động theo mục đích của mình. Rất nhiều người đã lâm vào tình cảnh như vậy. Có thể họ biết mình muốn đạt được gì và biết mình theo đuổi mục đích gì, nhưng lại không biết cách thu hẹp khoảng cách giữa vị trí hiện tại và vị trí họ muốn đến được. Đây là lý do tại sao các nhà quản lý, lãnh đạo và mọi người nói chung thường bỏ cuộc. Họ không biết làm cách nào để thoát khỏi tình cảnh bế tắc để có thể tiến về phía trước.

*Không có kiến thức mà hành động thì cũng vô ích, có kiến thức mà không hành động thì cũng vô dụng.*

⚜

*Aku Bakr*

Chỉ khám phá mục đích thôi thì chưa đủ, ta phải hành động vì mục đích đó. Là một nhà lãnh đạo, ta giúp nhân viên thu hẹp khoảng cách giữa vị trí hiện tại của họ và vị trí họ cần đến. Để làm được như vậy, chúng ta đánh giá vị trí hiện tại của mình và chuẩn bị sẵn sàng các bước hành động để tiến về phía trước và hiện thực hóa những mục tiêu đó.

Ta có thể dễ dàng đặt ra mục tiêu cho bản thân và cho người khác, nhưng ta có nên làm như vậy không? Lãnh đạo không có nghĩa là nắm tay dắt mọi người đi từng bước và quản lý họ một cách vi mô. Đây là lý do tôi tạo ra mô hình I AM OK TO FLY (TÔI CÓ THỂ BAY). Mô hình này có thể được sử dụng để giúp các tổ chức, đội ngũ cũng như cá nhân đặt ra mục tiêu và thực hiện hành động để tăng sự thỏa mãn. Tôi sẽ hướng dẫn bạn cách xây dựng kỹ năng khai vấn và phương pháp tạo động lực, sao cho người ta sẽ phải đến gặp bạn để tìm hiểu làm cách nào mà bạn được như vậy.

## I AM OK to FLY

*Hãy hạnh phúc nhưng đừng bao giờ thỏa mãn.*

⚜

*Bruce Lee*

Thực tế là có rất nhiều yếu tố kéo chúng ta xuống và nhấn chìm chúng ta – những quy định tệ hại, những chính sách tồi tệ, cảm giác chỉ mong hết giờ làm việc, lương bị tính sai hoặc thanh toán trễ – chúng rất đáng ghét, rất "S(T)INK" và khiến ta bất mãn. (Tôi gọi những vấn đề khiến bản thân ta và tổ chức xuống tinh thần là "S(T)INKer", bởi vì chúng "stink" (khó ngửi) và khiến ta "sink" (chìm). Các nhà quản lý và lãnh đạo cố gắng loại bỏ những yếu tố gây bất mãn này, cố gắng động viên chúng ta – nhưng tất cả chúng ta đều biết rằng nỗ lực này hiếm khi có tác dụng. Đúng là chúng ta không còn "sink" nữa, chúng ta chỉ "FLOAT" (NỔI) và tuy điều này không khiến chúng ta bất mãn nhưng chúng ta cũng chẳng thỏa mãn. Nếu chúng ta có thể "FLY" (BAY) thì sao? Tin rằng mình có thể làm được là một chuyện, nhưng liệu chúng ta có thể biến niềm tin này thành hiện thực không? May thay, chúng ta có thể! Mô hình khai vấn I AM OK to FLY giúp mọi người trở nên đam mê, gắn kết tuyệt đối, phát triển mạnh, tỏa sáng, trở nên Thỏa mãn, và tất nhiên, có thể Bay. *Hình 23* bên dưới mô tả các giai đoạn S(T)INK, FLOAT và FLY.

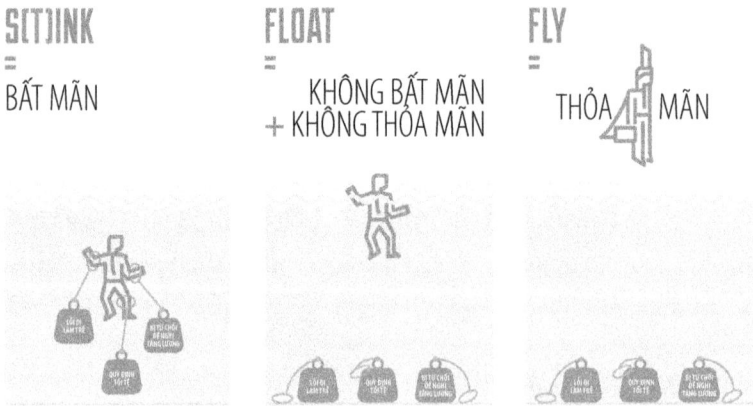

*Hình 23. Mô hình I AM OK to FLY*

Nhận thức cá nhân, kỳ vọng và niềm tin cá nhân là những yếu tố có tác động đến sự thỏa mãn. Doanh nghiệp có thể tận dụng những yếu tố này theo cách không quá đòi hỏi hay áp đặt để giúp những nhân viên bất mãn trở nên thỏa mãn. Mô hình I AM OK to FLY xét đến những nhận thức và kỳ vọng của mọi người để tìm ra nguyên nhân gốc rễ gây bất mãn, tạo điều kiện cho các CXO, các nhà lãnh đạo, điều hành và quản lý thực hiện một kế hoạch rõ ràng, khả thi để cải thiện và biến sự bất mãn thành thỏa mãn.

Mô hình I AM OK to FLY nhằm mục đích giúp nhân viên và lãnh đạo xác định tầm nhìn trong cuộc sống sao cho phù hợp với ước mơ hoặc mong muốn cá nhân, xác định các mục tiêu mà họ muốn đạt được, thực hiện kế hoạch hỗ trợ họ tiến tới các mục tiêu cá nhân và nghề nghiệp. Chúng ta chỉ có thể duy trì được nhân viên khi biết họ muốn đạt được điều gì và biết ta có thể giúp đỡ họ như thế nào.

Rào cản đầu tiên cần phải vượt qua là rào cản nhận thức cá nhân. Khi chúng ta cảm nhận điều gì đó là không công bằng hoặc bất công, chúng ta sẽ cảm thấy bất mãn. Ví dụ như ta đã xếp hàng chờ ở ngân hàng hơn một tiếng, bỗng có người bước vào, ngồi xuống bên bàn nhân viên mà chẳng để ý đến những người xung quanh thì khi đó, ta ắt hẳn thấy rất khó chịu. Ý tôi là, bởi vì ta đã xếp hàng chờ ở đó nên theo quan điểm của ta, người kia thật thiếu tôn trọng khi xen ngang như vậy.

Bây giờ, nếu ta nghe nói rằng người kia đã đặt hẹn trước vào hôm đó, còn những ai không đặt hẹn thì sẽ phải đợi hơn một tiếng đồng hồ, thì ta hẳn sẽ nhìn sự việc khác đi. Hoặc, với thông tin rõ ràng này, chúng ta có thể quyết định đặt hẹn và quay lại sau vào thời gian đã hẹn. Trong cả hai trường hợp, sự rõ ràng của toàn bộ tình huống sẽ ảnh hưởng đến nhận thức của chúng ta về các sự kiện, dẫn đến những phương án, lựa chọn và kết quả khác nhau.

Nhận thức đi đôi với kỳ vọng, nhưng kỳ vọng thì luôn rất phức tạp. Tại sao? Tại vì kỳ vọng có thể rất khác nhau, tùy vào người đặt ra chúng. Công ty phải đặt ra những kỳ vọng đúng đắn, đảm bảo rằng chúng rõ ràng, dễ hiểu đối với nhân viên và phù hợp với mục đích cũng như mục tiêu của công ty. Những người làm việc cho một công ty muốn biết và xứng đáng được biết công ty kỳ vọng những gì và ở những thời điểm nào. Điều này cũng tạo điều kiện cho họ đánh giá xem mình phù hợp với những kỳ vọng của công ty như thế nào.

Những kỳ vọng rõ ràng cũng tạo điều kiện cho doanh nghiệp lường trước điều gì sẽ xảy ra. Quan hệ giữa doanh nghiệp và nhân viên là quan hệ là cộng sinh. Tiếc thay, hầu hết các chủ doanh nghiệp và người quản lý đều coi đây là quan hệ ký sinh. Nhân viên không phải chỉ hưởng lợi từ doanh nghiệp mà họ cũng đóng góp cho doanh nghiệp, thế nên doanh nghiệp cần đầu tư và hỗ trợ họ. Vì lý do này, mọi người cần biết chính xác mình có thể kỳ vọng những gì ở nhau và kỳ vọng vào những thời điểm nào. Sự liên kết giữa các kỳ vọng là điều tối quan trọng.

Mô hình I AM OK to FLY hướng dẫn chúng ta tìm ra nguyên nhân gốc rễ khiến nhân viên bất mãn. Mặc dù một số vấn đề có thể không bao giờ được cải thiện hoàn toàn nhưng chúng ta phải đảm bảo suy xét mọi phương diện sống của cá nhân. Như tôi đã đề cập trước đây, những thử thách và vấn đề trong đời sống cá nhân của chúng ta có xu hướng lan sang các lĩnh vực khác trong cuộc sống.

Mô hình I AM OK to FLY có năm bước theo hệ thống:

- Bước 1 là **I**nvestigate (Tìm hiểu)

- Bước 2 là **A**nalyse (Phân tích)

- Bước 3 là **M**otivate (Tạo động lực)

- Bước 4 là **O**perate (Vận hành)

- Bước 5 là **K**aizen (được giải thích chi tiết ở Chương 3 – Kaizen)

Và FLY là cảm giác mà chúng ta có được khi mọi việc ổn thỏa, là cảm giác như đang ở trong vùng có thể "bay". Tôi ví trạng thái này với điều mà vào năm 1975, nhà tâm lý học Mihály Csíkszentmihályi đã gọi là trạng thái dòng chảy (state of 'flow'[104]), tâm lý học về trải nghiệm tối ưu – một trạng thái tinh thần tập trung cao độ, dẫn đến đạt năng suất cao hơn.

Khi thực thi mô hình này, ta có thể phát hiện các vấn đề tiềm tàng trong tổ chức – những vấn đề có thể vẫn bị ngụy trang và che giấu một cách có chủ ý hay vô tình. Từ đây, các nhà lãnh đạo sẽ có được những thông tin cần thiết để tìm ra nguyên nhân gốc rễ khiến nhân viên bất mãn, ngay cả khi sự bất mãn đó không liên quan trực tiếp đến công việc hay doanh nghiệp. Khi các nhà lãnh đạo hoan nghênh ý kiến đóng góp từ nhân viên và cố gắng hết sức để thực hiện các thay đổi nhằm hỗ trợ nhân viên thì mọi vấn đề liên quan đến doanh nghiệp đều có thể được giải quyết hiệu quả hơn. Quá trình này cũng giúp các nhà lãnh đạo xác nhận và động viên những người làm việc cho mình theo cách riêng của họ.

Mặc dù các cá nhân có thể tự thực hiện theo mô hình này nhưng tôi khuyên chúng ta nên thực hiện theo nhóm, và tốt nhất là nên có một khai vấn viên giúp hướng dẫn. Làm như vậy, chúng ta sẽ có nhiều cuộc thảo luận và biết nhiều quan điểm khác nhau, từ đó nhận thức rõ hơn cảm xúc và quan điểm của các cá nhân về những vấn đề và yếu tố đã xác định.

Xin tham khảo bảng dữ liệu ví dụ trong *Hình 24* bên dưới để hiểu rõ hơn về mô hình. Ta cũng có thể tải mẫu này nếu cần.[xxiii]

## Bước 1: Investigate (Tìm hiểu) – Chúng ta hiện đang ở đâu?

*Quan trọng là không ngừng đặt câu hỏi; tính tò mò tồn tại là có lý do.*

⌒

*Albert Einstein*

Bước đầu tiên là xác định tình hình hiện tại, tìm vị trí chính xác của mình trong hiện tại. Điều này cũng giống như xác định điểm đánh dấu "bạn đang ở đây" trên bản đồ trung tâm mua sắm. Bước Investigate có hai giai đoạn: Xác định vấn đề/yếu tố và Phân loại vấn đề/yếu tố.

---

xxiii. Có thể tìm mẫu I AM OK to FLY và các tài liệu khác trên trang RickYvanovich. com/BAUU/.

| Số tham chiếu | Vấn đề/yếu tố gì? | Chúng ta ở đây | | Chúng ta dự định đến đây | | | Khoảng chênh lệch điểm chuẩn | | | | | | | |
|---|---|---|---|---|---|---|---|---|---|---|---|---|---|---|
| | | Phân loại | Mức độ nghiêm trọng | Phân loại | Kế hoạch | Khoảng chênh lệch theo kế hoạch | Mục tiêu điểm chuẩn | Khoảng chênh lệch điểm chuẩn | Khoảng chênh lệch điểm chuẩn-kế hoạch | Tháng để thu hẹp khoảng cách kế hoạch | Xếp hạng ưu tiên | Ai kiểm soát? | Kiểm soát ngân sách? | Ngân sách để thu hẹp khoảng cách? |
| | | C | D | E | F | G | H | I | J | K | L | M | N | O |
| 1 | Có thể trả lương chậm tới 1 tuần | S(t)ink | -7 | Float | 0 | 7 | 0 | 7 | 0 | 3 | 1 | Lương | CFO | |
| 2 | 20% thời gian xảy ra lỗi tính lương, đặc biệt là tính lương làm ngoài giờ | S(t)ink | -6 | Float | 0 | 6 | 0 | 6 | 0 | 3 | 2 | | CFO | |
| 3 | Không có bãi đậu xe trong văn phòng | S(t)ink | -2 | S(t)ink | -2 | 0 | 0 | 2 | 2 | n/a | n/a | Hành chính | CFO | |
| 4 | Không có bữa trưa miễn phí | S(t)ink | -1 | Float | 0 | 1 | 0 | 1 | 0 | 3 | 3 | CHRO | CFO | |
| 5 | Hoạt động khai vấn dành cho mọi người | Fly | 4 | Fly | 8 | 4 | 9 | 5 | 1 | 24 | 5 | L&D | CFO | |
| 6 | Một số lãnh đạo quản lý vi mô | S(t)ink | -5 | Float | 0 | 5 | 0 | 5 | 0 | 9 | 4 | CHRO | CHRO | |
| 7 | Có chương trình đào tạo với khoản ký quỹ | Fly | 3 | Fly | 7 | 4 | 8 | 5 | 1 | 6 | 7 | CHRO | CEO | |
| 8 | Nhân viên cấp trung có chương trình phát triển cá nhân | Fly | 2 | Fly | 7 | 5 | 8 | 6 | 1 | 9 | 6 | CHRO | CHRO | |
| 9 | Nhân viên của quý | Fly | 1 | Fly | 3 | 2 | 7 | 6 | 4 | 3 | 8 | CHRO | CHRO | |
| 10 | Thưởng tháng thứ 13 hàng năm | Float | 0 | Float | 0 | 0 | 0 | 0 | 0 | n/a | n/a | Lương | CFO | |

B – Điều tra + tạo động lực (giải thích về yếu tố/vấn đề)

C – Điều tra + tạo động lực (phân loại là S(t)ink, Float hay Fly

D – Phân tích (mức độ nghiêm trọng. Float/S(t)ink (-10 đến 0) & Fly (0-10))

E – Phân tích (phân loại là S(t)ink, Float hay Fly)

F – Phân tích (mức kế hoạch. Float/S(t)ink (-10 đến 0) & Fly (0-10))

G – Phân tích (Khoảng cách giữa F – D)

H – Phân tích (Mục tiêu điểm chuẩn)

I – Phân tích (Khoảng cách điểm chuẩn H – D)

J – Phân tích (Khoảng cách điểm chuẩn-kế hoạch H – F)

K – Phân tích + tiến hành (Ước tính số tháng để thu hẹp Khoảng chênh lệch theo kế hoạch)

L – Phân tích + tiến hành (Xếp thứ tự ưu tiên)

M – Phân tích (Ai kiểm soát vấn đề, người chịu trách nhiệm giải quyết)

N – Phân tích (Ai kiểm soát ngân sách cho vấn đề / yếu tố)

O – Phân tích + tiến hành (Ngân sách đã được phân bổ thế nào để thu hẹp khoảng cách)

*Hình 24. Mẫu I AM OK to FLY*

## Bước 1, giai đoạn 1: Xác định Vấn đề/Yếu tố

Bước 1, giai đoạn 1 xác định tất cả các yếu tố liên quan đến mức độ thỏa mãn hay bất mãn ở hiện tại. Hãy liệt kê mọi trở ngại và vấn đề – dù đang tồn tại hay đang thiếu, dù có thể nhìn thấy hay không nhìn thấy – có thể cản trở người ta có được sự thỏa mãn. Cột B trong *Hình 25* sau đây thể hiện điều này. Giai đoạn này giúp mọi người ý thức hơn về những thử thách mà nhân viên đang phải đối mặt. Người ta đang bất mãn hay thỏa mãn với công ty ở những phương diện nào? Nếu không hỏi rõ thì ta sẽ không biết điều gì hỗ trợ hoặc cản trở cảm giác thỏa mãn của nhân viên!

*Tốt hơn là hỏi chứ đừng giả định.*

*Miguel Angel Ruiz*

| A | B |
|---|---|
|  |  |
| Ref # | Whats the issue/factor? |
| 1 | Can pay salary up to 1 week late |
| 2 | 20% of the time there are pay calculation errors especially overtime |
| 3 | No parking in office |
| 4 | No free lunch |
| 5 | Coaching available to everyone |
| 6 | Some managers micromanage |
| 7 | Training available with training bond |
| 8 | Mid level employees have IDPs |
| 9 | Employee of the quarter |
| 10 | 13th month Annual Bonus |

B - Investigate + Motivate ( Explanation of the factor / issue )

*Hình 25. Mô hình I AM OK to FLY ở bước 1, Giai đoạn 1: Xác định Vấn đề/Yếu tố*

Dưới đây là một số câu hỏi hướng dẫn có thể sử dụng làm công cụ khai vấn trong Giai đoạn 1 khi đánh giá các cá nhân, đội nhóm và tổ chức. Ta không nhất thiết phải sử dụng tất cả các câu hỏi.

Các câu hỏi này giúp chúng ta khám phá và ý thức hơn những vấn đề tiềm tàng hiện tại. Tùy vào câu trả lời, ta có thể sử dụng các câu hỏi khai vấn bổ sung để tìm ra nguyên nhân gốc rễ của vấn đề. Theo tôi, một trong những câu hỏi khai vấn hay nhất là *và còn gì nữa* từ cuốn *The Coaching Habit (Thói quen Khai vấn)* của Michael Bungay Stanier. "Và còn gì nữa" giống như con dao đa năng của quân đội Thụy Sĩ.[105] Các câu hỏi sau đây là câu hỏi mở và nhằm mục đích khuyến khích trò chuyện để tìm ra vấn đề, bởi vì chúng cần những câu trả lời chi tiết chứ không đơn thuần là trả lời "có" hay "không":

1. Khi nói rằng "tôi không cảm thấy thỏa mãn", trong đầu bạn nghĩ đến điều gì?

2. Bạn, đội nhóm và tổ chức hiện đang thỏa mãn với điều gì?

3. Bạn, đội nhóm và tổ chức hiện đang bất mãn với điều gì?

4. Điều gì hiện đang khiến bạn, đội nhóm và tổ chức mất động lực?

5. Điều gì hiện đang khiến bạn, đội nhóm và tổ chức có động lực?

6. Hãy cho tôi biết ngày vui nhất tại nơi làm việc của bạn, của đội nhóm và của tổ chức là một ngày như thế nào.

7. Ba thử thách hàng đầu mà bạn, đội nhóm và tổ chức hiện phải đối mặt là gì?

8. Ba cơ hội hàng đầu mà bạn, đội nhóm và tổ chức hiện đang có là gì?

9. Nếu bạn, đội nhóm và tổ chức có thể thay đổi một điều ngay bây giờ thì đó sẽ là điều gì?

10. Nếu tôi có thể dùng đũa thần để sửa đổi một điều gì đó trong cuộc sống, trong đội nhóm hay tổ chức của bạn, thì bạn muốn tôi sửa đổi điều gì?

**Bước 1, Giai đoạn 2: Phân loại Vấn đề/Yếu tố**

Bước 1, Giai đoạn 2 là phân loại từng vấn đề/yếu tố được xác định trong Bước 1, Giai đoạn 1 thành một trong ba loại: Sink, Float, hay Fly.

Cột C trong Hình 26 tiếp theo đây thể hiện điều này. Mặc dù một số vấn đề hay yếu tố có thể không hẳn là kéo ta xuống nhưng chúng cũng không khích lệ hay thúc đẩy ta tiến về phía trước. Nhiều khả năng, ta coi chúng là những điều hiển nhiên và chỉ khi nào chúng không xảy ra thì ta mới để ý. Những yếu tố này đơn thuần cho phép ta "float" (nổi); do đó, chúng ta cho chúng tên gọi thích hợp là "Floater" (phao).

Cả S(t)inker (Yếu tố chìm) lẫn Floater (Yếu tố nổi) thường là các yếu tố thuộc về bên ngoài và chịu tác động của môi trường. Chúng là những sự kiện bên ngoài trôi qua mà không được chú ý nhưng có thể gây ra cảm giác bất mãn. Ngược lại, các yếu tố khiến người ta cảm thấy mình được đánh giá cao, cảm thấy thành công và tự tin thì có xu hướng thuộc về bên trong. Chúng ta gọi chúng là "Flyer" (yếu tố bay) vì chúng giúp cho mọi người trong công ty được "Fly" (bay).

| A | B | C |
|---|---|---|
|  |  | Chúng ta ở đây |
| Số tham chiếu | Vấn đề/yếu tố gì? | Phân loại |
| 1 | Có thể trả lương chậm tới 1 tuần | S(t)ink |
| 2 | 20% thời gian xảy ra lỗi tính lương, đặc biệt là tính lương làm ngoài giờ | S(t)ink |
| 3 | Không có bãi đậu xe trong văn phòng | S(t)ink |
| 4 | Không có bữa trưa miễn phí | S(t)ink |
| 5 | Hoạt động khai vấn dành cho mọi người | Fly |
| 6 | Một số lãnh đạo quản lý vi mô | S(t)ink |
| 7 | Có chương trình đào tạo với khoản ký quỹ | Fly |
| 8 | Nhân viên cấp trung có chương trình phát triển cá nhân | Fly |
| 9 | Nhân viên của quý | Fly |
| 10 | Thưởng tháng thứ 13 hàng năm | Float |

C – Điều tra + tạo động lực (Phân loại là S(t)ink, Float hay Fly)

*Hình 26. Mô hình I AM OK to FLY Bước 1, Giai đoạn 2: Phân loại Vấn đề/Yếu tố*

Dưới đây là một vài các câu hỏi hướng dẫn, cùng một số ví dụ để giúp phân loại những yếu tố đã xác định là S(t)inker (yếu tố chìm), Floater (yếu tố nổi) hay Flyer (yếu tố bay). Các câu hỏi này thường giúp phân loại S(t)inker và Floater:

1. Vấn đề/yếu tố nào khi không được giải quyết thì sẽ khiến bạn cảm thấy không vui? (S(t)inker)

Ví dụ:

- Số giờ làm việc tháng này của bạn bị tính sai và bạn nhận số tiền lương ít hơn dự kiến. Những sai lầm tương tự xảy ra vào tháng tới, tháng tới nữa và tháng sau đó nữa. (S(t)inker)

- Tháng này bạn bị trả lương trễ. Đây đã là tháng thứ ba liên tiếp rồi. (S(t)inker)

- Phiếu lương thể hiện số tiền khác với số tiền bạn được trả. (S(t)inker)

2. Vấn đề/yếu tố nào khi được giải quyết thì sẽ không làm bạn thấy vui? (Floater)

Ví dụ:

- Tháng sau, bạn được trả bù cho số giờ bị tính thiếu trong tháng trước. (Floater)

- Phiếu lương thể hiện cách tính đúng và khớp với số tiền bạn được trả. (Floater)

3. Vấn đề/yếu tố nào khi không xảy ra thì sẽ khiến bạn cảm thấy không vui? (S(t)inker)

Ví dụ: Hôm nay, một số thang máy trong tòa nhà đông đúc nơi bạn làm việc không hoạt động. Bạn đã phải đợi thêm hai mươi phút và bị trễ họp. (S(t)inker)

4. Những vấn đề/yếu tố nào, nếu xảy ra đúng lúc thì bạn không để ý? (Floater)

Ví dụ:

- Lương được trả đúng hạn. (Floater)

- Tàu điện đến đúng giờ. (Floater)

5. Những vấn đề/yếu tố nào được dùng để đe dọa buộc ai đó làm điều gì đó? (S(t)inker)

Ví dụ:

- Bạn được thông báo rằng sẽ không được duyệt cho nghỉ phép nếu không nộp báo cáo kịp thời. (S(t)inker)
- Bạn chỉ được về nhà khi đã hoàn thành công việc một trăm phần trăm. (S(t)inker)

6. Những vấn đề/yếu tố nào được dùng để ngăn ai đó làm việc gì đó? (S(t)inker)

Ví dụ:

- Công ty hạn chế làm thêm giờ. (S(t)inker)
- Quy định bắt buộc ăn trưa tại văn phòng hôm nay khiến bạn không thể ra ngoài ăn trưa với bạn bè và thư giãn. (S(t)inker)

7. Những vấn đề/yếu tố nào ảnh hưởng đến môi trường làm việc trực tiếp? (S(t)inker hay Floater)

Ví dụ:

- WiFi yếu và chậm ở khu vực của bạn trong văn phòng. (S(t) inker)
- WiFi hoạt động bình thường ở phía bên kia văn phòng. (Floater)

8. Những vấn đề/yếu tố nào ảnh hưởng đến môi trường làm việc của tổ chức? (S(t)inker hay Floater)

Ví dụ:

- Văn phòng của bạn nằm ở nơi hẻo lánh và không có cửa hàng nào gần đó. (S(t)inker)
- Giờ làm việc cứng nhắc từ 9 giờ sáng đến 5 giờ chiều. (S(t) inker)
- Chính sách của công ty rõ ràng và dễ hiểu. (Floater)

9. Những vấn đề/yếu tố nào ảnh hưởng đến mối quan hệ giữa các cá nhân? (S(t)inker hay Floater)

Ví dụ:

- Sếp quản lý bạn theo cách vi mô. (S(t)inker)

- Bạn có những đồng nghiệp luôn hỗ trợ. (Floater)

10. Những vấn đề/yếu tố nào thuộc về bên ngoài/thuộc về môi trường? (S(t)inker hay Floater)

Ví dụ:

- Không được đậu xe gần văn phòng. (S(t)inker)

- Thang máy của tòa nhà chạy nhanh và không bao giờ đông người. (Floater)

11. Những vấn đề/yếu tố nào dựa trên một sự kiện nhất định? (S(t) inker hoặc Floater)

Ví dụ:

- Chuyến đi chơi năm 2020 của công ty đã bị hủy vào giờ chót do đại dịch. (S(t)inker)

- Chuyến đi chơi năm 2022 của công ty không bị hủy. (Floater)

Và bây giờ là một số gợi ý các câu hỏi hướng dẫn, cùng với các ví dụ để giúp biết cách phân biệt giữa Floater và Flyer, nhưng hãy cẩn thận với S(t)inker vì chúng có đặc điểm khó ưa là thường xuất hiện bất ngờ.

1. Những hạng mục/vấn đề nào khi được giải quyết thì sẽ khiến bạn cảm thấy vui? (Floater hay Flyer)

Ví dụ:

- Thang máy hỏng đã được sửa xong. (Floater)

- Máy pha cà phê đã được sửa xong. (Floater)

- Hôm nay máy điều hòa chạy tốt. (Floater)

2. Những hạng mục/vấn đề nào khi xảy ra thì sẽ khiến bạn cảm thấy vui? (Floater hay Flyer)

Ví dụ:

- Bạn được trả lương sớm. (Floater)

- Bạn được trao giải Nhân viên của tháng. (Flyer)

3. Những hạng mục/vấn đề nào mà, nếu không xảy ra thường xuyên thì bạn cũng không cảm thấy thiếu? (Nhiều khả năng là Floater)

Ví dụ:

- Bánh donut trong cuộc họp sáng thứ sáu. (Floater)
- Bạn chủ trì sự kiện Ăn trưa & Học tập nội bộ. (Flyer)

4. Những hạng mục/vấn đề nào thuộc về nội tại? (Thường là Flyer, nhưng có thể trở thành Floater)

Ví dụ:

- Bạn hoàn thành các mục tiêu hoạt động hằng ngày lần thứ năm trong tuần này. (Flyer)
- Bạn nghĩ ra những mục tiêu cá nhân mới cần đạt được. (Đối với một số người thì là Floater, một số người khác thì là Flyer)

5. Những hạng mục/vấn đề nào liên quan đến sự phát triển cá nhân? (Flyer)

Ví dụ:

- Công ty tài trợ cho bạn khóa học lấy chứng chỉ CCMP.[106] (Flyer)
- Công ty tài trợ cho bạn học thạc sĩ Quản trị kinh doanh. (Flyer)

6. Những hạng mục/vấn đề nào liên quan đến thành tựu? (Flyer)

Ví dụ:

- Bạn được cấp chứng chỉ CCMC sau khi hoàn thành khóa học.[107] (Flyer)
- Bạn hoàn thành chương trình thạc sĩ Quản trị kinh doanh và tốt nghiệp loại xuất sắc. (Flyer)
- Nhóm của bạn giành được giải thưởng nhóm của năm. (Flyer)

7. Những hạng mục/vấn đề nào liên quan đến thăng tiến? (Flyer)

Ví dụ:

- Bạn được thăng chức Quản lý Dự án sau khi đạt chứng chỉ của Project Management Institute (Viện Quản lý Dự án - PMI). (Flyer)

■ Bạn hoàn thành thời gian tập sự. Chức danh công việc của bạn thay đổi từ thực tập sinh sang kế toán viên. (Flyer)

8. Những hạng mục/vấn đề nào liên quan đến việc ghi nhận/cảm kích? (Flyer)

Ví dụ:

■ Sếp để lại lời nhắn cảm ơn bạn vì đã thiết kế brochure quảng cáo rất đẹp. (Flyer)

9. Những hạng mục/vấn đề nào liên quan đến công việc nói riêng? (Flyer)

Ví dụ:

■ Bạn được mời tham gia một dự án vì bạn có kiến thức, thái độ, kỹ năng và thói quen phù hợp. (Flyer)

■ Bạn được mời tham dự một hội nghị lớn để chia sẻ về câu chuyện thành công từ dự án của mình. (Flyer, nhưng có thể là S(t)inker nếu bạn không thích bị là tâm điểm chú ý)

10. Những hạng mục/vấn đề nào liên quan đến trách nhiệm? (Flyer)

Ví dụ:

■ Bạn được giao phụ trách một dự án quan trọng. (Flyer, nhưng có thể là S(t)inker nếu bạn chắc chắn sẽ thất bại)

■ Bạn được phân công làm cố vấn cho một quản trị viên tập sự cấp tốc. (Flyer)

11. Những hạng mục/vấn đề nào liên quan đến quyền tự chủ? (Flyer)

Ví dụ:

■ Bạn được tùy ý chọn tham dự bất kỳ khóa học cấp chứng chỉ khai vấn nào được công nhận. (Flyer)

■ Bạn được quyền lựa chọn các thành viên của nhóm dự án. (Flyer)

12. Những hạng mục/vấn đề nào có liên quan đến sự phù hợp? (Flyer)

Ví dụ:

■ Bạn được chọn là đại sứ thương hiệu tuyển dụng của công ty vì bạn thể hiện các giá trị của công ty. (Flyer)

# Bước 2: Phân tích – Chúng ta muốn ở vị trí nào?

*Không có tiêu chuẩn thì không có cơ sở logic để đưa ra*
*quyết định hay hành động.*

*Joseph M. Juran*

Bước 2 đặt ra câu hỏi: *chúng ta muốn ở vị trí nào?* Sau khi thực hiện hai bước đầu tiên là Tìm hiểu và Phân tích, tổ chức của ta có thể phát hiện ra những vấn đề tiềm tàng, phân loại chúng, xác định mức độ nghiêm trọng và đưa ra mức chấp nhận trung bình (benchmark – điểm chuẩn) cho từng vấn đề. Biết được những điểm khác biệt giữa vị trí hiện tại của mọi người và vị trí mà họ muốn hướng tới, chúng ta có thể giúp họ. Việc làm rõ mục tiêu thông qua các hội thảo, các buổi họp đưa ra ý tưởng, các buổi động não tìm giải pháp, và thông qua việc áp dụng tư duy thiết kế (giải quyết vấn đề sáng tạo) tạo ra vô số cơ hội để chuyển đổi và vượt qua những chướng ngại cản trở mọi người đạt được sự thỏa mãn.

| A | B | C | D |
|---|---|---|---|
| | | Chúng ta ở đây | |
| Số tham chiếu | Vấn đề/yếu tố gì? | Phân loại | Mức độ nghiêm trọng |
| 1 | Có thể trả lương chậm tới 1 tuần | S(t)ink | -7 |
| 2 | 20% thời gian xảy ra lỗi tính lương, đặc biệt là tính lương làm ngoài giờ | S(t)ink | -6 |
| 3 | Không có bãi đậu xe trong văn phòng | S(t)ink | -2 |
| 4 | Không có bữa trưa miễn phí | S(t)ink | -1 |
| 5 | Hoạt động khai vấn dành cho mọi người | Fly | 4 |
| 6 | Một số lãnh đạo quản lý vi mô | S(t)ink | -5 |
| 7 | Có chương trình đào tạo với khoản ký quỹ | Fly | 3 |
| 8 | Nhân viên cấp trung có chương trình phát triển cá nhân | Fly | 2 |
| 9 | Nhân viên của quý | Fly | 1 |
| 10 | Thưởng tháng thứ 13 hàng năm | Float | 0 |

D - Phân tích (Mức độ nghiêm trọng. Float/S(t)ink (-10 đến 0) & Fly (0-10))

*Hình 27. I AM OK to FLY Bước 2: Phân tích – Chúng ta muốn ở vị trí nào?*

Khi tìm hiểu mình muốn vươn tới vị trí nào, chúng ta phải suy nghĩ về mọi vấn đề/yếu tố chưa phát hiện được liệt kê trong Bước 1, Giai đoạn 1 (*Hình 25*, cột B) và Bước 1, Giai đoạn 2 (*Hình 26*, Cột C), sau đó xác

định mức độ nghiêm trọng cho từng vấn đề (*Hình 27*, cột D). Đối với
S(t)inker và Floater, chúng ta sử dụng phạm vi từ -10 đến 0. Đối với Flyer,
chúng ta sử dụng phạm vi từ 0 đến +10.

Tiếp theo, chúng ta xét lại việc phân loại từ Bước 1, Giai đoạn 2 và
đặt ra kế hoạch phân loại mà mình muốn. Ví dụ như chúng ta dự định
phân loại một S(t)inker hiện tại là Floater (*Hình 28*, cột E). Cho dù có
phân loại lại hay không, chúng ta cũng đặt ra mức độ nghiêm trọng dự
kiến (*Hình 28*, cột F). Vậy, ta làm thế nào để chấm điểm mức độ một
cách phù hợp? Câu trả lời là thông qua việc tiếp tục đối thoại về vấn đề
này. Trong ví dụ của chúng ta, ở Bước 1, chúng ta xác định được vấn đề
lương thường xuyên bị trễ một tuần và vấn đề này được phân loại là S(t)
inker với mức độ nghiêm trọng là -7.

Kế hoạch của chúng ta có thể là giải quyết vấn đề này bằng cách trả
lương đúng hạn theo lịch và do đó biến vấn đề thành Floater với mức độ
nghiêm trọng bằng 0 (vấn đề không còn tiêu cực nữa khi lương được trả
đúng hạn, vấn đề này không phải là Flyer bởi vì mọi người kỳ vọng được
trả lương đúng hạn và chỉ để ý khi điều này không xảy ra). Vì vậy, chúng
ta dự định thay đổi S(t)inker này thành Floater và cải thiện mức độ
nghiêm trọng từ -7 lên 0 (*Hình 28*, cột G, Plan Gap). Ta có thể tự hỏi ai
lại lên kế hoạch không trả lương đúng hạn? Hừm, nếu đó là một công ty
khởi nghiệp đang gặp khó khăn về tài chính, hay một doanh nghiệp đã
bị ảnh hưởng nghiêm trọng do đại dịch thì sao? Trong những trường
hợp cùng cực như vậy thì người ta có thể lên kế hoạch trả chậm. Tình
trạng này có lẽ chỉ là tạm thời, và vì điều này liên quan đến sự sống còn
của công ty nên ta giữ nguyên phân loại Floater và cho điểm âm một tí,
chẳng hạn như -2.

| A | B | | | | | |
|---|---|---|---|---|---|---|
| | | C | D | E | F | G |
| | | Chúng ta ở đây | | Chúng ta dự định đến đây | | |
| Số tham chiếu | Vấn đề/yếu tố gì? | Phân loại | Mức độ nghiêm trọng | Phân loại | Kế hoạch | Khoảng chênh lệch theo kế hoạch |
| 1 | Có thể trả lương chậm tới 1 tuần | S(t)ink | -7 | Float | 0 | 7 |
| 2 | 20% thời gian xảy ra lỗi tính lương, đặc biệt là tính lương làm ngoài giờ | S(t)ink | -6 | Float | 0 | 6 |
| 3 | Không có bãi đậu xe trong văn phòng | S(t)ink | -2 | S(t)ink | -2 | 0 |
| 4 | Không có bữa trưa miễn phí | S(t)ink | -1 | Float | 0 | 1 |
| 5 | Hoạt động khai vấn dành cho mọi người | Fly | 4 | Fly | 8 | 4 |
| 6 | Một số lãnh đạo quản lý vi mô | S(t)ink | -5 | Float | 0 | 5 |
| 7 | Có chương trình đào tạo với khoản ký quỹ | Fly | 3 | Fly | 7 | 4 |
| 8 | Nhân viên cấp trung có chương trình phát triển cá nhân | Fly | 2 | Fly | 7 | 5 |
| 9 | Nhân viên của quý | Fly | 1 | Fly | 3 | 2 |
| 10 | Thưởng tháng thứ 13 hàng năm | Float | 0 | Float | 0 | 0 |

E - Phân tích (phân loại là S(t)ink, Float hay Fly)

F - Phân tích (mức kế hoạch. Float/S(t)ink (-10 đến 0) & Fly (0-10))

G - Phân tích (Khoảng cách giữa F – D)

*Hình 28. I AM OK to FLY Bước 2: Phân tích – Chúng ta muốn vươn tới vị trí nào?*

Tiếp tục ví dụ, chúng ta có thể đặt điểm chấp nhận trung bình dựa trên tiêu chuẩn của ngành, của nội bộ hoặc thang đo sẵn có. Về việc trả lương đúng hạn, điểm chấp nhận trung bình (điểm chuẩn) là trả lương đúng hạn! Trong ví dụ này, điểm chuẩn sẽ là 0 (*Hình 29*, cột H). Điểm chuẩn có thể khác với kế hoạch – tùy chúng ta. Sau đó, chúng ta tính hai khoảng chênh lệch điểm chuẩn. Khoảng chênh lệch Điểm chuẩn (Benchmark Gap) là khoảng chênh lệch giữa điểm chuẩn và thực tế (*Hình 29*, cột I), và Khoảng chênh lệch Điểm chuẩn-Kế hoạch (Plan-Benchmark Gap) là khoảng chênh lệch giữa kế hoạch và điểm chuẩn (*Hình 29*, cột J). Tiếp theo, ta đặt khung thời gian (tháng) để thu hẹp khoảng chênh lệch theo kế hoạch (*Hình 29*, cột K). Ta có thể thay đổi khung thời gian thành ngày hoặc năm, tùy theo ta nghĩ sẽ mất bao lâu.

| A | B | H | I | J | K |
|---|---|---|---|---|---|
| | | Khoảng chênh lệch điểm chuẩn | | | |
| Số tham chiếu | Vấn đề/yếu tố gì? | Mục tiêu điểm chuẩn | Khoảng chênh lệch điểm chuẩn | Khoảng chênh lệch điểm chuẩn-kế hoạch | Tháng để thu hẹp khoảng cách kế hoạch |
| 1 | Có thể trả lương chậm tới 1 tuần | 0 | 7 | 0 | 3 |
| 2 | 20% thời gian xảy ra lỗi tính lương, đặc biệt là tính lương làm ngoài giờ | 0 | 6 | 0 | 3 |
| 3 | Không có bãi đậu xe trong văn phòng | 0 | 2 | 2 | không áp dụng |
| 4 | Không có bữa trưa miễn phí | 0 | 1 | 0 | 3 |
| 5 | Hoạt động khai vấn dành cho mọi người | 9 | 5 | 1 | 24 |
| 6 | Một số lãnh đạo quản lý vi mô | 0 | 5 | 0 | 9 |
| 7 | Có chương trình đào tạo với khoản ký quỹ | 8 | 5 | 1 | 6 |
| 8 | Nhân viên cấp trung có chương trình phát triển cá nhân | 8 | 6 | 1 | 9 |
| 9 | Nhân viên của quý | 7 | 6 | 4 | 3 |
| 10 | Thưởng tháng thứ 13 hàng năm | 0 | 0 | 0 | không áp dụng |

H - Phân tích (Mục tiêu điểm chuẩn)

I - Phân tích (Khoảng cách điểm chuẩn H – D)

J - Phân tích (Khoảng cách điểm chuẩn-kế hoạch H – F)

K - Phân tích + tiến hành (Ước tính số tháng để thu hẹp khoảng chênh lệch theo kế hoạch)

*Hình 29. I AM OK to FLY Bước 2: Khoảng chênh lệch Điểm chuẩn*

Khi phân tích, chúng ta xác định ai là người kiểm soát vấn đề (*Hình 30*, cột M) và ai có quyền kiểm soát ngân sách đối với vấn đề (*Hình 30*, cột N). Hãy sử dụng những gợi ý sau:

1. Những hạng mục nào nằm trong tầm kiểm soát của ta 100%?

2. Những hạng mục nào nằm trong tầm kiểm soát của người khác 100%?

3. Những hạng mục nào nằm ngoài tầm kiểm soát của tổ chức?

4. Nếu hạng mục có liên quan đến ngân sách thì ai kiểm soát?

Trong ví dụ của chúng ta, hạng mục tiền lương do nhóm tính lương quản lý và Giám đốc Tài chính là người kiểm soát ngân sách. Bởi vì việc giải quyết một số vấn đề sẽ liên quan đến chi phí nên chắc chắn rằng, Lợi tức Đầu tư (ROI) sẽ được xét đến. Do đó, một số biện pháp khắc phục có thể bị xem là quá tốn kém nên không thể khắc phục hoàn toàn. Khi điều này xảy ra, có thể sẽ có những cuộc tranh luận nảy lửa! Ngân sách cần thiết để thu hẹp khoảng chênh lệch cần được thống nhất và phê duyệt (*Hình 30*, cột O). Cuối cùng, chúng ta cần xếp thứ tự ưu tiên cho chúng (*Hình 30*, cột L).

| A | B | L | M | N | O |
|---|---|---|---|---|---|
| Ref # | Whats the issue/factor? | Priority ranking | Who controls it? | Budget Control? | Budget to close Gap |
| 1 | Can pay salary up to 1 week late | 1 | Payroll | CFO | |
| 2 | 20% of the time there are pay calculation errors especially overtime | 2 | Payroll | CFO | |
| 3 | No parking in office | n/a | Admin | CFO | |
| 4 | No free lunch | 3 | CHRO | CFO | |
| 5 | Coaching available to everyone | 5 | L&D | CFO | |
| 6 | Some managers micromanage | 4 | CHRO | CHRO | |
| 7 | Training available with training bond | 7 | CHRO | CEO | |
| 8 | Mid level employees have IDPs | 6 | CHRO | CHRO | |
| 9 | Employee of the quarter | 8 | CHRO | CHRO | |
| 10 | 13th month Annual Bonus | n/a | Payroll | CFO | |

L - Analyse + Operate ( Priority ranking )
M - Analyse ( Who controls the issue, the PIC accountable to solve it )
N - Analyse ( Who controls the Budget to this issue / factor )
O - Analyse + Operate ( What Budget has been allocated to close the Gap )

*Hình 30. I AM OK to FLY Bước 2, Ai là chủ vấn đề?*

Bước 2 này đề cập đến rất nhiều điều, vì vậy sau đây là phần tóm tắt bằng các điểm đầu dòng theo *Hình 31* bên dưới.

| A | B | C | D | E | F | G | H | I | J | K | L | M | N | O |
|---|---|---|---|---|---|---|---|---|---|---|---|---|---|---|
| | | Chúng ta ở đây | | Chúng ta dự định đến đây | | | Khoảng chênh lệch điểm chuẩn | | | | | | | |
| Số tham chiếu | Vấn đề/yếu tố gì? | Phân loại | Mức độ nghiêm trọng | Phân loại | Kế hoạch | Khoảng chênh lệch theo kế hoạch | Mục tiêu điểm chuẩn | Khoảng chênh lệch điểm chuẩn | Khoảng chênh lệch chuẩn-kế hoạch | Tháng để thu hẹp khoảng cách kế hoạch | Xếp hạng ưu tiên | Ai kiểm soát? | Kiểm soát ngân sách? | Ngân sách để thu hẹp khoảng cách |
| 1 | Có thể trả lương chậm tới 1 tuần | S(t)ink | -7 | Float | 0 | 7 | 0 | 7 | 0 | 3 | 1 | Lương | CFO | |
| 2 | 20% thời gian xảy ra lỗi tính lương, đặc biệt là tính lương làm ngoài giờ | S(t)ink | -6 | Float | 0 | 6 | 0 | 6 | 0 | 3 | 2 | Lương | CFO | |
| 3 | Không có bãi đậu xe trong văn phòng | S(t)ink | -2 | S(t)ink | -2 | 0 | 0 | 2 | 2 | không áp dụng | không áp dụng | Hành chính | CFO | |
| 4 | Không có bữa trưa miễn phí | S(t)ink | -1 | Float | 0 | 1 | 0 | 1 | 0 | 3 | 3 | CHRO | CFO | |
| 5 | Hoạt động khai vấn dành cho mọi người | Fly | 4 | Fly | 8 | 4 | 9 | 5 | 1 | 24 | 5 | L&D | CFO | |
| 6 | Một số lãnh đạo quản lý vi mô | S(t)ink | -5 | Float | 0 | 5 | 0 | 5 | 0 | 9 | 4 | CHRO | CHRO | |
| 7 | Có chương trình đào tạo với khoản ký quỹ | Fly | 3 | Fly | 7 | 4 | 8 | 5 | 1 | 6 | 7 | CHRO | CEO | |
| 8 | Nhân viên gặp trung có chương trình phát triển cá nhân | Fly | 2 | Fly | 7 | 5 | 8 | 6 | 1 | 9 | 6 | CHRO | CHRO | |
| 9 | Nhân viên của quý | Fly | 1 | Fly | 3 | 2 | 7 | 6 | 4 | 3 | 8 | CHRO | CHRO | |
| 10 | Thưởng tháng thứ 13 hàng năm | Float | 0 | Float | 0 | 0 | 0 | 0 | 0 | không áp dụng | không áp dụng | Lương | CFO | |

*Hình 31. I AM OK to FLY ở bước 2, Tóm tắt*

- **Cột D** = Đặt mức độ nghiêm trọng cho từng hạng mục. Float/S(t) ink (-10 đến 0), Fly (0 đến +10).

- **Cột E** = Đặt phân loại mục tiêu: S(t)ink, Float hay Fly, cho vị trí mà chúng ta muốn hướng tới. Vị trí này có thể khác với vị trí hiện tại hoặc phân loại ban đầu đã đặt trong Cột C. Hãy suy xét xem tác động của từng hạng mục sẽ thế nào nếu trạng thái thay đổi?

- **Cột F** = Đặt mức kế hoạch cho vị trí chúng ta muốn hướng tới: Float hay S(t)ink (-10 đến 0), hay Fly (0 đến +10).

- **Cột G** = Tính khoảng chênh lệch (Cột F trừ Cột D) giữa vị trí hiện tại (Cột D) và vị trí mong muốn của chúng ta (Cột F).

- **Cột H** = Điểm chuẩn thực hiện cho mỗi hạng mục nên là bao nhiêu? Đặt mục tiêu điểm chuẩn (dựa trên trường hợp lý tưởng hay tiêu chuẩn ngành): Float hay S(t)ink (-10 đến 0) hay Fly (0 đến +10).

- **Cột I** = Khoảng chênh lệch giữa hiệu suất thực tế và lý tưởng là gì? Tính khoảng chênh lệch điểm chuẩn (Cột H trừ Cột D), khoảng chênh lệch giữa vị trí hiện tại (Cột D) và mục tiêu điểm chuẩn (Cột H).

- **Cột J** = Tính khoảng chênh lệch điểm chuẩn-kế hoạch (Cột H trừ Cột F), khoảng chênh lệch giữa mục tiêu điểm chuẩn (cột H) và kế hoạch cho vị trí chúng ta muốn hướng tới (Cột F).

- **Cột K** = Thời gian để thu hẹp khoảng chênh lệch cho mỗi hạng mục là bao lâu?

- **Cột L** = Mức độ ưu tiên của từng hạng mục thế nào? Xếp hạng chúng theo thứ tự ưu tiên.

- **Cột M** = Xác định ai là người kiểm soát vấn đề. Người phụ trách (Person in Charge - PIC) là người có trách nhiệm giải quyết vấn đề. Ví dụ: về việc chậm trả lương, PIC sẽ là trưởng bộ phận tính lương.

- **Cột N** = Xác định ai phụ trách ngân sách cho từng vấn đề. Ví dụ: người quản lý cơ sở vật chất là người kiểm soát ngân sách cho việc sửa chữa và bảo trì thang máy khi thang máy bị hư.

- **Cột O** = Nếu cần chi phí để thu hẹp khoảng chênh lệch thì ngân sách sẽ là bao nhiêu?

Trong một số trường hợp, bước Phân tích này đóng vai trò như một phương tiện để chuyển đổi vấn đề hiện tại từ trạng thái này sang trạng thái khác, chẳng hạn như chuyển S(t)inker sang Floater. Quan trọng hơn, bước này giúp ta nhận thức rõ hơn về trạng thái của từng vấn đề, mang lại sự rõ ràng để ta đưa ra những quyết định khó khăn về việc có nên giải quyết và chuyển đổi vấn đề hoàn toàn hay không.

Ngoài ra, khi xác định nỗ lực và chi phí cần thiết, chúng ta có thể đánh giá dự kiến liên quan đến việc khắc phục vấn đề. Hợp tác và đồng sáng tạo là chìa khóa thành công của ta và đội ngũ những người cần chung tay tạo ra giải pháp và là một phần của giải pháp.

Khi đánh giá Lợi tức đầu tư (ROI), ta có thể sẽ nhận thấy ROI cho việc cải thiện S(t)inker và Floater thường thấp hơn, và ROI cho Flyer thì cao hơn nhiều.

## Bước 3: Tạo động lực – Tôi tin mình có thể bay

*Tôi tin mình có thể bay*
*Tôi tin mình có thể chạm tới bầu trời*
*Cả ngày lẫn đêm, tôi luôn nghĩ*
*Dang rộng đôi cánh và bay đi*
*Tôi tin mình có thể bay cao*

*R. Kelly, bài hát I Believe I Can Fly*

*Tôi tin mình có thể bay.* Bạn có tin mình và những người khác cũng có thể bay cao không? Trách nhiệm của các nhà lãnh đạo không chỉ là đảm bảo mọi người thỏa mãn với công việc mà còn tạo điều kiện thuận lợi cho họ phát triển. Ở Bước 3, chúng ta chuyển sang tập trung khám phá những điều có thể tạo động lực bền vững cho nhân viên. Động lực tối ưu bao gồm năng lượng tích cực, sức sống, cảm giác viên mãn, cảm giác gắn kết và khả năng đạt được các mục tiêu có ý nghĩa – đây là tất cả những điều tạo điều kiện cho nhân viên phát triển, tỏa sáng và bay cao, cả trong lẫn ngoài môi trường công ty.

Tôi đã đề cập đến động lực nội tại và ngoại tại, hai loại động lực đơn giản mà tôi tin rằng nhiều người đã biết. Tuy nhiên, bây giờ tôi muốn đi sâu hơn một chút để thách thức những khái niệm này. Tôi khuyến khích bạn hãy cởi mở và tôi hy vọng bạn đủ tò mò để muốn đọc một cuốn sách đã gây ấn tượng mạnh đối với tôi!

Trong hai cuốn sách *Master Your Motivation (Làm chủ động lực)* và *Why Motivating People Doesn't Work and What Does (Nếu việc tạo động lực không hiệu quả thì việc gì có hiệu quả)*, Susan Fowler đã giới thiệu với độc giả thuật ngữ "động lực tối ưu" (optimal motivation[108,109]). Hầu hết mọi người nghĩ động lực là một cảm giác – ta có hoặc không có động lực. Trong khi đó, Fowler xem động lực như một phổ được xác định bởi hai chiều: tự điều chỉnh (từ chất lượng thấp đến cao) và nhu cầu tâm lý (từ chất lượng thấp đến cao). Phổ này trải dài từ sự thờ ơ (disinterested) đến động lực bên ngoài (external), động lực áp đặt (imposed), động lực liên kết (aligned), động lực tích hợp (integrated) và cuối cùng là động lực nội tại (inherent).

## Phổ động lực

*Hình 32. Phổ động lực*

*Sự thờ ơ (Disinterested motivation)* là động lực mà người ta có khi cả nhu cầu tự điều chỉnh lẫn nhu cầu tâm lý đều ở mức thấp – điều này cho thấy nhu cầu của nhân viên không được đáp ứng. Theo mô hình của Fowler, động lực này nằm ở phần nửa đáy của cả nhu cầu tự điều chỉnh lẫn nhu cầu tâm lý. Ở vùng này có sự thờ ơ, động lực ngoại tại và động lực áp đặt. Trong khi đó, ở đầu bên kia của phổ là động lực tối ưu, cả nhu cầu tự điều chỉnh lẫn nhu cầu tâm lý đều cao – điều này cho thấy nhu cầu của nhân viên được đáp ứng. Theo mô hình của Fowler, phần nửa đỉnh của cả nhu cầu tự điều chỉnh và nhu cầu tâm lý bao gồm các động lực liên kết, động lực tích hợp và nội tại. Nhân viên ở trạng thái này thỏa mãn hơn rất nhiều trong công việc vì họ có thể điều tiết cảm xúc, tạo động lực cho riêng mình và đáp ứng nhu cầu tâm lý của chính mình.

Tôi khuyên bạn nên đọc sách này để nắm bắt đầy đủ các khái niệm và giá trị được nêu trong sách. Những gì tôi vừa đề cập chỉ là vài thông tin sơ sài. Để minh họa phổ này, hãy tưởng tượng ta vừa tham dự một cuộc họp cập nhật tình hình dự án hằng tuần và xem xét sáu loại thái độ tạo động lực sau:

1. Thái độ tạo ra sự thờ ơ – "Đúng là phí thời gian, chẳng có giá trị gì cả, giờ thì mình càng trễ việc."

2. Thái độ tạo động lực ngoại tại – "Hay lắm, mình đã hoàn thành phần việc của mình trong dự án trước thời hạn và mọi người đều công nhận mình là ngôi sao của nhóm."

3. Thái độ tạo động lực áp đặt – "Áp lực từ những người đồng cấp khiến mình phải tham gia, mặc dù mình thà dành thời gian để làm những việc hay hơn. Mọi người không nhận ra mình phải căng thẳng thế nào để theo kịp họ sao?"

4. Thái độ tạo động lực liên kết – "Mình rất vui vì đã tham dự! Bài thuyết trình của Zara và Jim truyền cảm hứng cho mình rất nhiều. Thật thú vị, mình chưa bao giờ nghĩ sẽ làm việc theo cách ấy cả. Mình sẽ sử dụng phương pháp đó trong tương lai!

5. Thái độ tạo động lực tích hợp – "Mình đã nhắc nhở cả nhóm về mối liên kết giữa dự án này với các mục tiêu hàng quý và hằng

năm, không chỉ của bộ phận mà của toàn công ty. Mọi người đều thừa nhận rằng họ đã quên mất điều đó và nhờ mình nhắc nhở mà họ thấy phấn chấn lên."

6. Thái độ tạo động lực nội tại – "Những cuộc họp dự án vô cùng thú vị này là điểm nhấn trong tuần của mình, ước gì mỗi ngày đều được như vậy!"

*Người được tạo động lực luôn tìm ra cách để làm. Người không được tạo động lực luôn tìm ra cách để không phải làm.*

~~~

*Ed Latimore*

Tạo động lực là một kỹ năng. Dưới đây là phần gợi ý một số câu hỏi hướng dẫn để giúp các nhà lãnh đạo hiểu động lực của nhân viên và tạo động lực tự duy trì (self-sustainable motivation):

1. Giá trị cốt lõi nào của công ty có tác động mạnh nhất đến bạn và đội nhóm?

2. Mục đích sống hiện tại của bạn là gì? Điều gì ngăn cản bạn đạt được mục đích này thông qua đội nhóm hoặc tổ chức của mình?

3. Mục tiêu sống hiện tại của bạn là gì? Điều gì ngăn cản bạn đạt được mục tiêu này thông qua đội nhóm hoặc tổ chức của mình?

4. Bạn, đội nhóm và tổ chức cần làm thế nào để có thể hỗ trợ sự phát triển cá nhân?

5. Bạn, đội nhóm và tổ chức cần làm thế nào để đảm bảo mọi người đều có mục đích sống rõ ràng?

6. Bạn, đội nhóm và tổ chức cần làm thế nào để phát huy tư duy vô hạn? (xem Chương 3, Tư duy Vô hạn)

7. Bạn, đội nhóm và tổ chức cần làm thế nào để trang bị cho mọi người những kỹ năng họ cần trong tương lai?

8. Bạn, đội nhóm và tổ chức cần làm thế nào để trao quyền tự chủ cho mọi người?

9. Bạn, đội nhóm và tổ chức cần làm thế nào để cải thiện trí tuệ cảm xúc của các cá nhân? (Xem Chương 3, Cách tôi thể hiện)

10. Bạn, đội nhóm và tổ chức cần làm thế nào để có thể tạo ra văn hóa nhóm hiệu suất cao? (Xem Chương 6, Văn hóa)

11. Bạn, đội nhóm và tổ chức cần làm thế nào để tạo ra văn hóa khai vấn? (Xem Chương 6, Văn hóa Khai vấn)

12. Bạn, đội nhóm và tổ chức cần làm thế nào để dưỡng sự thân thuộc cho nhóm và tổ chức nhiều hơn?

13. Bạn, đội nhóm và tổ chức cần làm thế nào để bồi dưỡng sự chắc chắn và đa dạng hơn trong công việc của từng người?

14. Bạn, đội nhóm và tổ chức cần làm thế nào để bồi dưỡng văn hóa học hỏi?

Có nhiều cách để Fly (Bay). Hội thảo tạo động lực, brainstorming (các buổi động não), greenlighting (các buổi động não có cơ cấu, nơi chỉ đưa ra ý tưởng mà không bình luận, xét đoán hay thắc mắc về ý tưởng được đưa ra) và tư duy thiết kế (giải quyết vấn đề sáng tạo) – tất cả đều là những công cụ mà các nhà điều hành có thể sử dụng để tạo động lực cho mọi người.[xxiv]

Ở Bước 3, chúng ta thường tìm ra mục đích sống của các cá nhân hoặc phát hiện ra họ thiếu mục đích sống. Nếu là như vậy, ta có thể sử dụng các công cụ từ Chương 1, Xây dựng Mục đích sống. Hãy nhớ rằng mỗi người mỗi khác, và quá trình này hỗ trợ cho nền văn hóa ưu tiên con người.

Khi trải qua giai đoạn này, chúng ta cần lặp lại giai đoạn Phân tích ở Bước 2, bởi vì những thông tin chuyên sâu mới sẽ mở ra những ý tưởng mới về vị trí chúng ta muốn hướng đến. Chúng ta đã nghiên cứu sâu về tầm quan trọng của động lực ở Chương 4, Động lực. Nếu cần, xin hãy đọc lại phần đó.

---

xxiv. Có thể tìm các tài liệu Greenlighting trên trang RickYvanovich.com/BAUU/.

## Bước 4: Vận hành – Hành động để đến Đó

*Ta không bao giờ đủ thời gian để làm mọi việc,
nhưng luôn đủ thời gian để làm những việc quan trọng nhất.*

*Brian Tracy*

Chúng ta phải hành động và cải tiến cách hoạt động trong thế giới BAUU để biến những lĩnh vực mà nhân viên không thỏa mãn thành những lĩnh vực khiến họ rất thỏa mãn. Ở bước này, chúng ta cần đưa mỗi một hạng mục ưu tiên từ Bước 2 và 3 vào kế hoạch hành động. Chúng ta dùng mô hình STAB – **S**trategy (Chiến lược), **T**actics (Chiến thuật), **A**ction (Hành động) và **B**reakthroughs (Đột phá) – để giúp chúng ta đưa ra những lựa chọn tạo ra tác động mạnh nhất, đem đến những sự chuyển đổi lớn nhất về văn hóa và về mặt cá nhân. Mô hình STAB đã giúp nhiều tổ chức chuyển đổi hoàn toàn doanh nghiệp và văn hóa để thúc đẩy một môi trường mà mọi người đều muốn đến làm việc, có niềm đam mê, mục đích và trách nhiệm.

## Mô hình STAB – Chiến lược, Chiến thuật, Hành động, Đột phá

*Có chiến lược mà không có chiến thuật là con đường chậm nhất
để chiến thắng. Có chiến thuật mà không có chiến lược thì như
tiếng kêu trước khi bại trận.*

*Binh pháp Tôn Tử*

Người ta nói rằng họ hiểu chiến lược, chiến thuật và hành động là gì; tuy nhiên, ba khái niệm này rất thường bị sử dụng lẫn lộn. Khi không được sử dụng hợp lý, tác động của chúng sẽ giảm đi rõ rệt. Tôi tạo mô hình STAB như trong *Hình 33* bên dưới để giúp giải quyết vấn đề này và duy trì tính liên kết cho từng khái niệm.

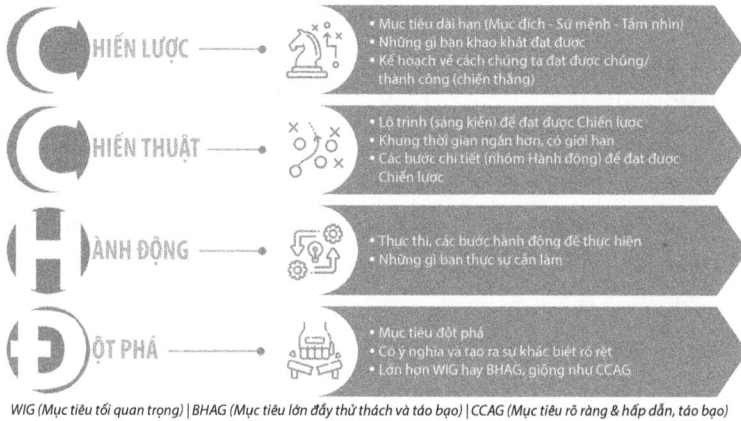

WIG (Mục tiêu tối quan trọng) | BHAG (Mục tiêu lớn đầy thử thách và táo bạo) | CCAG (Mục tiêu rõ ràng & hấp dẫn, táo bạo)

*Hình 33. Mô hình STAB*

Chiến lược là gì? Chiến thuật là gì? Người ta cứ nói về chúng nhưng luôn khó có thể xác định, phân biệt và đạt được chúng. Mô hình này hướng dẫn chúng ta cách thực hiện một hoặc nhiều STAB để đảm bảo thành công. STAB là một sự kết nối liền mạch từ trên xuống dưới và từ dưới lên trên. Mô hình này được thiết kế để đảm bảo sự liên kết.

Chiến lược (**S**trategy) trong ngữ cảnh này đề cập đến các kế hoạch chiến lược, mục tiêu dài hạn, những điều ta mong muốn và kế hoạch toàn diện để đạt được những điều này. Chúng ta gắn kết các mục tiêu dài hạn của nhân viên với mục đích sống cá nhân của họ, mục đích và sứ mệnh của công ty, cũng như tầm nhìn mà ta và người đó hướng tới trong thời gian họ làm việc ở công ty.

Bước 4 đặt ra các kỳ vọng bằng cách xem xét mục tiêu mà chủ doanh nghiệp mong muốn nhân viên của mình phấn đấu hướng tới cũng như xem xét nguyện vọng của chính nhân viên. Chiến lược cũng bao gồm những điều nhân viên cần làm để đạt được mục tiêu và những điều lãnh đạo sẽ làm để hỗ trợ họ. Thông thường, chúng ta tập trung vào tối đa là ba chiến lược quan trọng nhất. Nếu nhiều hơn con số này, chúng ta sẽ mất tập trung và không thể thực hiện chiến lược thành công.[xxv]

---

xxv. Có thể tìm đọc sách The Power of Focus (Sức mạnh của sự tập trung) và các tài liệu khác trên trang RickYvanovich.com/BAUU/.

Chiến thuật (**T**actic) là lộ trình (sáng kiến) để thực hiện chiến lược thành công, tập trung vào một khung thời gian ngắn và hữu hạn. Chiến thuật bao gồm các bước chi tiết hoặc nhóm hành động cụ thể cần được thực hiện cho từng chiến lược. Điều này đảm bảo nhân viên đạt được những tiến bộ nhỏ, bền vững trên hành trình hướng đến mục tiêu của họ mà không bị chao đảo hoặc mất đà. Hãy nhớ rằng, sự tiến bộ góp phần mang lại niềm vui và do đó, đừng quên ăn mừng thành tựu (như đã thảo luận ở các chương trước).

Hành động (**A**ction) là các bước chúng ta cần thực hiện để đạt được chiến thuật, và bởi đó đạt được chiến lược. Phần quan trọng nhất của quá trình này chính là phần hành động. Không có hành động thì không có tiến bộ, và do đó không có sự thay đổi về mức độ thỏa mãn. Hành động hay thói quen là các bước để hoàn thành được chiến lược và chiến thuật. Các hành động phải là dạng hành động mà chúng ta có thể đo lường được, bởi vì nếu không thể đo lường thì không thể xác định liệu ta đã hoàn thành một hành động nào đó hay chưa. Các hành động cũng phải mang tính khả thi (chúng ta không muốn khiến bất kỳ ai thất bại vì như thế, họ sẽ mất động lực) và phải vô cùng dễ hiểu đối với bất kỳ ai cần thực hiện hành động. Một hành động càng rõ ràng thì càng dễ được thực hiện mà không bị hiểu lầm. Sự rõ ràng ở đây là sự rõ ràng về mục tiêu, vai trò, trách nhiệm và kỳ vọng liên quan đến hành động.

Các mục tiêu đột phá (**B**reakthrough goals) thậm chí còn to lớn hơn Mục tiêu tối quan trọng (Wildly Important Goals – WIG) hay Mục tiêu lớn đầy thử thách và táo bạo (Big Hairy Audacious Goals – BHAG). Chúng giống Mục tiêu rõ ràng và hấp dẫn, táo bạo (Clear and Compelling Audacious Goals – CCAG). Để vượt qua tiêu chuẩn, vượt trên cả mong đợi hay thậm chí đạt được thành công chưa từng có, chúng ta cần thiết lập một số mục tiêu mang tính đột phá. Vì vậy, hãy đánh giá các mục tiêu và thử thách để xem chúng có mang tính đột phá hay không, và nếu chúng không mang tính đột phá thì hãy làm cho chúng to lớn hơn.

Cũng hợp lý khi nghĩ rằng chúng ta nên bắt đầu với những mục tiêu đột phá bởi vì chúng có trước các chiến lược. Tuy nhiên, bạn có bao giờ mỉm cười, bật cười hay nhảy cẫng lên sung sướng khi đối mặt với nhiệm vụ đề ra chiến lược, chiến thuật và hành động không? Chắc là không. Tôi cũng không (trừ khi người ta tưởng cái nhăn mặt của tôi là một nụ cười).

Hãy đối chiếu điều này với STAB và với yêu cầu rằng chúng ta phải có thật nhiều STAB thì mới thành công!

Như được minh họa trong *Hình 34* bên dưới, mẫu STAB thể hiện mối quan hệ xếp tầng giữa các hạng mục:[xxvi]

- Tôi khuyên có tối đa 3 mục tiêu đột phá (ĐP1–ĐP3).

- Đối với từng mục tiêu đột phá, ví dụ như ĐP1, tôi khuyên có thể có tối đa 3 chiến lược (CL1–CL3).

- Đối với mỗi chiến lược (ĐP1–CL1), tôi khuyên có thể có tối đa 5 chiến thuật (CT1–CT5).

- Đối với mỗi chiến thuật (ĐP1–CL1–CT1), tôi khuyên có thể có tối đa 5 hành động (HĐ1–HĐ5).

- Mỗi hạng mục đều được đặt một mức độ ưu tiên, ngày hoàn thành mục tiêu và người chịu trách nhiệm hoàn thành nhiệm vụ.

- Mẫu bên dưới cũng tạo điều kiện cho các lãnh đạo theo dõi trạng thái của từng nhiệm vụ, đánh dấu nhiệm vụ dưới dạng chưa bắt đầu, đang thực hiện, đang trên đà phát triển hoặc đã hoàn thành.

| **Mục đích chung:** | | | | | | | |
|---|---|---|---|---|---|---|---|
| Ưu tiên | Ngày hoàn thành mục tiêu | Người phụ trách (PIC) | Trạng thái | Tham chiếu* | | | Chiến lược Chiến thuật Hành động Đột phá |
| | | | | | | | **Đột phá** |
| | | | | B1 | | | |
| | | | | B2 | | | |
| | | | | B3 | | | |
| | | | | | | | **Chiến lược** |
| | | | | B1 | S1 | | |
| | | | | B1 | S2 | | |
| | | | | B1 | S3 | | |
| | | | | | | | **Chiến thuật** |
| | | | | B1 | S1 | T1 | |
| | | | | B1 | S1 | T2 | |
| | | | | B1 | S1 | T3 | |
| | | | | B1 | S1 | T4 | |
| | | | | B1 | S1 | T5 | |
| | | | | | | | **Hành động** |
| | | | | B1 | S1 | T1 | A1 |
| | | | | B1 | S1 | T1 | A2 |
| | | | | B1 | S1 | T1 | A3 |
| | | | | B1 | S1 | T1 | A4 |
| | | | | B1 | S1 | T1 | A5 |

*Sự tham chiếu liên kết & xâu chuỗi STAB với nhau = Đột phá đến Chiến lược đến Chiến thuật đến Hành động

*Hình 34. Mẫu STAB*

---

xxvi. Có thể tìm mẫu STAB và các tài liệu khác trên trang RickYvanovich.com/BAUU/

Giờ đây, khi đã hiểu được công cụ STAB về cơ bản, chúng ta hãy quay lại bảng I AM OK to FLY ở *Hình 31* để xem xét từng vấn đề, yếu tố được ưu tiên ở Bước 2 và 3. Để thúc đẩy văn hóa đam mê và đổi mới, chúng ta cần một kế hoạch hành động để thực hiện các mục tiêu này. Nếu chúng ta không có một kế hoạch để khuyến khích mọi người phát triển thì những hành động sẽ dần mất đi xung lực và hiệu quả. Chúng ta cũng phải xác nhận lại và điều chỉnh các ưu tiên, mốc thời gian và ngân sách nếu cần. Dưới đây gợi ý một số câu hỏi hướng dẫn để hỗ trợ xây dựng kế hoạch Bước 4 – Vận hành và hoàn thành STAB:

1. Bạn, đội nhóm và tổ chức nói "Có" với những hạng mục nào?

2. Bạn, đội nhóm và tổ chức nói "Không" với những hạng mục nào?

3. Ba chiến lược hàng đầu đối với bạn, đội nhóm và tổ chức là gì?

4. Bạn, đội nhóm và tổ chức có những chiến thuật nào tương ứng với từng chiến lược?

5. Bạn, đội nhóm và tổ chức cần có những bước hành động cụ thể nào để thúc đẩy từng chiến thuật?

6. Mục tiêu đột phá của bạn, đội nhóm và tổ chức là gì?

7. Ưu tiên của từng chiến lược, chiến thuật và hành động là gì?

8. Ngày hoàn thành mục tiêu cho từng chiến lược, chiến thuật và hành động là ngày nào?

9. Ai là người phụ trách từng chiến lược, chiến thuật và hành động?

10. Những hành vi rõ ràng nào cần được thay đổi?

11. Những thói quen nào cần được thay đổi?

## Bước 5: Kaizen – Sự thỏa mãn bền vững

*Kaizen có nghĩa là cải tiến liên tục với sự tham gia của mọi người mà không tốn kém nhiều.*

*Masaaki Imai*

Ở Bước 5, chúng ta quay lại với Kaizen, triết lý kinh doanh "thay đổi để tốt hơn" của người Nhật tập trung vào việc liên tục cải thiện trong công việc và cuộc sống. Triết lý này trở nên phổ biến nhờ cuốn sách *Kaizen: The Key to Japanese Competitive Success (Kaizen: Chìa khóa Thành công trong Hoạt động Cạnh tranh của người Nhật)*[110] của Masaaki Imai. Tôi diễn dịch Kaizen theo cách hơi cải biến một chút so với ý nghĩa gốc bằng tiếng Nhật: tôi xem đây là sự học hỏi cả đời, sự liên tục cải thiện bản thân cũng như cải thiện các quá trình. Tại TRG International, chúng tôi coi Kaizen là một trong những giá trị cốt lõi, và mỗi năm, hàng trăm thực tập sinh cho biết đây là giá trị mà họ yêu thích nhất và sẽ duy trì ngay cả sau khi kết thúc thời gian thực tập.

Bước 5 trong mô hình I AM OK to FLY mang đến cơ hội để suy ngẫm với nguyên tắc cải tiến liên tục của Kaizen. Chúng ta muốn đạt được sự thỏa mãn bền vững và sự cải thiện liên tục. Để liên tục phát triển về mặt cá nhân và nghề nghiệp, ta cần phải có thái độ và tư duy tốt hơn, bắt đầu với từng ý tưởng một.

Sau đây là gợi ý về một số câu hỏi hướng dẫn để giúp các nhà lãnh đạo thực hiện Kaizen:

1. Chúng ta có thể ăn mừng những sự tiến bộ nào?

2. Điều gì đã diễn ra tốt đẹp?

3. Điều gì đã không diễn ra như kế hoạch?

4. Nếu có thể quay ngược thời gian và làm lại từ đầu, chúng ta sẽ thay đổi điều gì?

5. Những hành động nào mang lại kết quả lớn nhất?

6. Chúng ta cảm thấy thế nào về những kết quả đạt được cho đến hiện tại?

7. Cảm xúc của chúng ta đang nói gì về tình hình hiện tại?

8. Điều gì đang ngăn cản bạn, đội nhóm và tổ chức đẩy nhanh mục tiêu đột phá?

9. Chúng ta đang ở mức nào trên thang điểm từ 1 đến 10? Điều gì cần phải xảy ra hoặc thay đổi để nâng lên mức 10? Nếu chúng ta đã ở mức 10 thì làm thế nào để có thể lên tới mức 11?

10. Cần thực hiện những điều chỉnh nào đối với mô hình STAB?

Bước này trong mô hình dựa vào việc các nhà lãnh đạo thiết lập một nền văn hóa lan tỏa đến từng nhân viên trong đội ngũ. Công việc của các nhà điều hành hoặc các CEO là thiết lập văn hóa cho các lãnh đạo trước. Việc chú trọng sự tiến bộ liên tục, đối với cả cá nhân lẫn tập thể, sẽ tạo điều kiện cho mọi người đưa ra nhiều ý tưởng đổi mới, thúc đẩy giao tiếp thẳng thắn giữa các nhân viên và những cuộc đối thoại cởi mở về những thử thách mà tập thể và doanh nghiệp phải đối mặt.

Theo nguyên tắc này, tôi biết rằng tuy là người lãnh đạo trong doanh nghiệp nhưng tôi không phải là người duy nhất đưa ra quyết định hay có tư tưởng tiến bộ. Nguyên tắc này yêu cầu tôi phải ưu tiên lắng nghe mọi tiếng nói trong một tổ chức, đối xử với mọi người như những người thông minh và có khả năng giải quyết vấn đề, thay vì đối xử với họ như những người cần được "siết thật chặt" hay cần có các quy định chi tiết thì mới có thể tiến bộ trong cả công việc lẫn cuộc sống.

## Bước 6: Fly (Bay)

*Ngay khi nghi ngờ mình có thể bay hay không,*
*ta không còn có thể bay nữa.*

❧

*J. M. Barrie, Peter Pan*

Khái niệm Fly (Bay) ở trong mô hình này cũng giống như khái niệm "flow" (Dòng chảy) (của Mihály Csíkszentmihályi), đó là cảm giác "miệt mài chìm đắm" khi mà thời gian trôi qua ta cũng chẳng hay, bởi vì ta quá tập trung và làm việc rất hiệu quả.[111] Như vậy, trong mô hình này, Fly là khi chúng ta giúp nhân viên phát triển và hiện thực hóa mục đích sống ngay trong công việc hằng ngày cũng như cuộc sống cá nhân. Chúng ta loại bỏ S(t)inker và tăng Flyer càng nhiều thì mọi người càng trở nên thỏa mãn hơn cả về mặt cá nhân lẫn công việc, từ đó tất cả cùng đạt được thành công tuyệt vời hơn. Mục tiêu của chúng ta là trợ giúp và chúng ta muốn mọi người "miệt mài chìm đắm".

Trong một tổ chức, mỗi người nhìn nhận sự việc mỗi khác, bởi vì chúng ta có những nhận thức, trải nghiệm và niềm tin khác nhau. Mỗi người trong chúng ta đều độc nhất và được những trải nghiệm công việc cũng như trải nghiệm cá nhân định hình con người chúng ta, cả trong lẫn ngoài môi trường công việc. Là các lãnh đạo doanh nghiệp, chúng ta muốn giúp thật nhiều người có được sự thỏa mãn ở nơi làm việc.

Tuy nhiên, ta không thể gặt hái điều gì đó thay cho người khác. Ta không thể buộc ai đó làm bất cứ điều gì cho dù ta thấy điều đó quan trọng đến mức nào, hay cho dù ta tin rằng điều đó sẽ làm tăng sự thỏa mãn của họ trong công việc và cuộc sống. Ta còn cả một doanh nghiệp cần điều hành và ta không thể ở đó nắm tay dắt từng người đi suốt chặng đường.

Đó là lý do tại sao những công cụ này rất hữu ích; tuy nhiên, nếu chỉ dựa vào chúng thôi thì chưa đủ. Ta phải cân bằng các nguồn động lực cho nhân viên. Động lực nội tại xuất phát từ mong muốn trong lòng của nhân viên – mong muốn làm được nhiều việc hơn và đạt được thành tựu. Động lực ngoại tại đến từ sự xác nhận hoặc ghi nhận của đồng nghiệp và người giám sát.

Khi hiểu rõ và áp dụng các mô hình cũng như công cụ khác nhau được thảo luận trong sách này – những mô hình và công cụ sử dụng cả động lực bên trong lẫn bên ngoài – ta có thể nâng cao mức độ thỏa mãn chung của nhân viên. Ngoài ra, điều này cũng tăng tính rõ ràng, trực tiếp và hiệu quả của các kỳ vọng, mục tiêu cũng như hệ thống hiện có.

## Công việc có phù hợp không?

*Cách duy nhất để làm được việc lớn là yêu công việc mình làm.*

*Nếu chưa tìm thấy công việc đó, hãy tiếp tục tìm kiếm. Đừng cam chịu.*

*Steve Jobs*

Các doanh nghiệp cần một chiến lược cho cả hoạt động tuyển dụng bên trong lẫn bên ngoài. Khi tìm kiếm ứng viên phù hợp để bố trí công việc, công ty sử dụng nhiều hình thức đánh giá để tìm kiếm sự kết hợp hiếm thấy nhưng quan trọng – sự kết hợp giữa "người hợp việc" (job fit) và "việc hợp người" (job sculpting). Hãy để tôi giải thích thêm.

*Người hợp việc* liên quan đến việc tìm người (cái chốt) cho một công việc (cái lỗ) và tìm người phù hợp nhất có thể. Những người phù hợp với vai trò của họ sẽ làm việc thật tốt mà không cần ai giám sát và quản lý liên tục. Khi một đội nhóm có những người mới gia nhập, văn hóa và hiệu suất của đội nhóm sẽ thay đổi. Do đó, kỳ vọng công việc (cái lỗ) cũng thay đổi, khiến quá trình tìm kiếm người phù hợp cứ diễn ra sôi nổi và liên tục.

*Việc hợp người* thì hơi khác một chút so với *người hợp việc*. Đôi khi, ứng viên hoàn toàn phù hợp cho một công việc không có sẵn hoặc thậm chí không tồn tại. Tuy nhiên, nếu một ứng viên có thái độ, kỹ năng, kinh nghiệm và năng lượng phù hợp, chúng ta thường cố gắng "nhào nặn" một công việc dựa trên những điểm mạnh và niềm đam mê của họ.

*Nếu ta đưa những người phù hợp lên xe buýt, để cho họ*
*ngồi vào chỗ phù hợp, và để những người không phù hợp xuống xe,*
*thì ta sẽ biết cách đưa tất cả đến một nơi tuyệt vời.*

*Jim Collins*

Bằng cách đánh giá từng người, chúng ta có thể xác định chính xác những người phù hợp cho những chỗ ngồi khác nhau trên xe buýt (theo cách nói trên của Jim Collin) và xác định những người không phù hợp cho chiếc xe buýt. Việc đánh giá bao gồm xem xét cách mọi người cư xử và điều gì khiến họ xử sự theo cách như vậy. Hãy áp dụng phương pháp này cho vị trí công việc mà chúng ta muốn tuyển dụng, bằng cách đánh giá những người thể hiện tốt nhất vai trò đó và tìm kiếm thêm những người giống họ. Chúng ta tìm những người tốt nhất cho công việc đó. Quá trình này giúp các nhà lãnh đạo dễ dàng tìm được ứng viên phù hợp cho công việc và đội ngũ – chỉ cần gắn đúng chốt vào đúng lỗ.

Mọi người đã chuyển từ làm việc tại văn phòng sang làm việc từ xa, dẫn đến đủ mọi vấn đề do lực lượng lao động phân tán. Cách chúng ta liên lạc và tương tác với nhau từ xa khác xa với cách chúng ta tương tác khi ngồi cạnh nhau tại văn phòng. Bộ kỹ năng mà mọi người cần để phát triển trong mô hình làm việc mới này đã thay đổi. Cách chúng ta cư xử đã thay đổi, những hành vi chúng ta cần áp dụng cũng thay đổi, nhưng không ai dạy chúng ta phải làm gì tiếp theo cả.

Các bài kiểm tra hành vi và đánh giá năng lực tạo điều kiện cho các cá nhân hiểu sâu hơn về bản thân và hành vi của mình, từ đó có thể điều chỉnh chúng vì phúc lợi của mình. Những công cụ này giúp chúng ta nhận thức rõ hơn về cả trạng thái bên trong lẫn hành động bên ngoài, nhận ra những ưu tiên của mình, sửa đổi thói quen cũng như hành vi.

Thế giới làm việc đã thay đổi. Mọi người, tổ chức và chủ doanh nghiệp đang ứng phó theo những cách khác nhau. Chủ doanh nghiệp nên làm gì? Cá nhân nên làm gì? Thế giới làm việc nơi chúng ta đang sống trông như thế nào? Tất các đánh giá hiện có có thể trả lời những câu hỏi này.

Chúng ta hãy cắm đúng chốt vào đúng lỗ, bởi vì nếu ta cắm sai thì chốt và lỗ không vừa với nhau. Ngay cả trẻ nhỏ cũng biết rằng không thể nhét cái chốt hình tam giác vào lỗ tròn vì nó sẽ không vừa – đối với công việc làm cũng vậy. Khi người ta làm việc kém hiệu quả, đây thường là do họ không được đặt đúng vị trí. Đôi khi công việc không phù hợp với người làm. Khi dành thời gian để thực hiện quá trình suy ngẫm này, tổ chức của ta sẽ tiết kiệm được thời gian và công sức về lâu dài.

Trong một nhóm bán hàng gồm có mười người, không phải ai cũng là nhân viên hạng A, phải không? Theo thống kê, theo phân phối chuẩn (đường cong hình chuông), ta sẽ có một, hai hoặc nếu may mắn là ba nhân viên hạng A trong nhóm đó. Ta cũng sẽ có một số người có thành tích kém nhất, và nếu bạn đã từng tiếp quản một nhóm nào đó, bạn có thể từng thắc mắc tại sao ngay từ đầu họ lại được tuyển vào, và tại sao họ vẫn còn được giữ lại làm việc! Bản thân những người này cũng có thể thắc mắc họ đóng góp được gì và tự hỏi họ sẽ tiếp tục được thuê làm việc này trong bao lâu nữa. Những người còn lại thì nằm đâu đó ở khoảng trung bình. Những người có thành tích thấp trong nhóm rất dễ trở nên bất mãn và thắc mắc về tầm quan trọng, giá trị và khả năng của họ.

Nhóm này có ba loại nhân viên (giỏi, trung bình và kém). Theo như phép so sánh của chúng ta thì các mức xếp hạng này là "cái lỗ". Chúng ta có thể sử dụng các đánh giá để xác định hình dạng của từng lỗ. Hình dạng cho những nhân viên hạng A, nhân viên ở mức trung bình, và nhân viên ở mức kém là gì? Sử dụng các đánh giá, tôi biết hình dạng của bạn (cái chốt) là gì và tôi chỉ việc tìm vai trò (cái lỗ) nào phù hợp nhất với bạn – cho dù bạn là nhân viên giỏi, trung bình hay kém. Đơn giản thế thôi, mặc dù trông có vẻ phức tạp.

Qua nhiều năm làm việc tại TRG, chúng tôi đã thử, kiểm nghiệm, sử dụng, bán và tư vấn rất nhiều đánh giá cũng như khảo sát từ nhiều nhà cung cấp. Công cụ chính của chúng tôi là công cụ từ Great People Inside (GPI).[xxvii] Ta có thể tùy chỉnh chúng ngay tức thì và chúng có hàng trăm hành vi để ta lựa chọn. Do đó, các công cụ này mang tính toàn diện và linh hoạt hơn bất kỳ công cụ nào khác mà chúng tôi từng thấy (và chúng tôi quả thực đã xem xét hàng trăm giải pháp cạnh tranh). Những công cụ này giúp chúng ta biết "hình dạng" của các cá nhân và cho chúng ta nhìn thấy xuất phát điểm (chấm đỏ trên bản đồ), nhờ đó, từ đó dễ dàng vạch ra lộ trình để tìm thấy sự thỏa mãn và thành công. Chúng tôi sử dụng các công cụ này để chọn đúng người, đưa họ vào đúng chỗ, và quan trọng hơn là phát triển họ thêm nữa. Ngoài ra, chúng tôi sử dụng các công cụ Genos Emotional Intelligence (EI) khi cần tập trung vào Trí tuệ Cảm xúc.[xxviii]

---

xxvii. Great People Inside (GPI) là nền tảng đánh giá và phát triển nhân sự hiện đại sử dụng công nghệ đám mây. https://greatpeopleinside.com/.

xxviii. Genos International giúp các chuyên gia áp dụng những kỹ năng về trí tuệ cảm xúc cốt lõi nhằm nâng cao khả năng tự nhận thức, đồng cảm, khả năng lãnh đạo và khả năng phục hồi. Trong thế giới hướng tới việc tối ưu hoá, việc áp dụng trí tuệ cảm xúc trong công việc là nền tảng cơ bản để thành công.

## Sự Thỏa mãn trong Công việc

*Động lực thực sự đến từ thành tựu, sự phát triển cá nhân,*
*sự thỏa mãn trong công việc và sự công nhận.*

～✦～

*Fredrick Herzberg*

Hiểu được động lực làm việc là điều quan trọng. Trong cuốn *Why We Work (Tại sao Chúng ta Làm việc)*, Barry Schwartz đã bác bỏ niềm tin phổ biến rằng chúng ta làm việc để kiếm tiền. Ông tiết lộ rằng lý do cũng như động lực làm việc của chúng ta sâu xa hơn thế nhiều.[112] Theo Schwartz, khi người ta cảm nhận công việc như một "ơn gọi" thì họ sẽ gắn kết hơn. Ông xem xét các yếu tố – chẳng hạn như quyền tự chủ và sự đầu tư – đóng vai trò tác nhân tạo ra cảm giác thỏa mãn với công việc cao hơn. Với quyền tự chủ, nhân viên có được sự độc lập và trách nhiệm, do đó họ đầu tư nhiều hơn cho công việc. Tại sao? Tại vì hầu hết mọi người đều không thích bị quản lý vi mô. Họ không muốn sếp liên tục để mắt đến họ. Họ muốn nói: "Tôi biết mình đang làm gì. Hãy cho tôi khả năng để làm điều đó. Hãy trao quyền cho tôi. Tôi sẽ đảm nhận trách nhiệm này. Tôi sẽ thực hiện công việc này."

Như vậy, doanh nghiệp phải đầu tư vào nhân viên, và trong thế giới WFA, điều này càng đúng hơn bao giờ hết. Có thể chúng ta đã thuê được những người có trình độ học vấn cao và giàu kinh nghiệm, nhưng tốc độ thay đổi nhanh chóng của mọi thứ đã vượt xa trình độ học vấn và kinh nghiệm vốn có. Tất cả chúng ta đều phải thích nghi, và các tổ chức cần đi đầu trong việc hỗ trợ chúng ta chuẩn bị cho sự thay đổi.

Schwartz cũng nhấn mạnh rằng mọi người trong công ty phải tin tưởng vào sứ mệnh bởi vì điều này rất quan trọng. Chúng ta đang làm gì và tại sao việc này lại quan trọng? Nếu nhân viên gắn kết với tổ chức và tin vào sứ mệnh của tổ chức thì mức độ gắn kết sẽ tăng lên và hiệu suất làm việc sẽ tăng vọt.

Áp dụng những điều Schwartz đã viết vào thế giới kinh doanh "bất thường" BAUU, chúng ta cần phải cải thiện môi trường làm việc tốt hơn cho mọi người. Chúng ta cần nhấn mạnh những điều tích cực, trung hòa hoặc giảm thiểu những điều tiêu cực để cải thiện mức độ thỏa mãn của nhân viên. Đối với tôi, điều này nghe có vẻ là lẽ thường tình, nhưng hình như thế giới ngày nay đang thiếu đi những lẽ thường tình như vậy.

Khi biến những điều tiêu cực thành tích cực, chúng ta nên tham khảo đến tác phẩm của Viktor Frankl. Trong cuốn sách *Man's Search for Meaning (Đi tìm lẽ sống)* xuất bản năm 1946, Frankl kể lại trải nghiệm của mình khi còn là tù nhân trong các trại tập trung của Đức Quốc xã trong Thế chiến thứ hai.[113] Ông đã phát triển một phương pháp để đối phó với những trải nghiệm khủng khiếp bằng cách chọn một mục đích sống để cảm thấy lạc quan và tập trung năng lượng vào việc sinh tồn, để có thể sống sót trong những điều kiện khủng khiếp xung quanh mình. Frankl tin rằng nếu không hy vọng vào tương lai, ông và những người bạn tù sẽ không thể sống sót. Như ông đã viết: "Mọi thứ đều có thể bị tước đi khỏi con người ngoại trừ một điều: quyền tự do cuối cùng của con người – được lựa chọn thái độ của mình trong bất kỳ hoàn cảnh nào, được chọn con đường riêng của mình."

*Mọi thứ đều có thể bị tước đi khỏi con người ngoại trừ một điều:*
*quyền tự do cuối cùng của con người – được lựa chọn thái độ của mình*
*trong bất kỳ hoàn cảnh nào, được chọn con đường riêng của mình*

*Viktor Frankl*

Nguyên tắc nêu trên cũng áp dụng được cho thời điểm lịch sử này, khi chúng ta đang cố gắng định vị trong thế giới kinh doanh "bất thường" BAUU. Mọi việc chúng ta làm đều phải có mục đích và chúng ta nên chọn duy trì trạng thái biết ơn, suy nghĩ tích cực bất chấp hoàn cảnh hiện tại. Thay vì tập trung vào những điều tiêu cực, chúng ta phải cố gắng hết sức để tìm ra những điều tích cực, những bài học rút ra từ mọi khoảnh khắc hoặc thử thách. Tuy nhiên, nếu không gắn kết với công việc hằng ngày và lưu tâm đến cảm xúc của mình, chúng ta sẽ khó mà cảm thấy thỏa mãn với bất cứ điều gì.

Ở phần trước, chúng ta đã đề cập đến chủ đề gắn kết. Khi sử dụng mô hình I AM OK to Fly, các lãnh đạo chủ chốt trong doanh nghiệp có một cách để tối đa hóa sự gắn kết của mọi người trong công việc. Gắn kết là yếu tố quan trọng trong sự thành công của bất kỳ doanh nghiệp nào, và hiện nay, yếu tố này thậm chí còn quan trọng hơn. Tất cả chúng ta cần chung tay nếu muốn không chỉ vượt qua những ảnh hưởng của đại dịch mà còn phát triển và bay cao.

Gắn kết hời hợt thì cũng gần giống như giả vờ. Chiến lược của nhiều người là cứ ai sao tôi vậy và tránh xung đột, nhưng thực ra họ chỉ đang đánh lừa chính mình, đánh lừa những người khác và tổ chức. Sự tham gia cho có dẫn đến sự hòa thuận giả tạo. Kiểu như các đồng nghiệp có thể ngồi quanh bàn họp và gật gù đồng thuận mọi thứ, nhưng khi cuộc họp kết thúc, mọi người mới chia sẻ cảm xúc thật của mình về những điều đã được thảo luận. Kiểu tham gia cho có này giống như những con hà biển bám vào thuyền – trông rất khó coi, và quan trọng hơn là chúng tạo ra lực cản khiến thuyền khó tiến về phía trước.[114]

Chúng ta mong muốn có được sự gắn kết đích thực. Muốn vậy, mỗi chúng ta cần phải nỗ lực nhiều hơn nữa để đảm bảo đưa tổ chức đến gần hơn với vạch đích. Đây là dạng gắn kết của những người đam mê và cam kết trọn vẹn. Ngược lại, đối với những người không hoàn toàn gắn kết, họ có thể chọn ở lại hoặc rời đi. Giống như mọi dạng suy nghĩ tích cực, sự gắn kết đích thực có tính lan tỏa, tạo ra sự hăng hái và đảm bảo năng suất làm việc tăng. Các cá nhân không chỉ đóng góp và thúc đẩy thành công mà còn đồng thời trải nghiệm sự thỏa mãn cá nhân, tạo nên một chu kỳ thành tựu liên tục.

Tôi biết một cách để xác định nhanh ta đang ở bên phía nào. Hãy nghĩ về ngày làm việc điển hình của mình. Ta có cảm thấy từng phút trôi qua thật chậm chạp, nặng nề, chờ mãi mới đến giờ tan sở để được về nhà không? Hay là khi nhìn đồng hồ vào cuối ngày, ta có tự hỏi thời gian đã trôi qua tự lúc nào? Nếu cảm thấy một ngày làm việc trôi qua thật chậm chạp, rất có thể ta đang ở phía "tham gia cho có". Ngược lại, nếu như sau khi kết thúc một ngày, ta lại mong chờ đến ngày mai để quay lại làm việc, thì ta đang ở phía gắn kết thực sự.

Kết lại, lời khuyên cuối cùng dành cho các nhà lãnh đạo muốn tăng mức độ thỏa mãn trong công việc cho nhân viên là đảm bảo không so sánh các nhân viên cấp dưới trực tiếp của mình với nhau. Nếu so sánh họ với nhau, ta sẽ vô tình khiến những nhân viên vốn đã bất mãn càng bất mãn hơn, khiến họ càng cảm thấy giá trị của mình bị hạ thấp và thấy mình vô dụng. Đây là điều không nên có ở các doanh nghiệp đang cố gắng xây dựng lòng tin, sự kết nối và xây dựng cộng đồng với nhân viên! Là người quản lý, ta không muốn mình bị so sánh với những người quản lý khác, vì vậy cũng đừng bao giờ làm điều tương tự với nhân viên.

Hãy chỉ so sánh bản thân với chính mình, và cũng hãy áp dụng nguyên tắc này cho nhân viên. Hãy chỉ so sánh các mục tiêu cụ thể được nêu trong kế hoạch phát triển cá nhân của mỗi nhân viên và để cho họ được phát triển theo kế hoạch của mình. Theo dõi sự phát triển cá nhân là điều cần thiết để duy trì mục đích, niềm say mê và động lực của họ. Do đó, hãy theo dõi tiến trình cá nhân hướng đến các mục tiêu được xác định rõ, cân bằng những mục tiêu này với sự thỏa mãn ở các lĩnh vực khác trong cuộc sống để nhân viên cảm thấy hài lòng, đồng thời cũng phù hợp với kế hoạch tăng trưởng của công ty – như thế tất cả mọi người đều có cơ hội phát triển.

Khi so sánh ai đó với một người khác, ta làm giảm giá trị bản thân của họ. Điều này dẫn đến một hậu quả tiêu cực, khiến các thành viên vốn tích cực và làm việc hiệu quả trong đội nhóm trở thành những kẻ gây mất tinh thần cho chính mình và những người xung quanh.

Ta có thể tránh so sánh ai đó bằng cách nào? Bằng cách nhìn vào bên trong. Sự so sánh duy nhất đáng để ta dành thời gian chính là sự so sánh mà ta có thể tác động trực tiếp. Vì vậy, hãy so sánh mình với chính mình. Hãy tự hỏi: Mình có thể làm gì để trở nên tốt hơn? Mình làm thế nào để có thể vươn đến tiềm năng cao nhất? Hãy suy nghĩ như một vận động viên và cố gắng vượt qua thành tích của chính mình.

Có lẽ đại dịch đã tặng cho chúng ta một món quà: mỗi chúng ta có được nhiều thời gian hơn để tập trung vào bản thân. Khi cơ cấu làm việc thay đổi, chúng ta có thể dành thời gian suy nghĩ về những thay đổi có thể thực hiện để trang bị cho mình khả năng đối mặt với những thách thức hiện tại, cũng như những thử thách mà chúng ta dự đoán sẽ đến trong tương lai không xa.

Các tổ chức có tư duy cầu tiến luôn chú ý đến tỷ lệ giữ chân nhân viên – điều này là có lý do. Nếu bắt đầu mất nhân viên bởi tâm lý "cỏ bên kia đồi xanh hơn", ta phải xem có thể làm gì để cải thiện điều kiện trong tổ chức của mình. Khi một doanh nghiệp không cần phải khoe khoang có tỷ lệ giữ chân cao thì đây là dấu hiệu cho thấy mọi thứ đang diễn ra tốt đẹp bên trong doanh nghiệp này.

Một thành công đích thực khác nữa chính là khi tổ chức có những nhân viên quay trở lại. Những người này đã từng có tâm lý "cỏ bên kia đồi xanh hơn" và đã rời bỏ công ty, để rồi sau đó quay lại khi phát hiện ra rằng thích "cỏ" ở nơi mà mình vừa rời đi hơn. Ở một số quốc gia, chẳng hạn như Việt Nam, người ta có quan niệm rằng đừng bao giờ quay lại công ty mà mình đã rời đi. Quan niệm này như một rào cản, như một mô típ tâm lý thời hiện đại, khiến người ta không dám quay lại. Chúng ta nên chung tay xóa bỏ kiểu quan niệm như vậy. Ta có thể quay lại công ty mà mình đã rời đi và các công ty nên mở rộng cửa chào đón những nhân viên quay lại đó.

Sau khi hiểu rõ vị trí của chính mình và đội nhóm, chúng ta có thể lập kế hoạch khai vấn và cung cấp chương trình khai vấn để đưa mọi người vươn đến vị trí họ muốn. Tuy nhiên, ngay cả khi có sẵn kế hoạch và mục tiêu thì chính chúng ta lại có thể là người cản trở sự cải tiến liên tục của cá nhân mình – bằng những nghi ngại về sự tự tin và giá trị bản thân, nhất là khi chúng ta so sánh mình với người khác.

Cái bẫy so sánh này có liên quan đến một chủ đề thảo luận lớn về thế giới BAUU trong đại dịch: Nếu mọi việc không như ý muốn và ta bị mất việc, ta sẽ rơi vào tình trạng thất vọng khi so sánh mình của hiện tại với mình trước đại dịch. Chúng ta phải thoát khỏi cái bẫy đó. Chúng ta phải vẫn tin rằng mình có thể bay. Chúng ta phải vẫn tin rằng mình có thể làm được. Chúng ta phải tiếp tục xây dựng sự tự tin vào năng lực bản thân, tiếp tục xây dựng sự tự đánh giá cao – đây đều là những điều tích cực để xây dựng Tháp Bản thân cao hơn và vững chắc hơn (Chương 4).

Khi các nhà quản lý và lãnh đạo nhìn sự việc từ góc độ khai vấn, họ coi sự thỏa mãn là điều gì đó bắt nguồn từ bên trong và coi những cải tiến có thể thực hiện là cơ hội khai vấn. Điều này cũng đòi hỏi nhà quản lý cần phải phải tỉ mỉ, rõ ràng và hỗ trợ nhiều hơn để giúp nhân viên đạt được mục tiêu của họ, nhờ đó khiến nhân viên phát huy hết tiềm năng.

Các công cụ đã nêu trong chương này được thiết kế để giúp mở rộng tư duy của người lãnh đạo và của nhân viên thông qua việc nâng cao nhận thức, tính kiên trì và động lực. Doanh nghiệp nào quan tâm đến nhân viên thì cũng sẽ được nhân viên quan tâm. Bằng cách ưu tiên sự thỏa mãn của nhân viên và đặt con người lên hàng đầu, các tổ chức khiến nhân viên cởi mở hơn trong việc thay đổi tư duy khi đối mặt với sự thay đổi lớn cùng sự phát triển nội bộ.

# KHO BẠC

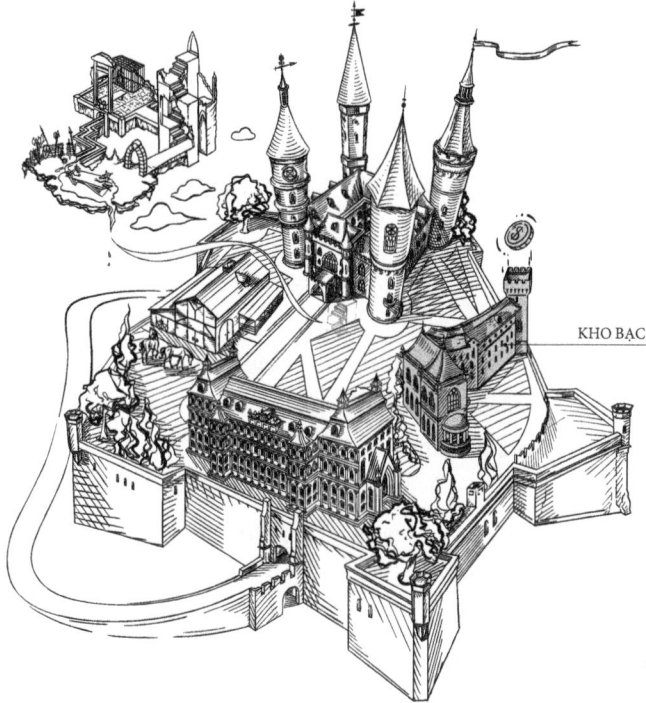

KHO BẠC

*Quá nhiều người chi số tiền họ chưa kiếm được để mua những thứ họ*
*không muốn nhằm gây ấn tượng với những người họ không thích.*

*Will Rogers*

Kho bạc là khu vực quản lý tài chính trong Lâu đài. Các hoạt động ở đây bao gồm quản lý việc tạo ra tiền (thu nhập) và quản lý tổng tài sản (giá trị ròng). Kho bạc cần nguồn tiền để cấp kinh phí cho các khu vực trong Lâu đài. Trong Tháp Mục đích (Chương 1), chúng ta đã thiết lập mục đích, mục tiêu cũng như di sản của mình, và một vài hoạt động trong số này cần phải có kinh phí. Vậy, đối với những hoạt động cần kinh phí thì trước tiên, ta hãy thiết lập mục tiêu tài chính (thu nhập hoặc giá trị ròng, hoặc kết hợp cả hai). Tôi sẽ không đi sâu vào phần này vì bạn sẽ tự xác định tầm quan trọng của tiền bạc trong cuộc sống của mình. Trong Lâu đài của tôi, tiền là phương tiện để đạt được những mục tiêu nhất định và hỗ trợ mục đích sống của tôi, nhưng nó không phải là thước đo hạnh phúc hay thành công.

## Maro Up

*Hãy biết ơn một ngàn lần mỗi ngày.*

*Wahei Takeda*

Tiền không dễ kiếm, nhưng nếu chúng ta có thể thu hút tiền vào nhiều hơn thì sao? Nếu "maro up", có lẽ chúng ta sẽ làm được. Maro là từ viết tắt của "magokoro", nghĩa là "tấm lòng chân thành" trong tiếng Nhật.[115] Sách *Maro Up: The Secret to Success Begins with Arigato: Wisdom from the "Warren Buffet of Japan"*[116] (*Maro Up: Bí quyết thành công bắt đầu với Cảm ơn: Trí tuệ từ vị "Warren Buffet của Nhật Bản"*) giới thiệu thuật ngữ này và kể về câu chuyện của Wahei Takeda, một nhà đầu tư giàu có người Nhật Bản. Ông cho rằng sự giàu có của mình là nhờ triết lý luôn nói "arigato" (cảm ơn) và thực hành maro. Từ maro tuy khó có thể được dịch chính xác nhưng nó ám chỉ tấm lòng vị tha.

Những người thực hành maro luôn tìm kiếm mặt tích cực trong mọi tình huống, tìm cách phục vụ và nỗ lực mang lại niềm vui, hạnh phúc tối đa cho người khác. Đây là niềm tin cho rằng nếu ta có một tấm lòng đầy chân thành và tử tế, những người khác cũng sẽ đối xử tử tế với ta để đáp lại. Sự trao đổi lòng tốt và năng lượng tích cực này khiến ta cảm thấy được Vũ trụ hỗ trợ. Khi đưa maro vào cuộc sống, ta sẽ mời gọi những điều kỳ diệu đến với mình, và khi maro của ta tăng lên thì ta sẽ "maro up".

Cảm ơn vì đã đọc cuốn sách này, cảm ơn vì đã mua sách này, và cảm ơn vì bạn là chính bạn.

## Giá trị ròng

*Khi ta tự đánh giá mình cao hơn, giá trị ròng của ta cũng tăng theo.*

*Mark Victor Hansen*

Khi lập kế hoạch cho các mục tiêu tài chính cá nhân và/hoặc doanh nghiệp trong năm năm và mười năm tới, chúng ta có thể dùng khái niệm giá trị ròng để đo tiến độ hướng tới các mục tiêu này.

Sẽ rất hữu ích nếu chúng ta hiểu nguyên nhân gốc rễ tại sao mình lại chọn mục tiêu tài chính nào đó, bởi vì điều này mang đến sự rõ ràng cho mục tiêu. Có thể ta muốn đạt đến một mức độ an toàn tài chính cá nhân đủ để cho phép mình làm công việc thiện nguyện; dành thời gian, công sức, kiến thức cho một số hoạt động khác; hoặc quyên góp cho một mục đích cao đẹp nào đó.

Phương pháp *Năm câu hỏi Tại sao* là một công cụ hữu ích giúp tìm ra nguyên nhân gốc rễ cho bất kỳ mục tiêu tài chính nào chúng ta đã đặt ra. Phương pháp *Năm câu hỏi Tại sao* được phát triển bởi Sakichi Toyoda, người đã tuyên bố rằng "khi ta lặp lại từ 'tại sao' năm lần, bản chất của vấn đề cũng như giải pháp cho vấn đề sẽ trở nên rõ ràng."[117] Thú vị thay, đây là một trong nhiều công cụ mà chúng ta cũng sử dụng trong tư duy thiết kế.

## Thu nhập

*Quả thật, bằng cách giúp người khác thành công, ta có thể thành công một cách vang dội nhất và nhanh nhất.*

*Napoleon Hill*

Để tăng Giá trị ròng, chúng ta cần tạo ra thu nhập và giữ lại một phần thu nhập đó; tức là đừng tiêu hết. Thu nhập không chỉ đến từ tiền lương hằng tháng mà còn đến từ các khoản đầu tư. Mức thu nhập bạn muốn phụ thuộc vào mức tích lũy giá trị ròng mong muốn, chi phí hằng tháng và chi phí tài chính để đạt được mục tiêu – nếu mục tiêu có liên quan đến chi phí.

Khi mục đích sống của ta xoay quanh việc phục vụ và giúp người khác tốt hơn, ta sẽ thấy thu nhập cá nhân của mình tăng nhanh hơn bởi ta tạo ra niềm vui, sự dư đầy và phấn khởi.

Các doanh nghiệp ưu tiên con người thường có mức tăng trưởng lợi nhuận ổn định hơn. Và nếu có sự thống nhất giữa mục đích sống và mục tiêu của cá nhân (nhân viên) với mục tiêu của doanh nghiệp thì thu nhập của doanh nghiệp cũng tăng nhanh hơn.

# NHỮNG ĐIỂM CHÍNH CẦN GHI NHỚ
## TRONG CHƯƠNG 7

- Việc nhận biết và thích nghi với tương lai bắt đầu bằng việc đánh giá vị trí hiện tại của mình và vị trí mà mình mong muốn sẽ đạt được trong tương lai, sau đó trang bị các kỹ năng phù hợp để có thể đạt được những mục tiêu đó.

- Những sự thay đổi đối với hệ thống, kỹ năng và lực lượng lao động của chúng ta cần phải được cân nhắc kỹ.

- Theo *Future of Jobs Report 2020 (Báo cáo tương lai việc làm năm 2020)* của WEF, 50% trong tổng số nhân viên sẽ cần được đào tạo lại kỹ năng vào năm 2025

- 6 kỹ năng hàng đầu mà tôi khuyên bạn nên ưu tiên là:

  □ Tính tò mò

  □ Kaizen

  □ Tư duy Phản biện

  □ Tư duy Thiết kế

  □ Giao tiếp

  □ Khai vấn

- Một phương pháp hay để áp dụng cho bất kỳ đội nhóm nào là mỗi thành viên trong nhóm tập trung vào một mảng kiến thức mới, tiếp thu mảng kiến thức ấy và sau đó thực hiện một buổi chia sẻ kiến thức với những người khác.

- *Future of Jobs Report 2020 (Báo cáo về Tương lai việc làm năm 2020)* của WEF đã xác định 15 kỹ năng hàng đầu cho năm 2025:

  1. Tư duy phân tích và đổi mới

  2. Học tập tích cực và chiến lược học tập

  3. Giải quyết vấn đề phức tạp

  4. Tư duy phản biện và phân tích

5. Tính sáng tạo, tính nguyên bản và óc sáng kiến

6. Khả năng lãnh đạo và ảnh hưởng đến xã hội

7. Sử dụng, giám sát và kiểm soát công nghệ

8. Thiết kế và lập trình công nghệ

9. Tính kiên cường, chịu được căng thẳng, linh hoạt

10. Khả năng lý luận, giải quyết vấn đề và lên ý tưởng

11. Trí tuệ cảm xúc

12. Khắc phục sự cố và trải nghiệm người dùng

13. Hướng tới phục vụ

14. Phân tích và đánh giá hệ thống

15. Thuyết phục và đàm phán

- *Future of Jobs Report 2020 (Báo cáo về Tương lai việc làm năm 2020)* của WEF xác định những công việc đang phát triển nhanh nhất và được dự kiến sẽ tiếp tục phát triển là:

  1. Nhà Phân tích và Nhà Khoa học Dữ liệu

  2. Chuyên gia AI và Máy học

  3. Chuyên gia Dữ liệu lớn

  4. Chuyên gia Chiến lược và Tiếp thị Kỹ thuật số

  5. Chuyên gia Tự động hóa Quy trình

  6. Chuyên gia Phát triển Kinh doanh

  7. Chuyên gia Chuyển đổi Kỹ thuật số

  8. Chuyên gia Phân tích Bảo mật Thông tin

  9. Lập trình viên Phần mềm và Ứng dụng

  10. Chuyên gia Internet Vạn vật

  11. Quản lý Dự án

- KASH là từ viết tắt của Knowledge (Kiến thức), Attitude (Thái độ), Skills (Kỹ năng) và Habits (Thói quen). Đây là một công cụ phát triển cá nhân. Khi sử dụng KASH, chúng ta có thể thấy rõ điểm mạnh và điểm yếu của mình là gì.

- Tận dụng tâm lý học thành công bằng cách đầu tư vào khả năng gặt hái thành tựu thông qua nỗ lực và học hỏi.

- Mô hình khai vấn I AM OK to FLY giúp mọi người trở nên đam mê, gắn kết tuyệt đối, phát triển mạnh, tỏa sáng, trở nên thỏa mãn, và tất nhiên, có thể Fly (Bay).

    □ S(t)inker (yếu tố chìm) kéo chúng ta xuống, nhấn chìm chúng ta và khiến chúng ta bất mãn.

    □ Floater (yếu tố nổi) là S(t)inker mà chúng ta đã loại bỏ và không khiến chúng ta bất mãn hay thỏa mãn.

    □ Flyer (yếu tố bay) mang đến cho chúng ta sự thỏa mãn.

- Đảm bảo đúng người ngồi đúng ghế trên xe buýt.

- Nói "Arigato" (cảm ơn) liên tục và "Maro up" để thu hút tiền vào nhiều hơn.

- Cảm ơn vì đã đọc phần tóm tắt này.

- Tải xuống tư liệu Chương 7 từ trang RickYvanovich.com/BAUU/.

## GỢI Ý SUY NGẪM CHƯƠNG 7

**Một** điểm chính cần nhớ từ chương này là gì?

Còn gì khác nữa?

Vì đã đọc chương này, ta sẽ thực hiện hành động gì ngay lập tức?

Còn gì khác nữa?

# CHƯƠNG 8
# XÂY LÂU ĐÀI

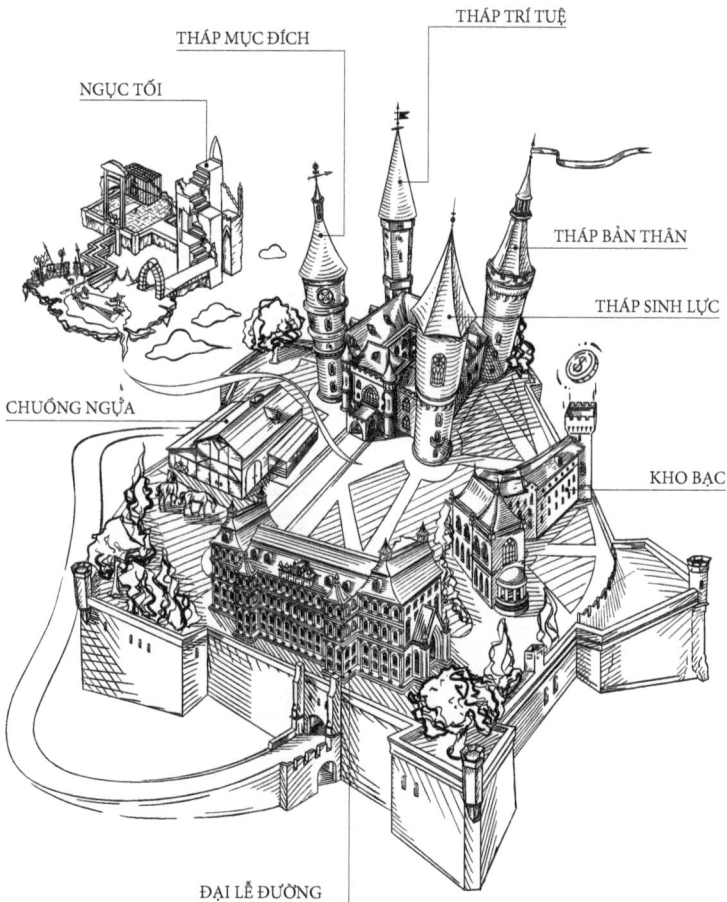

THÁP TRÍ TUỆ

THÁP MỤC ĐÍCH

NGỤC TỐI

THÁP BẢN THÂN

THÁP SINH LỰC

CHUỒNG NGỰA

KHO BẠC

ĐẠI LỄ ĐƯỜNG

Chúc mừng bạn đã hoàn thành cả một hành trình theo đúng nghĩa đen để đến phần cuối của sách này. Hình ảnh ẩn dụ Lâu đài giúp chúng ta mường tượng ra những lĩnh vực nào trong cuộc sống của mình cần được phát triển. Trong chương này, chúng ta sẽ tìm hiểu quy trình gồm 4 bước để phác họa Lâu đài rõ nét hơn. *Hình 35* bên dưới cung cấp thông tin tham chiếu về từng phần trong số tám phần của Lâu đài để giúp ta ôn lại dễ dàng hơn. Các mẫu thực hành có thể được sử dụng cho từng bước, hiện có trên trang web của sách[xxix] và có thể tải về.

| Lâu đài | Tham khảo chương |
|---|---|
| **1- Tháp Mục đích** | **Chương 1** |
| 1.1 Giá trị | Hình thành Mục đích sống Bước 1: Khám phá & Phát hiện Giá trị Cốt lõi |
| 1.2 Mục đích sống | Hình thành Mục đích sống Bước 9: Tuyên bố Mục đích sống |
| 1.3 Mục tiêu sống | Mục tiêu sống |
| 1.4 Di sản | Di sản |
| **2 – Tháp Sinh lực** | **Chương 2** |
| 2.1 Sức khỏe | Sức khỏe |
| 2.2 Năng lượng | Năng lượng |
| 2.3 Nghỉ ngơi | Nghỉ ngơi |
| 2.4 Cân bằng | Cân bằng |
| 2.5 Căng thẳng | Căng thẳng |
| **3 – Tháp Trí tuệ** | **Chương 3** |
| 3.1 Kaizen | Kaizen |
| 3.2 Thói quen | Thói quen |
| 3.3 Cách tôi thể hiện | Cách tôi thể hiện |
| 3.4 The Slight Edge (lợi thế ban đầu) | The Slight Edge (lợi thế ban đầu) |
| **4 – Tháp Bản thân** | **Chương 4** |
| 4.1 Tự tin | Tự tin |
| 4.2 Tự tin vào năng lực | Tự tin vào năng lực |
| 4.3 Tự đánh giá cao | Tự đánh giá cao |
| 4.4 Tự tạo động lực | Tự tạo động lực |

---

xxix. Có thể tìm các nguồn tài liệu cho sách BAUU trên trang RickYvanovich.com/BAUU/

| 5 – Ngục tối | Chương 5 |
|---|---|
| 5.1 Khai vấn viên | Định nghĩa Khai vấn và Cố vấn |
| 5.2 Người được khai vấn | Khai vấn + Cố vấn = Huấn luyện Thể thao |
| | Khai vấn Ngục tối |
| | Các bậc thầy Khai vấn |
| 6 – Đại lễ đường | Chương 6 |
| 6.1 Gia đình | Cộng đồng – Gia đình |
| 6.2 Bạn bè | Cộng đồng – Bạn bè |
| 6.3 Mạng lưới mối quan hệ | Cộng đồng – Mạng lưới mối quan hệ |
| 6.4 Phục vụ cộng đồng | Cộng đồng – Phục vụ cộng đồng |
| 6.5 Phát triển quan hệ kết nối | Cộng đồng – Phát triển quan hệ kết nối |
| 6.6 Văn hóa | Văn hóa |
| 6.7 Khả năng lãnh đạo | Khả năng lãnh đạo |
| 7 – Chuồng ngựa | Chương 7 |
| 7.1 Mong chờ đến Đó | Mong chờ đến Đó |
| 7.2 Chuyển đổi (từ ở Đây đến Đó) | Chuyển đổi (từ ở Đây đến Đó) |
| 7.3 Thỏa mãn | Thỏa mãn |
| 7.4 Sự thỏa mãn trong công việc | Sự thỏa mãn trong công việc |
| 8 – Kho bạc | Chương 8 |
| 8.1 Giá trị ròng | Giá trị ròng |
| 8.2 Thu nhập | Thu nhập |

*Hình 35. Xây dựng Lâu đài – Tham khảo chéo*

## Bước 1: Thành công trông như thế nào?

*Định nghĩa thành công theo từ ngữ của mình, đạt được thành công bằng các quy tắc của mình và xây dựng một cuộc sống mà mình tự hào được sống.*

Anne Sweeney

Hãy chọn công cụ yêu thích và dùng *Hình 36* bên dưới làm gợi ý để suy ngẫm về từng phần của Lâu đài.

- Hãy nghĩ xem sự thành công ở mỗi phần trong Lâu đài sẽ trông như thế nào đối với bản thân, sau đó hãy vẽ nên một bức tranh sống động bằng câu chữ của chính mình.

- Đặt mức độ quan trọng từ 1 (thấp) đến 10 (cao) và ghi vào cột "đó" (giống như trên bản đồ trung tâm mua sắm, "đó" là nơi ta đang hướng tới).

- Đặt mốc thời gian cho mỗi mục, ví dụ như sáu tháng, một năm, năm năm, mười năm, v.v.

| Lâu đài | Mốc thời gian (Tháng/Năm) | Đó (1-10) | Thành công trông như thế nào? |
|---|---|---|---|
| **1 – Tháp Mục đích** | | | |
| 1.1 Giá trị | | | |
| 1.2 Mục đích sống | | | |
| 1.3 Mục tiêu sống | | | |
| 1.4 Di sản | | | |
| **2 – Tháp Sinh lực** | | | |
| 2.1 Sức khỏe | | | |
| 2.2 Năng lượng | | | |
| 2.3 Nghỉ ngơi | | | |
| 2.4 Cân bằng | | | |
| 2.5 Căng thẳng | | | |
| **3 – Tháp Trí tuệ** | | | |
| 3.1 Kaizen | | | |
| 3.2 Thói quen | | | |
| 3.3 Cách tôi thể hiện | | | |
| 3.4 The Slight Edge (lợi thế ban đầu) | | | |

| | | | |
|---|---|---|---|
| **4 – Tháp Bản thân** | | | |
| 4.1 Tự tin | | | |
| 4.2 Tự tin vào năng lực | | | |
| 4.3 Tự đánh giá cao | | | |
| 4.4 Tự tạo động lực | | | |
| **5 – Ngục tối** | | | |
| 5.1 Khai vấn viên | | | |
| 5.2 Người được khai vấn | | | |
| **6 – Đại lễ đường** | | | |
| 6.1 Gia đình | | | |
| 6.2 Bạn bè | | | |
| 6.3 Mạng lưới mối quan hệ | | | |
| 6.4 Phục vụ cộng đồng | | | |
| 6.5 Phát triển quan hệ kết nối | | | |
| 6.6 Văn hóa | | | |
| 6.7 Khả năng lãnh đạo | | | |
| **7 – Chuồng ngựa** | | | |
| 7.1 Mong chờ đến đó | | | |
| 7.2 Chuyển đổi (từ ở Đây đến ở Đó) | | | |
| 7.3 Thỏa mãn | | | |
| 7.4 Sự thỏa mãn trong công việc | | | |
| **8 – Kho bạc** | | | |
| 8.1 Giá trị ròng | | | |
| 8.2 Thu nhập | | | |

*Hình 36. Xây dựng Lâu đài – Bước 1: Thành công trông như thế nào?*

## Bước 2: Điều gì ngăn cản tôi?

*Điều duy nhất cản trở ta đạt được mục tiêu chính là câu chuyện nhảm nhí mà ta cứ tự kể về việc tại sao mình không thể đạt được mục tiêu.*

*Jordan Belfort*

Hãy chọn công cụ yêu thích và dùng *Hình 37* bên dưới làm gợi ý để suy ngẫm về từng phần của Lâu đài.

- Nhập vị trí "đó" từ Bước 1.

- Giống như khi xem bản đồ trung tâm mua sắm, để đến được "đó", chúng ta cần xác định mình đang ở đâu. Đặt mức 1 (thấp) đến 10 (cao) cho vị trí hiện tại và ghi vào cột "đây".

- Tính khoảng cách giữa "đây" và "đó" rồi ghi vào cột Khoảng cách.

- Suy ngẫm về khoảng cách này và tự hỏi: "Điều gì đang ngăn cản mình đến Đó?". Hãy viết ra mọi rào cản, ổ gà, chướng ngại vật và thử thách cản đường mình.

| Lâu đài | Đây (1-10) | Đó (1-10) | Khoảng cách | Điều gì cản trở tôi? |
|---|---|---|---|---|
| **1 – Tháp Mục đích** | | | | |
| 1.1 Giá trị | | | | |
| 1.2 Mục đích sống | | | | |
| 1.3 Mục tiêu sống | | | | |
| 1.4 Di sản | | | | |
| **2 – Tháp Sinh lực** | | | | |
| 2.1 Sức khỏe | | | | |
| 2.2 Năng lượng | | | | |
| 2.3 Nghỉ ngơi | | | | |
| 2.4 Cân bằng | | | | |
| 2.5 Căng thẳng | | | | |

| | | | | |
|---|---|---|---|---|
| **3 – Tháp Trí tuệ** | | | | |
| 3.1 Kaizen | | | | |
| 3.2 Thói quen | | | | |
| 3.3 Cách tôi thể hiện | | | | |
| 3.4 The Slight Edge (Lợi thế ban đầu) | | | | |
| **4 – Tháp Bản thân** | | | | |
| 4.1 Tự tin | | | | |
| 4.2 Tự tin vào năng lực | | | | |
| 4.3 Tự đánh giá cao | | | | |
| 4.4 Tự tạo động lực | | | | |
| **5 – Ngục tối** | | | | |
| 5.1 Khai vấn viên | | | | |
| 5.2 Người được khai vấn | | | | |
| **6 – Đại lễ đường** | | | | |
| 6.1 Gia đình | | | | |
| 6.2 Bạn bè | | | | |
| 6.3 Mạng lưới mối quan hệ | | | | |
| 6.4 Phục vụ cộng đồng | | | | |
| 6.5 Phát triển quan hệ kết nối | | | | |
| 6.6 Văn hóa | | | | |
| 6.7 Khả năng lãnh đạo | | | | |
| **7 – Chuồng ngựa** | | | | |
| 7.1 Mong chờ đến Đó | | | | |
| 7.2 Chuyển đổi (từ ở Đây đến ở Đó) | | | | |
| 7.3 Thỏa mãn | | | | |
| 7.4 Sự thỏa mãn trong công việc | | | | |

| 8 – Kho bạc | | | | |
|---|---|---|---|---|
| 8.1 Giá trị ròng | | | | |
| 8.2 Thu nhập | | | | |

*Hình 37. Xây dựng Lâu đài – Bước 2: Điều gì cản trở tôi?*

## Bước 3: Hành động #1 để thu hẹp khoảng cách

*Ta không cần phải là người tuyệt vời để có thể bắt đầu,*
*nhưng ta phải bắt đầu để có thể là người tuyệt vời.*

*Zig Ziglar*

Hãy chọn công cụ yêu thích và dùng *Hình 38* bên dưới làm gợi ý để suy ngẫm điều gì cản trở mình ở Bước 2.

- Hãy suy ngẫm về độ lớn của những khoảng cách và chọn thứ tự ưu tiên cho chúng. Trong khi thực hiện việc này, hãy xem xét khung thời gian từ Bước 1. Viết ra thứ tự ưu tiên.

- Hãy nghĩ đến hành động thứ nhất mà mình có thể thực hiện để vượt qua trở ngại và thu hẹp khoảng cách. Hãy viết hành động này vào cột "Hành động số 1 để thu hẹp khoảng cách".

- Xác định một ngày cụ thể để thực hiện hành động #1.

| Lâu đài | Ưu tiên | Hành động #1 để thu hẹp khoảng cách | Ngày thực hiện hành động #1 |
|---|---|---|---|
| **1 – Tháp Mục đích** | | | |
| 1.1 Giá trị | | | |
| 1.2 Mục đích sống | | | |
| 1.3 Mục tiêu sống | | | |
| 1.4 Di sản | | | |

| | | | |
|---|---|---|---|
| **2 – Tháp Sinh lực** | | | |
| 2.1 Sức khỏe | | | |
| 2.2 Năng lượng | | | |
| 2.3 Nghỉ ngơi | | | |
| 2.4 Cân bằng | | | |
| 2.5 Căng thẳng | | | |
| **3 – Tháp Trí tuệ** | | | |
| 3.1 Kaizen | | | |
| 3.2 Thói quen | | | |
| 3.3 Cách tôi thể hiện | | | |
| 3.4 The Slight Edge (Lợi thế ban đầu) | | | |
| **4 – Tháp Bản thân** | | | |
| 4.1 Tự tin | | | |
| 4.2 Tự tin vào năng lực | | | |
| 4.3 Tự đánh giá cao | | | |
| 4.4 Tự tạo động lực | | | |
| **5 – Ngục tối** | | | |
| 5.1 Khai vấn viên | | | |
| 5.2 Người được khai vấn | | | |
| **6 – Đại lễ đường** | | | |
| 6.1 Gia đình | | | |
| 6.2 Bạn bè | | | |
| 6.3 Mạng lưới mối quan hệ | | | |
| 6.4 Phục vụ cộng đồng | | | |
| 6.5 Phát triển quan hệ kết nối | | | |
| 6.6 Văn hóa | | | |
| 6.7 Khả năng lãnh đạo | | | |

| 7 – Chuồng ngựa | | | |
|---|---|---|---|
| 7.1 Mong chờ đến Đó | | | |
| 7.2 Chuyển đổi (từ ở Đây đến ở Đó) | | | |
| 7.3 Thỏa mãn | | | |
| 7.4 Sự thỏa mãn trong công việc | | | |
| 8 – Kho bạc | | | |
| 8.1 Giá trị ròng | | | |
| 8.2 Thu nhập | | | |

*Hình 38. Xây dựng Lâu dài – Bước 3: Hành động #1 để thu hẹp khoảng cách*

## Bước 4: Những hành động khác để thu hẹp khoảng cách

*Nếu muốn sự việc tốt hơn, hãy hành động...*
*Đừng chỉ đọc và suy nghĩ. Hãy thực hiện.*

*Larry Winget*

Hãy chọn công cụ yêu thích và dùng *Hình 39* bên dưới làm gợi ý để suy ngẫm về các Bước 2, 3 và nghĩ xem còn những điều gì khác cản trở mình thu hẹp khoảng cách.

- Ở Bước 3, ta đã viết ra hành động số một mà mình có thể thực hiện để vượt qua điều đang cản trở mình và thu hẹp khoảng cách. Bây giờ, hãy nghĩ xem ta có thể thực hiện những hành động nào khác nữa để thu hẹp khoảng cách. Hãy viết tất cả vào cột "những hành động khác để thu hẹp khoảng cách".

- Chọn một ngày cụ thể để thực hiện từng hành động này và viết vào cột "ngày thực hiện".

| Lâu đài | Khoảng cách | Những hành động khác để thu hẹp khoảng cách | Ngày thực hiện |
|---|---|---|---|
| **1 – Tháp Mục đích** | | | |
| 1.1 Giá trị | | | |
| 1.2 Mục đích sống | | | |
| 1.3 Mục tiêu sống | | | |
| 1.4 Di sản | | | |
| **2 – Tháp Sinh lực** | | | |
| 2.1 Sức khỏe | | | |
| 2.2 Năng lượng | | | |
| 2.3 Nghỉ ngơi | | | |
| 2.4 Cân bằng | | | |
| 2.5 Căng thẳng | | | |
| **3 – Tháp Trí tuệ** | | | |
| 3.1 Kaizen | | | |
| 3.2 Thói quen | | | |
| 3.3 Cách tôi thể hiện | | | |
| 3.4 The Slight Edge (Lợi thế ban đầu) | | | |
| **4 – Tháp Bản thân** | | | |
| 4.1 Tự tin | | | |
| 4.2 Tự tin vào năng lực | | | |
| 4.3 Tự đánh giá cao | | | |
| 4.4 Tự tạo động lực | | | |
| **5 – Ngục tối** | | | |
| 5.1 Khai vấn viên | | | |
| 5.2 Người được khai vấn | | | |
| **6 – Đại lễ đường** | | | |
| 6.1 Gia đình | | | |

| | | | |
|---|---|---|---|
| 6.2 Bạn bè | | | |
| 6.3 Mạng lưới mối quan hệ | | | |
| 6.4 Phục vụ cộng đồng | | | |
| 6.5 Phát triển quan hệ kết nối | | | |
| 6.6 Văn hóa | | | |
| 6.7 Khả năng lãnh đạo | | | |
| **7 – Chuồng ngựa** | | | |
| 7.1 Mong chờ đến Đó | | | |
| 7.2 Chuyển đổi (từ ở Đây đến ở Đó) | | | |
| 7.3 Thỏa mãn | | | |
| 7.4 Sự thỏa mãn trong công việc | | | |
| **8 – Kho bạc** | | | |
| 8.1 Giá trị ròng | | | |
| 8.2 Thu nhập | | | |

*Hình 39. Xây Lâu dài – Bước 4: Những hành động khác để thu hẹp khoảng cách*

Xin chúc mừng! Giờ đây, bạn là Vua/Nữ hoàng của Lâu đài. Bạn đã mường tượng ra Lâu đài trông như thế nào, và giờ là lúc tiếp tục cuộc hành trình.

Nếu đạt được thành công lâu dài là việc đơn giản thì hẳn đã có nhiều người đạt được và duy trì thành công một cách dễ dàng. Sự thành công đòi hỏi các nhà lãnh đạo (chính là bạn!) phải phát triển, có nghĩa là bạn phải bước ra khỏi vùng an toàn của mình. Để phát triển, ta phải chấp nhận rủi ro và khám phá những điều mới lạ. Ta có thể sẽ cảm thấy sợ hãi khi một mình đi vào những vùng đất xa lạ, vì vậy hãy xây dựng cộng đồng sao cho xung quanh mình toàn là những người luôn khuyến khích và hỗ trợ, những người sẽ giúp ta chịu trách nhiệm.

Tôi hy vọng bây giờ bạn có thể tiếp tục tiến về phía trước và biết cách thực hiện những điều sau:

1. Xây dựng mục đích sống.

2. Xây dựng di sản.

3. Tạo ra mục tiêu sống và lên kế hoạch hành động.

4. Sử dụng các công cụ, động lực và chiến lược để thực hiện kế hoạch.

5. Xây Lâu đài của riêng mình.

Bạn có các công cụ để khai vấn và dẫn dắt chính mình cũng như những người khác trên hành trình cá nhân và nghề nghiệp của họ. Do vậy, bạn có thể tạo ra một Lâu đài không chỉ thành công mà còn bền vững, với một cộng đồng và văn hóa vui tươi, hỗ trợ, cùng một mô hình lãnh đạo lấy con người làm đầu và giúp nâng cao đời sống, công việc và hoạt động kinh doanh trong Lâu đài.

Tâu Bệ hạ, với tư cách là kẻ hầu hèn mọn của Ngài, cho phép tôi tiếp tục truyền cảm hứng và chuyển hóa để hỗ trợ Ngài đạt được những thành tựu vĩ đại hơn nữa.

Vạn tuế, vạn vạn tuế Vua/Nữ hoàng [điền tên của bạn]!

## NHỮNG ĐIỂM CHÍNH CẦN GHI NHỚ
## TRONG CHƯƠNG 8

- Phác họa Lâu đài rõ hơn bằng quy trình 4 bước.
- Bước 1: Thành công là như thế nào?
    - ☐ Mốc thời gian thế nào?
    - ☐ Tầm quan trọng ra sao?
- Bước 2: Điều gì ngăn cản tôi thu hẹp khoảng cách?
    - ☐ Tôi đang ở đâu?
    - ☐ Khoảng cách bao lớn?
- Bước 3: Hành động thứ nhất mà tôi có thể thực hiện để thu hẹp khoảng cách là gì?
    - ☐ Thứ tự ưu tiên thế nào?
    - ☐ Khi nào thì tôi sẽ thực hiện?
- Bước 4: Tôi có thể thực hiện những hành động nào khác để thu hẹp khoảng cách?
    - ☐ Khi nào thì tôi sẽ thực hiện?
- Trước khi thực hiện bất kỳ sự cải tiến nào, chúng ta luôn cần đánh giá xem mình đang ở đâu, tìm ra vị trí mình muốn vươn đến và xác định những hành động hằng ngày nào sẽ giúp thu hẹp khoảng cách này.
- Đừng bao giờ ngừng học hỏi và phát triển. Hãy luôn nỗ lực hoàn thiện bản thân và tác động tích cực đến những người xung quanh.
- Hãy xây Lâu đài của mình mỗi ngày, đồng thời trợ giúp người khác xây Lâu đài của họ và tiếp tục phát triển.
- Tải xuống tư liệu Chương 8 từ trang RickYvanovich.com/BAUU/.
- Có thể yêu cầu Rick trợ giúp theo địa chỉ RickYvanovich.com/Contact/.

## GỢI Ý SUY NGẪM CHƯƠNG 8

**Một** điểm chính cần nhớ từ chương này là gì?

Còn gì khác nữa?

Vì đã đọc chương này, ta sẽ thực hiện hành động gì ngay lập tức?

Còn gì khác nữa?

# LỜI CẢM ƠN

*Đừng bao giờ, đừng bao giờ, đừng bao giờ, đừng bao giờ bỏ cuộc.*

*Winston Churchill*

Gửi Sirian, Safena và Katharina: không từ ngữ nào đủ để diễn đạt sự biết ơn trong lòng này. Tôi vẫn yêu thương mọi người vô tận.

Gửi các thành viên cũ và mới của đội ngũ Leaders Press, bao gồm Steven Pamplin, Grace O'Donnell, Megan Okonsky, Zella Mansson, Deborah Brannon, Marinel Balde, Anette Liwanag, Glenda Mae, Alinka Rutkowska, Lucas Mayer và Anna Paige: Như bao chuyến hành trình khác, mọi người đã luôn phải chịu đựng tôi. Một số người trong các bạn đến rồi đi, chúng ta đã cùng nhau trải qua biết bao cung bậc, khóc có, cười có, vò đầu bứt tai cũng có, đủ cả những lúc thăng trầm, nhưng chúng ta vẫn tiếp tục kiên trì tiến lên qua nhiều tháng ngày chạy đua với deadline. Cuối cùng, chúng ta cũng đã hoàn thành dự án này, và một số trong các bạn thậm chí còn được thăng chức nhiều lần. Nhưng đây vẫn chưa phải là kết thúc, phải không? Mọi người đã sẵn sàng cho LAUU (sách Live As Unusual – Sống trong thời bất định) chứ?

Gửi CCMC lứa thứ nhất: Quyển sách này ra đời trong thời gian tôi tham gia vào CCMC, và rất nhiều người trong số các bạn đã đóng góp vào quy trình tạo lập, tinh chỉnh tất cả các mô hình cũng như công cụ khai vấn mà tôi đưa vào trong sách. Cảm ơn Guy Rowse, Moorthy

Murugaiah, Roby Tjiptadjaya, Angela Samson, Vellu Mahadevan, Floris Verhagen và Lynn Ho đã cổ vũ cũng như động viên tôi. Xin gửi lời cảm ơn sâu sắc đến hai thành viên còn lại của bộ ba CCMC Techies là Kian Leong Phang và Gregory Engalbert. Các bạn đã đốc thúc tôi và rất nghiêm khắc với các mô hình của tôi để giúp chúng hoàn thiện hơn.

Gửi ITD World và đội ngũ đã triển khai CCMC, bao gồm Tiến sĩ Peter Chee, Serely Alcaraz, Tiến sĩ Marcia Reynolds, Tiến sĩ Marshall Goldsmith, Tiến sĩ Peter Hawkins, John Mattone, Mark C. Thompson, Tiến sĩ William J Rothwell, Peter Bregman, Aaron Ngui và Nita. Marshall, nhờ có anh luôn đốc thúc mà tôi có tiến bộ. Tiến sĩ Peter Chee, anh là nguồn cảm hứng rất lớn để tôi viết sách này, đây cũng là sự khẳng định về phẩm chất tuyệt vời của một khai vấn viên và một con người như anh, đồng thời cũng cho thấy sức mạnh to lớn của CCMC. Anh và các chuyên gia khác là những "người khổng lồ" mà tôi đang mượn vai mà đứng lên.

Gửi CBC: Tôi đã gặp nhiều người tài năng trong những buổi thảo luận nhóm và nhờ vậy tôi có được những góc nhìn mới. Cảm ơn các đồng nghiệp CBC và đội ngũ Mindvalley, bao gồm Ajit Nawalkha, Khai vấn viên Fran và Khai vấn viên Sid.

Gửi CLO lứa thứ nhất: Tôi đã gặp rất nhiều người cùng chí hướng và vài người trong số các bạn đã truyền cảm hứng để tôi hoàn thành quá trình xuất bản sách này. Cảm ơn CLO và đội ngũ Mindvalley, bao gồm Bianca, Ajit Nawalkha, Khai vấn viên Sid, Yuri Minski, Ronan Diego De Oliveira và Vishen Lakhiani.

Gửi The Conspiracy, bao gồm Michael Bungay Stanier, Ainsley Brittain và những người đồng môn của tôi, bao gồm Kati, Ulli, Robyn và James: Cảm ơn mọi người vì đã tạo điều kiện và hỗ trợ tôi trong suốt hành trình vì Mục tiêu Xứng đáng của tôi.

Gửi đội ngũ Great People Inside: Tất cả các bạn đều tuyệt vời! Cảm ơn Tiến sĩ Doru Dima, Cristi, Sasa, Betty, Lucian và tất cả những ai không tiện nêu tên.

Gửi TRG International: Nguyễn Như Quỳnh, tôi đã giao cho cô nhiệm vụ bất khả thi là tìm chỗ trống trong thời gian biểu cho tôi và liên tục sắp xếp lại lịch trình để tôi có thể dành thời gian cho cuốn sách này –cô đã làm rất tốt! Cảm ơn Trương Quang Hội vì luôn vui vẻ mỗi khi tôi cần thay đổi đôi chút về hình ảnh, rồi lại thay đổi thêm chút nữa, chút nữa, và rồi lại chút nữa. Cảm ơn các trưởng nhóm TRG và TRGers vì đã tiếp nhận những ưu tiên cũng như yêu cầu của tôi. Cảm ơn đội ngũ Academy vì đã hiểu rằng các lớp Master giờ đây là ưu tiên lớn của tôi!

Cảm ơn nhiều người đã truyền cảm hứng cho tôi – một số người chưa bao giờ nghe nói đến tôi nhưng tôi đã đọc sách của họ hoặc đã tham gia các khóa học của họ, đó là Jeff Olsen, Simon Sinek, Nir Ayal, BJ Fogg, Kristen Hadeed, Mark Green, Samantha Clark và Jim Sirbasku.

Gửi những người đã và đang khai vấn cũng như cố vấn cho tôi: Có lẽ nếu đọc sách này, các vị sẽ thấy mình đã trợ giúp tôi nhiều như thế nào. Tôi vẫn luôn sẵn sàng để được các vị giúp hoàn thiện hơn nữa! Cảm ơn Deiric McCann, Tiến sĩ Peter Chee, Khai vấn viên Sid, Nicholas Kemp, Warren Eng, Gary Genard, Roger Martin, Ronan Diego De Oliveira, Yuri Minski, Ajit Nawalkha, Khai vấn viên Fran và Vishen Lakhiani.

Gửi các bạn của tôi, mặc dù tôi không chắc có làm mọi người hoảng sợ trong vài năm qua hay không. Cảm ơn các bạn.

Gửi tất cả những ai đã khuyến khích tôi viết sách này cũng như những ai đã khuyên đừng viết: Mọi người đều đã giúp tôi hoàn thành công việc!

Và cuối cùng, gửi đến tất cả những ai đang đọc sách này: Tôi rất cảm kích vì các bạn đã đầu tư thời gian cho bản thân. Tôi hy vọng sự đầu tư này giúp các bạn hướng đến giá trị và thành công.

Arigato (Cảm ơn).

# GIỚI THIỆU VỀ RICK YVANOVICH

Rick Yvanovich là chuyên gia khai vấn kinh doanh. Ông hỗ trợ nhiều cá nhân và công ty liên tục đạt được thành tựu cao bằng kinh nghiệm kinh doanh cùng các biện pháp can thiệp khai vấn. Ông sử dụng các quy trình có hệ thống để hình dung ra những mục tiêu cũng như cột mốc cần đạt được, sau đó chuyển tầm nhìn thành các bước hành động khả thi. Ông là một nhà lãnh đạo tận tâm, trao quyền cho nhân viên, chú trọng đến niềm vui và sự phát triển của họ.

Rick cũng là một doanh nhân, một chuyên gia công nghệ, một thành viên của thế hệ Baby Boomer, một CFO, CEO, kế toán chuyên nghiệp cũng như là tác giả có sách bán chạy theo bình chọn của USA Today và Wall Street Journal. Ông có hơn 40 năm kinh nghiệm trong các lĩnh vực như kinh doanh siêu thị, kế toán, sản xuất bia, thông tấn báo chí, sản xuất quốc phòng, công nghệ thông tin, nhân sự, thực phẩm và đồ uống, bất động sản và quản lý tại Vương quốc Anh, Trung Quốc, Singapore, Thụy Sĩ và Việt Nam. Ban đầu, Rick được bổ nhiệm làm Giám đốc Tài chính tại BP Trung Quốc, sau đó vào năm 1990, ông chuyển đến BP Việt Nam. Ông đã trực tiếp tham gia các hoạt động gắn kết khách hàng tại 39 quốc gia.

Rick là thành viên hội đồng quản trị của BritCham Việt Nam, chủ tịch ủy ban tư vấn ngành của Đại học RMIT Việt Nam, chủ tịch ủy ban tư vấn khu vực Đông Nam AICPA-CIMA. Ông cũng là người sáng lập, đồng sáng lập, CEO, CFO, nhà đầu tư và chuyên gia cố vấn tại nhiều công ty khởi nghiệp, bao gồm TRG International và Great People Inside.

Rick là người tích cực quảng bá cho CIMA (Chartered Institute of Management Accountants - Hiệp hội Kế toán quản trị), là diễn giả thường xuyên tại Việt Nam về nhiều chủ đề, bao gồm nhân sự, kế toán,

ICT, chuyển đổi số, công nghệ đám mây, quản lý dự án, hoạt động kinh doanh tại Việt Nam, thương mại Anh-Việt và đầu tư trong nước.

Hành trình khai vấn của Rick trải qua các khóa huấn luyện như CCMP (ITD World 2018), Leaders Create Leaders (2020), Genos Emotional Intelligence (2020), OKR Champion (2021), CCMC (ITD World 2021), Khai vấn ikigai (Ikigai tribe, 2021), và Certified Business Coach (Mindvalley, 2022).

Để biết thêm thông tin, xin vào trang RickYvanovich.com.

## Giới thiệu về TRG International

TRG International được thành lập vào năm 1994, là đối tác độc quyền chuyên cung cấp Infor SunSystems, EPM, Syteline, LN và Infor OS. Chúng tôi hợp tác với các khách hàng trong những lĩnh vực như khách sạn, dịch vụ tài chính, năng lượng, bất động sản, sản xuất (và nhiều lĩnh vực khác nữa) tại 80 quốc gia. Các giải pháp của TRG Talent bao gồm Great People Inside và Team Tailor. Chúng tôi tin rằng khi có các giải pháp phù hợp hỗ trợ, khách hàng có thể chuyên tâm tập trung vào hoạt động kinh doanh cốt lõi của họ. Công ty chúng tôi có hơn 400 nhân viên ở 10 quốc gia. Rick Yvanovich là nhà sáng lập kiêm CEO. Để biết thêm thông tin về TRG International, xin vào trang TRGInternational.com.

## Giới thiệu về Great People Inside

Great People Inside (GPI) được thành lập vào năm 2016 và cung cấp nền tảng People Intelligence Platform có thể tùy chỉnh theo nhu cầu quản trị, mang đến các giải pháp đánh giá và quản lý nhân sự, được điều chỉnh cụ thể cho từng tổ chức và công việc dựa trên mô hình định giá toàn cầu độc đáo lấy cảm hứng từ IMF. GPI trao quyền cho mọi nhân viên, đảm bảo kết quả tối ưu cho cả nhân viên lẫn người sử dụng lao động. Các đánh giá và báo cáo của GPI cung cấp thông tin đánh giá về tổ chức và đội ngũ, mang đến cái nhìn rõ ràng về những động lực, lĩnh vực phát triển và giá trị chung của đội ngũ. GPI cũng đưa ra các đề xuất, chiến lược về khai vấn và phát triển, giúp các nhà lãnh đạo và đội ngũ đạt được tiềm năng tối đa.

GPI hiện có dạng gói đăng ký SaaS từ GPI và thông qua các đối tác ở 24 quốc gia. Rick Yvanovich là đồng sáng lập kiêm CFO. Để biết thêm thông tin về Great People Inside, xin vào trang GreatPeopleInside.com.

## Sống thời bất định - Life As UnUsual (LAUU)

Khi tìm đọc cuốn sách Kinh doanh thời bất định – Business As UnUsual, xin đừng quên rằng kinh doanh chỉ là một phần của cuộc sống chúng ta, và cuộc sống ngày nay chưa bao giờ điên rồ đến thế. Tôi nghĩ đây là câu nói mà thế hệ nào cũng muốn thốt lên để so sánh mình với các thế hệ trước. Khi đại dịch COVID-19 bùng phát, thế giới đột nhiên đảo lộn. Đối với một số người, tình trạng đảo lộn này quả thực xảy ra trong chớp mắt. Đột nhiên, chúng ta ngừng cho con đi học, ngừng ra khỏi nhà để đi làm và bắt đầu điên đảo tìm mua giấy vệ sinh. Cuộc sống vào năm 2020 và 2021 thực sự điên rồ hơn bao giờ hết. Khoảng thời gian bất thường này kéo dài lâu hơn nhiều so với dự kiến của hầu hết mọi người.

Giữa những thay đổi bất thường này, môi trường tập thể cần một sự biến chuyển: mong muốn một mục đích lớn lao hơn. Mọi người bị mắc kẹt ở nhà, cảm thấy bị mất kết nối với những người và vật từng khiến cuộc sống hàng ngày của họ trở nên trọn vẹn. Do những sự thay đổi ấy, một cuộc di cư hàng loạt khỏi lực lượng lao động đã diễn ra. Nhiều người chuyển sang làm việc cho các dự án và những vị trí công việc ý nghĩa hơn chứ họ không phải chỉ quan tâm đến tiền lương.

Ở đâu đó giữa những sự điên rồ và thay đổi như vậy, chúng ta dần chấp nhận rằng cuộc sống sẽ không bao giờ – không hoàn toàn – giống như trước đây nữa. Chúng ta sẽ luôn sống theo cách mới này. Hoạt động mua hàng tạp hóa trực tuyến đã thay thế nhiều chuyến đi siêu thị và các lớp học yoga trực tuyến trong phòng khách đã thay thế những chuyến đi đến phòng gym. Đại dịch đã mãi mãi thay đổi hoàn toàn lối sống của chúng ta. Mục tiêu của chúng ta không phải là đơn thuần tồn tại mà còn phải phát triển.

Chúng ta đối phó với Cuộc sống thời bất định như thế nào? May mắn thay, chúng ta vẫn còn nhiều điều có thể khám phá trong cuốn sách sắp tới của tôi: *Sống thời bất định.*

## Làm việc thời bất định - Work As UnUsual (WAUU)

Đối với hầu hết mọi người trên hành tinh này, công việc trong một doanh nghiệp truyền thống hay một tổ chức ít truyền thống hơn đã thay đổi theo một cách nào đó kể từ tháng 3 năm 2020. Với tôi, thời điểm ấy quá đáng nhớ bởi vì đó là ngày đầu tiên chúng tôi đóng cửa văn phòng và cho mọi người về nhà vô thời hạn.

TRG vốn luôn có môi trường làm việc kết hợp nhưng chưa từng phải trải qua tình trạng bắt buộc đóng cửa toàn cầu như vậy. Khi làm việc tại nhà với con cái, thú cưng, vợ/chồng hay thậm chí là hoàn toàn một mình, ta phải đối mặt với một loạt thử thách độc nhất vô nhị. Vậy thì chúng ta làm thế nào để duy trì động lực cho nhân viên? Chúng ta làm thế nào để tiếp tục hướng tới kết quả trong khi vẫn đảm bảo nhân viên hài lòng với công việc của mình?

Trong khi làm việc, chúng ta không còn có những cuộc trò chuyện bên bình nước nóng lạnh và những khoảnh khắc xây dựng mối quan hệ bình thường. Chúng ta không còn có thể giúp người này người kia mua cà phê hay đặt bữa trưa tại văn phòng. Trong môi trường làm việc mới ngày nay, các nhà lãnh đạo cần đặt nhân viên lên trên hết. Không có nhân viên thì sẽ không có doanh nghiệp. Cách làm việc mới này đòi hỏi phải có sự hướng dẫn, động viên và hỗ trợ để truyền cảm hứng cho mọi người tự giác hướng đến kết quả, thay vì thúc đẩy lợi nhuận và thúc đẩy kết quả.

Công việc đang thay đổi. Khi lệnh đóng cửa được nới lỏng và các hạn chế được dỡ bỏ, chúng ta cần liên tục đánh giá lại cách tiến hành kinh doanh, cách thực hiện công việc và những điều chúng ta kỳ vọng nơi nhân viên của mình.

Chúng ta ứng phó với công việc trong thời buổi bất định như thế nào? May mắn thay, chúng ta vẫn còn nhiều điều để tìm hiểu trong cuốn sách thứ ba sắp ra mắt của tôi, *Làm việc thời bất định*.

# TÀI LIỆU THAM KHẢO

1. Edward Coke, The Selected Writings and Speeches of Sir Edward Coke, ed. Steve Sheppard, vol. 1 (Indianapolis: Liberty Fund, 2003).

2. Douglas Adams, The Hitchhiker's Guide to the Galaxy, 1st ed. (New York: Del Rey, 1995).

3. Doran, George T. "There's a S.M.A.R.T. way to write management's goals and objectives." Management Review 70.11 (tháng 11 năm 1981)

4. Chris Mcchesney, Sean Covey và Jim Huling, The 4 Disciplines of Execution: Achieving Your Wildly Important Goals (New York: Free Press, 2012).

5. James C Collins và Jerry I Porras, Built to Last: Successful Habits of Visionary Companies (New York: Harper Collins, 1994).

6. Tom Peters, "From BHAG to CCAG," Tom Peters! (blog), n.d., https://tompeters.com/2007/11/from-bhag-to-ccag/.

7. Simon Sinek, The Infinite Game (Portfolio Penguin, 2018).

8. Andrew S Grove, High Output Management (New York: Random House, 1983).

9. John E Doerr, Measure What Matters: How Google, Bono, and the Gates Foundation Rock the World with OKRs (New York: Penguin, 2017).

10. Shawn Achor, The Happiness Advantage: The Seven Principles that Fuel Success and Performance at Work (London: Virgin, 2011).

11. Ian Hunt, "The Losada Ratio—How Does Your Team Fare?," www.linkedin.com, accessed September 6, 2021, https://www.linkedin.com/pulse/losada-ratio-how-does-your-team-fare-ian-hunt/.

12. Stephen G. Post, "Altruism, Happiness, and Health: It's Good to Be Good," International Journal of Behavioral Medicine 12, no. 2 (tháng 6 năm 2005): 66–77, https://doi.org/10.1207/s15327558ijbm1202_4.

13. Georgia Tech, "As We Get Parched, Cognition Can Sputter, Dehydration Study Says | News Center," news.gatech.edu, ngày 16 tháng 7 năm 2018, https://news.gatech.edu/news/2018/07/16/we-get-parchedcognition-can-sputter-dehydration-study-says.

14. Saundra Dalton-Smith, "The Real Reason Why We Are Tired and What to Do about It," You Tube (TEDx, ngày 10 tháng 4 năm 2019), https:// youtu.be/ZGNN4EPJzGk.

15. Saundra Dalton-Smith, Sacred Rest: Recover Your Life, Renew Your Energy, Restore Your Sanity, 1st ed. (Hachette Book Group, 2017).

16. Rick Hanson, "Confronting the Negativity Bias," Dr. Rick Hanson, ngày 26 tháng 10 năm 2010, https://www.rickhanson.net/how-yourbrain-makes-you-easily-intimidated/.

17. Harvard Medical School, "Understanding the Stress Response," Harvard Health Publishing (Harvard Medical School, July 6, 2020), https://www.health.harvard.edu/staying-healthy/understanding-thestress-response.

18. Julie Nguyen và Kristina Hallett, "Fight, Flight, Freeze, Fawn: Examining the 4 Trauma Responses," MBG Health (MindBodyGreen, ngày 11 tháng 9 năm 2021), https://www.mindbodygreen.com/articles/fight-flight-freeze-fawn-trauma-responses.

19. Sherry Gaba, "Understanding Fight, Flight, Freeze and the Fawn Response | Psychology Today United Kingdom," PsychologyToday. com, ngày 22 tháng 8 năm 2020, https://www.psychologytoday.com/gb/blog/ addiction-and-recovery/202008/understanding-fight-flight-freezeand-the-fawn-response.

20. Kelly McGonigal, The Upside of Stress: Why Stress Is Good for You, and How to Get Good at It, 2nd ed. (New York: Avery, 2015).

21. James Nestor, Breath: The New Science of a Lost Art (New York: Riverhead Books, 2020).

22. Kira M. Newman, "Feeling Anxious? The Way You Breathe Could Be Adding to It," Ideas.Ted.Com (TED Conferences, ngày 8 tháng 1 năm 2021), https://ideas.ted.com/feeling-anxious-the-way-you-breathecould-be-adding-to-it/.

23. Herbert Benson and Miriam Z Klipper, The Relaxation Response (New York: Quill, 2000).

24. Massachusetts General Hospital, "Tips to Manage Stress with the Relaxation Response," Massachusetts General Hospital, ngày 15 tháng 10 năm 2019, https://www.massgeneral.org/children/ inflammatory-boweldisease/tips-to-manage-stress-with-the-relaxation-response.

25. Judson Brewer and TED, "Mind Going a Million Miles a Minute? Slow down with This Breathing Exercise," ideas.ted.com, ngày 26 tháng 5 năm 2020, https://ideas.ted.com/mind-going-a-million-miles-a-minuteslow-down-with-this-breathing-exercise/.

26. Jane McGonigal, SuperBetter: A Revolutionary Approach to Getting Stronger, Happier, Braver, and More Resilient. Powered by the Science of Games, 1st ed. (New York: Penguin Press, 2015).

27. "Declutter," in Cambridge Dictionary, n.d., https://dictionary.cambridge.org/dictionary/english/declutter.

28. Netflix, "Tidying up with Marie Kondo | Official Trailer [HD] | Netflix," YouTube, ngày 12 tháng 12 năm 2018, https://www.youtube.com/watch?v=WvyeapVBLW.

29. Marie Kondo, The Life-Changing Magic of Tidying Up: The Japanese Art of Decluttering and Organizing (Ten Speed Press, 2014).

30. The Decision Lab, "Why Do We Make Worse Decisions at the End of the Day?," The Decision Lab, n.d., https://thedecisionlab.com/biases/decision-fatigue.

31. Barry Schwartz, The Paradox of Choice: Why More Is Less, 1st ed. (London: Harper Collins, 2004).

32. Sunny Fitzgerald, "Forest Bathing: What It Is and Where to Do It," National Geographic, ngày 19 tháng 10 năm 2019, https://www.nationalgeographic.com/travel/article/forest-bathing-nature-walkhealth.

33. Simon Sinek, The Infinite Game (Portfolio Penguin, 2018).

34. Simon Sinek, The Infinite Game (Portfolio Penguin, 2018).

35. Napoleon Hill, Think and Grow Rich (Original Classic Edition) (New York: G&D Media, 2019).

36. Meik Wiking, The Little Book of Hygge: The Danish Way to Live Well, 1st ed. (London: Penguin Life, 2016).

37. Andriy Bas, "Hygge: 6 Steps to Danish Happiness," Medium, ngày 1 tháng 1 năm 2018, https://medium.com/@bass.andriy/hygge-6-stepsto-danish-happiness-896283b96855.

38. Niellah Arboine, "What Is 'Lagom'? Turns out It Could Have a Significant Impact on Your Levels of Happiness," Bustle, ngày 20 tháng 6 năm 2019, https://www.bustle.com/p/what-is-lagom-turns-out-it-couldhave-a-significant-impact-on-your-levels-of-happiness-18016917.

39. Stephen R Covey, The 7 Habits of Highly Effective People: Revised and Updated: Powerful Lessons in Personal Change, 30th Anniversary edition (New York: Simon & Schuster, 2020).

40. Jeff Olson, The Slight Edge, 8th Anniversary (Plano, TX: Success, 2013).

41. Mel Robbins, "'The Space Where Your Dreams Live' – Mel Robbins | Knowing What to Do Is Not Enough. If You Have a Goal, a Dream, a Future 'You' in Mind, You Must Know HOW to Push Yourself in Moments When You're... | by Mel Robbins | Facebook," Facebook, ngày 7 tháng 4 năm 2016, https://www.facebook.com/melrobbins/ videos/949539128475305/.

42. Katherine L Milkman, How to Change: The Science of Getting from Where You Are to Where You Want to Be (New York: Portfolio/ Penguin, An Imprint of Penguin Random House Llc, 2021).

43. Dan Sperber, "The Function of Reason," The Edge, ngày 22 tháng 2 năm 2017, https://www.edge.org/conversation/dan_sperber-thefunction-of-reason.

44. Wikipedia Contributors, "Motivation," in Wikipedia (Wikimedia Foundation, ngày 16 tháng 3 năm 2019), https://en.wikipedia.org/wiki/Motivation.

45. "Motivation," trong Cambridge Dictionary (Cambridge University Press), truy cập ngày 14 tháng 8 năm 2022, https://dictionary.cambridge.org/ dictionary/english/motivation.

46. "Motivation," trong Oxford Dictionary (Oxford University Press), truy cập ngày 14 tháng 8 năm 2022, https://www.oxfordreference.com/ view/10.1093/oi/authority.20110803100212318.

47. "Motivation," trong The Britannica Dictionary (Britannica Group), truy cập ngày 14 tháng 8 năm 2022, https://www.britannica.com/dictionary/ motivation.

48. Jim Schleckser, "The Myth of Motivating People," Inc., ngày 18 tháng 9 năm 2018, https://www.inc.com/jim-schleckser/the-mythof-motivating-people.html.

49. MBS Works, "The Conspiracy," go.mbs.works, n.d., https://go.mbs.works/theconspiracysignup.

50. Frederick Herzberg, Bernard Mausner và Barbara Bloch Snyderman, The Motivation to Work (New Brunswick: Transaction Publishers, 1959).

51. Rick Yvanovich, "Motivation Spotlight – What Have We Missed?," TRG International (blog), ngày 17 tháng 8 năm 2017, https://blog.trginternational.com/trg-news-media/bbgv-breakfast-seminarmotivation-spotlight.

52. Abraham Maslow, "A Theory of Human Motivation," Psychological Review 50(4) (1943): 370–96, https://doi.org/10.1037/ h0054346.

53. Kim Scott, Radical Candor: Be a Kick-Ass Boss without Losing Your Humanity. (St. Martin's Press, 2019).

54. Rick Yvanovich, "Motivation -How Does It Work for Sales?," TRG International (blog), ngày 20 tháng 7 năm 2016, https://blog.trginternational.com/motivation-for-sales.

55. Richard M. Ryan and Edward L. Deci, "Intrinsic and Extrinsic Motivations: Classic Definitions and New Directions," Contemporary Educational Psychology 25, no. 1 (tháng 1 năm 2000): 54–67, https://doi. org/10.1006/ceps.1999.1020.

56. Charles Stangor and Jennifer Walinga, Introduction to Psychology – 1st Canadian Edition, Opentextbc.ca (BCcampus Open Education, 2014), https://opentextbc.ca/introductiontopsychology/.

57. Kori D. Miller, "Operant Conditioning Theory: Examples for Successful Habit Formation," Positive Psychology (blog), ngày 20 tháng 3 năm 2020, https://positivepsychology.com/operant-conditioning-theory/.

58. Gary D Chapman, The 5 Love Languages, Reprint (Chicago: Northfield Publishing, 2015).

59. Gary D Chapman and Paul E White, The 5 Languages of Appreciation in the Workplace: Empowering Organizations by Encouraging People (Chicago: Northfield Publishing, 2019).

60. International Coaching Federation, "Experience Coaching," Experience Coaching, truy cập ngày 13 tháng 6 năm 2022, https://experiencecoaching.com/.

61. European Mentoring and Coaching Centre (EMCC), "EMCC Definition of Mentoring," EMCC Global, truy cập ngày 11 tháng 8 năm 2022, https://www.emccglobal.org/leadership-development/leadershipdevelopment-mentoring/.

62. Peter Chee and Marshall Goldsmith, 5 Levels of Mastery, Itdworld. com (ITD World Mega Guru Learning, 2019), https://itdworld.com/ drpeterchee/books.php?book=6.

63. Marshall Goldsmith, "FeedForward," Business Week, ngày 22 tháng 1 năm 2007, https://marshallgoldsmith.com/articles/ feed-forward/.

64. Marshall Goldsmith, "Try Feedforward instead of Feedback," Marshall Goldsmith, truy cập ngày 13 tháng 8 năm 2022, https://marshallgoldsmith.com/articles/try-feedforward-instead-feedback/.

65. Jocko Willink and Leif Babin, The Dichotomy of Leadership: Balancing the Challenges of Extreme Ownership to Lead and Win (New York: St. Martin's Press, 2018).

66. Alinka Rutkowska et al, Habits of Success: What Top Entrepreneurs Routinely Do in Business and in Life (United States: Leaders Press, 2022).

67. Jack Canfield and Peter Chee, Coaching for Breakthrough Success: Proven Techniques for Making the Impossible Dreams Possible (New York: Mcgraw-Hill Education, 2013).

68. Marcia Reynolds, Coach the Person, Not the Problem: A Guide to Using Reflective Inquiry (Oakland, Ca: Berrett-Koehler Publishers, Inc, 2020).

69. Marcia Reynolds, Coach the Person, Not the Problem: A Guide to Using Reflective Inquiry (Oakland, Ca: Berrett-Koehler Publishers, Inc, 2020).

70. John Mattone and John Mattone Global Inc, "A Preview of John Mattone's Thinking," John Mattone Global, Inc., truy cập ngày 10 tháng 8 năm 2022, https://johnmattone.com/about/preview-john-mattonesthinking/.

71. John Mattone and John Mattone Global Inc., "Intelligent Leadership – All You Need to Know," John Mattone Blog (blog), ngày 27 tháng 9 năm 2017, https://johnmattone.com/blog/intelligent_ leadership/.

72. John Mattone and John Mattone GLobal Inc., "Why Success Depends on Bringing Abundant Value to Others," John Mattone Blog (blog), ngày 3 tháng 5 năm 2021, https://johnmattone.com/blog/whysuccess-depends-on-bringing-abundant-value-to-others/.

73. John Mattone and John Mattone Coaching Inc., "How Executive Coaching Helps You Define Your Leadership Legacy," John Mattone Blog (blog), ngày 4 tháng 1 năm 2018, https://johnmattone.com/blog/howexecutive-coaching-helps-you-define-your-leadership-legacy/.

74. Peter Hawkins and Eve Turner, Systemic Coaching: Delivering Value Beyond the Individual, 1st ed. (London; New York: Routledge, Taylor & Francis Group, 2019).

75. Peter Hawkins and Eve Turner, Systemic Coaching: Delivering Value Beyond the Individual, 1st ed. (London; New York: Routledge, Taylor & Francis Group, 2019).

76. Bregman Partners, "Big Arrow Process," Bregman Partners, truy cập ngày 13 tháng 8 năm 2022, https://bregmanpartners.com/big-arrow/.

77. HBR and Peter Bregman, "Execution Is a People Problem, Not a Strategy Problem," Harvard Business Review, ngày 17 tháng 1 năm 2019, https://hbr.org/2017/01/execution-is-a-people-problem-not-astrategy-problem.

78. Theodora Blanchfield and Verywell Mind, "Why Is Dating so Hard?," Verywell Mind, ngày 25 tháng 2 năm 2022, https://www. verywellmind.com/why-is-dating-so-hard-5220113.

79. Business Executive Network, "[C] Vietnam - a Publication of the Business Executive Network," C Vietnam, truy cập ngày 15 tháng 6 năm 2022, https://executives.asia/cvietnam/.

80. John C Maxwell, The 21 Irrefutable Laws of Leadership, 10th Anniversary (HarperCollins Leadership, 2007).

81. Vaish, A., Grossmann, T., & Woodward, A. (2008). "Not all emotions are created equal: The negativity bias in social-emotional development". Psychological Bulletin, 134(3), 383–403. https://doi. org/10.1037/0033-2909.134.3.383.

82. Amy Edmondson and Mark Mortensen, "What Psychological Safety Looks like in a Hybrid Workplace," Harvard Business Review, ngày 19 tháng 4 năm 2021, https://hbr.org/2021/04/what-psychological-safetylooks-like-in-a-hybrid-workplace.

83. Stephen R Covey, The 7 Habits of Highly Effective People: Powerful Lessons in Personal Change. (New York: Simon & Schuster, 2020).

84. Barbara L. Fredrickson and Marcial F. Losada, "Positive Affect and the Complex Dynamics of Human Flourishing.," American Psychologist 60, no. 7 (2005): 678–86, https://doi. org/10.1037/0003066x.60.7.678.

85. Shawn Achor, The Happiness Advantage: The Seven Principles That Fuel Success and Performance at Work, 1st ed. (New York: Crown Business, 2010).

86. "What Leaders Must Learn about the First Follower Principle," Lighthouse Blog (blog), n.d., https://getlighthouse.com/blog/firstfollower-principle-leader-learn/.

87. John C Maxwell, The 5 Levels of Leadership: Proven Steps to Maximise Your Potential (New York: Center Street, 2013).

88. Nadya Zhexembayeva, "HOW OFTEN DO WE NEED to REINVENT to SURVIVE?," Chief Reinvention Officer, ngày 1 tháng 10 năm 2018, https://chiefreinventionofficer.com/how-often-do-we-need-toreinvent-to-survive/.

89. BBC, "BBC One - Planet Earth II," BBC, truy cập ngày 12 tháng 10 năm 2021, https://www.bbc.co.uk/programmes/p02544td.

90. Marshall Goldsmith, What Got You Here Won't Get You There: How Successful People Become Even More Successful (Profile Books, 2008).

91. Klaus Schwab, "The Fourth Industrial Revolution," Foreign Affairs (Foreign Affairs Magazine, ngày 12 tháng 12 năm 2015), https://www. foreignaffairs.com/articles/2015-12-12/fourth-industrial-revolution.

92. Dweck, Carol S. Mindset: The New Psychology of Success. (London: Robinson, 2017).

93. World Economic Forum, "Jobs of Tomorrow: Mapping Opportunity in the New Economy," World Economic Forum, ngày 22 tháng 1 năm 2020, https://www.weforum.org/reports/jobs-of-tomorrowmapping-opportunity-in-the-new-economy.

94. World Economic Forum, "The Future of Jobs Report 2020," World Economic Forum, ngày 20 tháng 10 năm 2020, https://www.weforum. org/reports/the-future-of-jobs-report-2020.

95. Erica Dhawan, Digital Body Language: How to Build Trust and Connection, No Matter the Distance (London HarperCollins Publishers, 2021).

96. World Economic Forum, "The Future of Jobs Report 2020," World Economic Forum, ngày 20 tháng 10 năm 2020, https:// www.weforum. org/reports/the-future-of-jobs-report-2020.

97. World Economic Forum, "The Future of Jobs Report 2020," World Economic Forum, ngày 20 tháng 10 năm 2020, https:// www.weforum. org/reports/the-future-of-jobs-report-2020.

98. World Economic Forum, "The Future of Jobs Report 2020," World Economic Forum, ngày 20 tháng 10 năm 2020, https:// www.weforum. org/reports/the-future-of-jobs-report-2020.

99. Carol S Dweck, Mindset: The New Psychology of Success (New York: Random House, 2006).

100. Evy Poumpouras and Remie Geoffroi, Becoming Bulletproof: Protect Yourself, Read People, Influence Situations, and Live Fearlessly (New York, Ny: Atria Books, 2020).

101. Courtney Ackerman, "What Is Instant Gratification? A Definition + 16 Examples and Quotes," PositivePsychology. com, ngày 19 tháng 6 năm 2018, https://bit.ly/3gG4pq2.

102. Neil Patel, "The Psychology of Instant Gratification and How It Will Revolutionize Your Marketing Approach," Entrepreneur, ngày 24 tháng 6 năm 2014, https://bit.ly/2WxUc7H.

103. Rick Yvanovich, 'Values | TRG International,' truy cập ngày 3 tháng 9 năm 2021, https://www.trginternational.com/about-us/values/.

104. Mihaly Csikszentmihalyi, Flow: The Psychology of Optimal Experience (New York: Harper and Row, 1990).

105. Michael Bungay Stanier, The Coaching Habit: Say Less, Ask More & Change the Way You Lead Forever (Toronto, On, Canada: Box of Crayons Press, 2016).

106. T. R. G. International, "Certified Coaching & Mentoring Professional (ECCMP) 2021 Intake," blog.trginternational.com, truy cập ngày 3 tháng 9 năm 2021, https://bit.ly/3kvzr5c.

107. T. R. G. International, "Certified Chief Master Coach (CCMC)," blog.trginternational.com, truy cập ngày 3 tháng 9 năm 2021, https://bit.ly/38nuYMi.

108. Susan Fowler, Master Your Motivation: Three Scientific Truths for Achieving Your Goals (Oakland, CA: Berrett-Koehler Publishers, 2019).

109. Susan Fowler, Why Motivating People Doesn't Work ... And What Does: The New Science of Leading, Energizing, and Engaging (San Francisco, CA: Berrett-Koehler, 2017).

110. Masaaki Imai, Kaizen: The Key to Japanese Competitive Success (McGraw-Hill Education, 1986).

111. Mihaly Csikszentmihalyi, Flow: The Psychology of Optimal Experience (New York: Harper and Row, 1990).

112. Barry Schwartz, Why We Work (New York: Ted Books, Simon & Schuster, 2015).

113. Viktor Emil Frankl, Man's Search for Meaning: An Introduction to Logotherapy (Boston: Beacon Press, 1992).

114. Rick Yvanovich, "In a World of Volatility, Invest in Employee Engagement," ngày 31 tháng 8 năm 2018, https://blog.trginternational.com/ enhance-the-employee-engagement-in-the-vuca-environment.

115. Ken Honda, "Is It Time to Maro Up? Why the 'Maro Up' Philosophy May Lead to Success, Wealth & Happiness | Money," 30Seconds Mom, tháng 3 năm 2021, https://30seconds.com/mom/tip/21424/Is-It-Time-toMaro-Up-Why-the-Maro-Up-Philosophy-May-Lead-to-Success-Wealth-Happiness.

116. Maro Up: The Secret to Success Begins with Arigato: Wisdom from the "Warren Buffet of Japan" eBook: Bray Attwood, Janet,

Honda, Ken: https://www.amazon.co.uk/Maro-Up-Secret-Success-Arigatoebook/dp/B018HDTZL6/.

117. Serrat, Olivier. "The Five Whys Technique," ResearchGate, tháng 5 năm 2007, https://www.researchgate.net/publication/318013490_The_Five_Whys_Technique.